अंकरहित शून्याची बेरीज

लेखक
दिनकर जोषी

अनुवाद
अंजनी नरवणे

मेहता पब्लिशिंग हाऊस

Ekada Vagar Na Minda by Dinkar Joshi

Originally Published in Gujrathi

Translated in Marathi Language by Anjani Naravane

अंकरहित शून्याची बेरीज / अनुवादित कादंबरी

अनुवाद : अंजनी नरवणे,
एफ्–१/१, 'नेस्ट', एचडीएफसी कॉलनी, चिंचवड (पूर्व),
पुणे – ४११ ०१९

प्रकाशक : सुनील अनिल मेहता, मेहता पब्लिशिंग हाऊस,
१९४१, सदाशिव पेठ, माडीवाले कॉलनी, पुणे – ४११ ०३०

मुद्रक : स्पेक्ट्रम ऑफसेट,
डी-२/४, सत्यम इस्टेट, सीडीएसएसच्या मागे,
एरंडवणे, पुणे – ४११ ००४

मुखपृष्ठ : फाल्गुन ग्राफिक्स

प्रथमावृत्ती : फेब्रुवारी, २०११

किंमत : ₹ १६०/-

ISBN 978-81-8498-207-7

पुस्तकाविषयी

संख्याशास्त्राच्या नियमाप्रमाणे प्रत्येक शून्यानं संख्येचं मूल्य दसपट वाढतं. हे शाश्वत सत्य कोणी नाकारू शकत नाही. एवढं लक्षात ठेवणं मात्र आवश्यकच असतं की, फक्त शून्य वाढवत जाण्यानं संख्येचं मूल्य वाढत नाही. त्या शून्यांच्या आधी एखादा आकडा असणं आवश्यक असतं. आकडा काढून टाकून नुसती शून्यं वाढवणं हे मूर्खासारखं नुसती लांबी वाढवणं होतं.

मानवजातीचा हजारो वर्षांचा इतिहास आपल्याला हे शिकवतो की, संपत्ती, सत्ता, दीर्घायुष्य, प्रतिष्ठा या सर्व गोष्टींनी जीवन समृद्ध होऊ शकतं, हे खरं आहे. परंतु ही समृद्धी मिळवण्यासाठीही आधी एक नियम पाळावा लागतो; तोही हाच आहे की, या सर्वांच्या आधी सद्भाव, संतोष, नीती, धर्म, प्रामाणिकपणा यांपैकी कुठलातरी एक आकडा असला पाहिजे. आकड्यांशिवायचं अंकगणित ही शून्यांची बेरीज होते.

विसाव्या शतकाच्या पूर्वार्धात जे जन्मले, ते सुदैवानं जर आजही हयात असतील, तर त्यांच्या डोळ्यांसमोर त्यांची तिसरी पिढी आज कलेकलेनं वाढणाऱ्या चंद्रासारखी वाढली असेल. परमात्म्याच्या या सृष्टीत सगळं बदलत राहत असतं, पण फक्त बदल म्हणजे प्रगती किंवा सुधारणा नाही. मनुष्यजातीनं बदलाचा स्वीकार अवश्य करावा. पण तो बदल करताना आपण तारतम्य सोडून वागत नाही ना, याचं भान सुटू देऊ नये.

या पुस्तकात जी कथा सांगितली आहे, ती केवळ वाचण्यासाठी नाही. वाचून झाल्यावर विचार करण्यासाठी आहे. परिणामकारक साहित्य त्याला म्हटलं गेलं आहे, ते जिथं संपतं, तिथून पुढे वाचणाऱ्याच्या मनात सुरू होतं. तीन पिढ्यांची ही कथा आपलं सामाजिक जीवन ज्या वैचारिक परिवर्तनातून जात आहे, त्याचं ओझरतं चित्रण आहे. जी एखाद्या जास्त नेमक्या, जास्त व्यवस्थित नियोजन करून, समाजकल्याणाच्या स्थापनेसाठी केली जाते, तिलाच क्रांती म्हणता येईल. सध्या जी वैचारिक परिवर्तनं होत आहेत, त्यांना क्रांती म्हणणं जरा घाईचं होईल.

या कादंबरीचं गुजराती वाचकांनी मनापासून स्वागत केलं आहे. आता ती मराठी वाचकांसमोर ठेवताना आनंद वाटत आहे. याचं श्रेय मराठी प्रकाशक मेहता पब्लिशिंग हाऊसला दिलं पाहिजे. माझ्या इतर पुस्तकांप्रमाणेच मराठी वाचक या पुस्तकाचंही स्वागत करतील, अशी आशा आहे. या कादंबरीचा हिंदी अनुवादही प्रकाशित झाला आहे.

– दिनकर जोषी

अनुवादाविषयी

पन्नासहून अधिक वर्षं सातत्यानं सकस आणि विपुल लेखन करणारे सुप्रसिद्ध गुजराती लेखक श्री. दिनकर जोषी यांच्या 'एकडा वगरना मिंडा' या कादंबरीचा अनुवाद करण्याची संधी मिळाली, याचा आनंद झाला होता. जसजसा अनुवाद करत गेले तसतसा आनंद वाढत राहिला. शेवटचं प्रकरण तर फारच आवडलं. गप्प राहून, पतीला समजून घेऊन, त्यांच्या मते त्यांच्या हातून घडलेल्या अपराधाबद्दल त्यांना मनापासून निर्दोष मानणाऱ्या जयाबांचं व्यक्तिचित्र अत्यंत हृद्य आणि सुंदर वठलं आहे. संपूर्ण कादंबरीत फक्त मधून केव्हातरी डोकावणाऱ्या जयाबा शेवटी वाचकांना थक्क करतात.

तीन पिढ्यांच्या या कथेत झपाट्यानं बदलत चाललेल्या शहरी जीवनातली ढासळत चाललेली व्यावसायिक आणि वैयक्तिक नीतिमूल्यं यांचं वेधक वर्णन आहे. पैसा मिळवणं हेच आयुष्यातलं एकमेव ध्येय, पैसा हेच सर्वस्व होऊन बसलेली नवी पिढी, पैसा मिळवण्यासाठी कुठल्या थराला जाऊ शकते, त्यांची किती नैतिक घसरण होऊ शकते याचं कथेमध्ये मर्मभेदक चित्रण आहे. फक्त वडीलपिढी मात्र आपल्या मूल्यांना धरून राहते, तर मधली पिढी तरुण पिढीच्या नैतिक घसरणीबद्दल काहीही करण्यास असमर्थ ठरते. कारण तुलनेनं कमी प्रमाणात असलं तरी त्या मधल्या पिढीनंही पैशांसाठी गैरवर्तन केलेलंच असतं!

जिथं नैतिक अध:पतन एवढं होतं की, नीतिमूल्यं नाहीशीच होतात, तिथं कितीही संपत्ती मिळाली तरी तिला काही अर्थ राहत नाही. एकाच्या आकड्यापुढे कितीही शून्यं चढत गेली तरी ती अर्थशून्य होतात. कारण ज्याचं खरं मोल असतं, तो एकच पुसला गेलेला असतो आणि उरतात फक्त अर्थशून्य शून्यं!

मनोरंजकतेबरोबरच वाचकाला विचार करायला भाग पाडणारी अशी ही कादंबरी मराठी वाचकांनाही रूचेल, यात शंका नाही.

– अंजनी नरवणे

१

मुंबईच्या डोक्यावर ओठंगणारं आभाळ तेच आहे, जे शंभर, दोनशे किंवा पाचशे वर्षांपूर्वी होतं. पण मुंबईकरांसाठी ते आभाळ आता 'आपलं' राहिलेलं नाही; परकं झालंय. कारण मान उंच करून आकाशाकडे नीट बघितलं, त्याला आता खूप काळ लोटला आहे. मुंबईतल्या माणसाला आता आकाशाकडे बघायला फुरसतच नसते. आता त्याच्या दृष्टीनं आकाश म्हणजे कधीकधी मजा म्हणून ग्रहण किंवा धूमकेतू बघण्याची जागा, एवढंच! आता मुंबईकर एखाद्या तासाच्या कार्यक्रमात संपूर्ण ब्रह्मांड नेहरू प्लॅनेटोरियममध्ये बघून टाकतो. नजर वर करून आकाशाकडे बघायला त्याला भीती वाटते; कारण रस्त्यानं जाताना वर बघितलं, तर एखाद्या वाहनाखाली सापडण्याची किंवा एखाद्या घाबरून पळत असणाऱ्या माणसाशी टक्कर व्हायची भीती असते. घराच्या उघड्या बाल्कनीत उभं राहून तो आकाशाकडे टक लावून बघत असताना जर तो शेजाऱ्याच्या दृष्टीस पडला, तर शेजाऱ्याला ह्याचं डोकं ताळ्यावर नाही असं वाटेल; ही भीती असते. मुंबईत आता आकाशातले सूर्य-चंद्र, तारे यांच्यामुळे सकाळ, दुपार, संध्याकाळ किंवा रात्र होत नाही. मुंबईकरांनी हे काम आता घड्याळं आणि कॅलेन्डरांकडे सोपवून टाकलं आहे. आता इथं सकाळी उजाडत नाही, की संध्याकाळी मावळत नाही. रात्रही होत नाही. सगळं वेळेच्या काट्याप्रमाणे ए. एम. किंवा पी. एम. होत असतं. इथं सेव्हन ए. एम. म्हणजे सकाळ आणि सेव्हन

पी. एम. म्हणजे संध्याकाळ, हे सगळ्यांना समजतं. असं वाटतं की, मुंबईकरांनी काळालाही वश करून घेतलंय!

आत्ता सव्वासात पी. एम. होऊन गेले होते आणि धोबी किंवा तलाव दोन्हींपैकी कशाचाच पत्ता नसलेल्या, धोबीतलाव विस्तारातल्या 'पॅरडाइज कमर्शिअल कॉम्प्लेक्स'च्या अकराव्या मजल्यावरच्या, मेसर्स ए. व्रजमोहन अ‍ॅण्ड कंपनीचं ऑफिस केव्हाच रिकामं झालं होतं. स्टाफपैकी बहुतेक सर्व लोक घरी गेले होते. धाकटे शेठ त्यांच्या केबिनमधनं बाहेर पडायची वाट फक्त एक पट्टेवाला बघत बसला होता आणि थोरले शेठ त्यांच्या केबिनमध्ये तक्क्याला टेकून बसून संध्याकाळच्या वृत्तपत्रांची पानं उलटत होते.

हे धाकटे शेठ म्हणजे कंपनीच्या नावातलं 'ए' अक्षर– म्हणजेच अविनाश शेठ स्वत: आणि थोरले शेठ म्हणजे कंपनीच्या नावातली अर्धी जागा अडवून बसलेले व्रजमोहनदास स्वत:. संपूर्ण ऑफिस एअरकन्डिशन्ड होतं आणि आधुनिक पद्धतीनं सजवलेलं होतं, पण व्रजमोहनशेठना गादीतक्क्यांची बैठकच आवडायची. म्हणून त्यांच्या केबिनमध्ये इजिप्शियन कापसाच्या केलेल्या रेशमी चादरी, अभ्रे घातलेल्या गाद्या-तक्केच असायचे.

सजावट म्हणजे भिंतीवर श्रीनाथजींची (श्रीकृष्ण) एक कलात्मक तसबीर होती. आणि त्या तसबिरीजवळ नेहमी चांदीचं निरांजन असायचं. तसबिरीला रोज सकाळी ताज्या फुलांचा हार घातला जायचा. थोरले शेठ आले; की ते निरांजन लावायचे, उदबत्ती लावायचे, मस्तक नमवून नमस्कार करायचे आणि मग बैठकीवर अंग सैल सोडून बसायचे. ऑफिसचं बरंचसं काम तर धाकटे शेठच बघायचे. थोरले शेठ दुपार टळल्यावर चार-साडेचारला ऑफिसमध्ये यायचे. घटकाभर वर्तमानपत्र वाचायचे. काही कामाचं बोलायचं असलं, तर धाकटे शेठ त्यांच्या केबिनमध्ये जाऊन सल्लामसलत करायचे. ऑफिसमधली माणसं घरी जायला निघायची असतील, तेव्हा थोरले शेठ एक चक्कर टाकून प्रत्येकाची व्यक्तिश: चौकशी करायचे, हा रोजचा नियम.

थोरले शेठ चौकशी करून गेले की समजावं, आता आपण घरी जायला मोकळे; आजचा दिवस संपला. स्टाफची माणसंही त्यांची मानमर्यादा राखायची. थोरले शेठ कधी उशीर करायचे नाहीत; पण कधीतरी झाला उशीर, तर कोणीही भिंतीवरच्या घड्याळाकडे बघत अस्वस्थ व्हायचं नाही. सरकारी कचेऱ्यांची हवा अजून ए. व्रजमोहनदास अ‍ॅण्ड कंपनीला लागली नव्हती.

मेसर्स ए. व्रजमोहन अ‍ॅण्ड कंपनीची सुरुवात होऊन जवळजवळ चाळीस वर्षांचा काळ लोटला होता. त्या काळी नावाची ही पाटी इथं लटकत नव्हती. तेव्हा मूळजी जेठा मार्केटमध्ये भाटिया जातीच्या शेटियांची चलती होती; आणि मार्केटमध्ये भाटिया जातीबाहेरच्या कोणी दुकान घ्यायचा विचार केला, तरी असं म्हटलं जायचं

की, ‘मूळजी जेठा मार्केटात दुकान घ्यायला तर एखाद्या भाटिया स्त्रीच्या पोटी जन्म घ्यावा लागतो!’ व्रजमोहनदासांनी भाटिया स्त्रीच्या पोटी जन्म न घेताही मार्केटमधल्या घड्याळ गल्लीच्या मधोमध दुकान मिळवलं होतं. व्रजमोहनदास शेठची ही विशेष कर्तबगारी होती. जो रंगारी दुकानाच्या नावाची पाटी रंगवायला घेऊन गेला होता, त्यानं गुजराती भाषेत तर बरोबर नाव लिहिलं होतं– मेसर्स ए. व्रजमोहनदास ॲण्ड कंपनी; पण तेच नाव इंग्रजीत लिहिताना त्यानं लिहिलं होतं – मेसर्स ए. ब्रिजमोहनदास ॲण्ड कंपनी! व्रजचं त्यानं ब्रिज केलं होतं. BRIJ– ब्रिज!

व्रजमोहनदास शेठनी असं करण्याचं कारण विचारलं, तेव्हा इंग्रजी शिकलेला तो रंगारी म्हणाला, ‘‘शेठ! इंग्रजीत व्रज नसतं लिहायचं, ब्रिजच लिहायचं. ‘व’ चा ‘ब’ होतो.’’

‘‘पण का म्हणून? इंग्रजीमध्ये ‘व’ साठी ‘व्ही’ अक्षर तर आहेच.’’ शेठनी आपलं म्हणणं मांडलं.

‘‘ते खरं आहे; पण आपण ‘व’ म्हणतो, तिथं इंग्रज लोक ‘ब’च म्हणतात. बघा ना, वडोदराचं बरोडा झालं, वांद्राचं बांद्रा झालं, भायखळ्याचं बायकला झालं. असंच करायचं असतं.’’

‘‘त्यांना आपला ‘व’ उच्चारता येत नसेल, तर इंग्रज व्हाइसरॉय वेलस्लीला ते लोक बेलस्ली का नाही म्हणत? आणि काय हो, व्हाइसरॉयला बाइसरॉय का नाही म्हणत?’’ शेठनी नेमकेपणानं वाद घालत विचारलं.

रंगाऱ्याला उत्तर सुचेना. त्याचं इंग्रजीचं ज्ञान ह्या प्रश्नाचं संतोषकारक उत्तर देण्याइतकं नव्हतं.

‘‘त्याचं काय आहे शेठ... काय आहे, की...’’ तो आवंढे गिळू लागला. ‘‘इंग्रजांनी दोनशे वर्षं आपल्यावर राज्य केलं...’’ त्यानं आता भाषेच्या ऐवजी इतिहासाचा आसरा घेतला.

‘‘त्यांनी दोनशे वर्षं राज्य केलं असेल, नाहीतर चारशे वर्षं; म्हणून काही माझ्या नावातल्या ‘व्रज’ चं ‘ब्रिज’ करण्याचा कुठलाही अधिकार मी त्यांना दिलेला नाही!’’ शेठ निर्णायक सुरात म्हणाले. ‘‘ही पाटी बदलून नवी करून आणा. पेढीचं नाव व्रजमोहनच राहील- गुजरातीत, इंग्रजीत आणि जगातल्या सगळ्या भाषांमध्ये!’’

आणि अशा तऱ्हेनं व्रजमोहनदासांची पेढी इंग्रजीत ब्रिजमोहन नाही तर नाहीच झाली. इंग्रजीतही ती VRUJ - व्रजच राहिली. सुरुवातीला इंग्रजीत वाचणाऱ्यांना ते अनोळखी, वेगळंच वाटायचं; पण मग सगळ्यांना सवय झाली.

चाळीस वर्षांपूर्वी सुरू झालेल्या ह्या पेढीचा प्रवास आता आज मूळजी जेठा मार्केटच्या घड्याळ-गल्लीतनं निघून, नाझ कम्पाउण्डमधनं, धोबीतलाव विस्तारातल्या पॅरडाइज कमर्शिअल कॉम्प्लेक्सच्या अकराव्या मजल्यापर्यंत झाला होता. मधल्या

वर्षांमध्ये व्रजमोहनदासांनी चित्रपट-उद्योगातही चांगलं यश मिळवलं होतं.

'अविनाश डिस्ट्रिब्यूटर्स' ह्या बॅनरखाली लॅमिंग्टन रोडवरच्या नाझ कम्पाउण्डमध्येही व्रजमोहनदासांचं ऑफिस झालं होतं. चित्रपट-उद्योगातल्या मोठमोठ्या लोकांशी व्रजमोहनदासांचा चांगला घरोबा झाला होता. अविनाश डिस्ट्रिब्यूटर्सच्या बॅनरखाली बऱ्याच चित्रपटांचं वितरण करून, व्रजमोहन शेठनी भरपूर पैसे मिळवले होते; पण गेल्या दशकात प्रचंड कमाई झालेल्या ह्या लाइनमधनं शेठनी भराभर लक्ष कमी केलं होतं. वीस वर्षं एकट्यानं चित्रपटाचा धंदा त्यांनी केला, आणि मुलगा अविनाश स्वतंत्रपणे धंदा सांभाळू शकेल एवढा झाला, तेव्हा मूळजी जेठा मार्केटचा धंदा त्याच्या हाती सोपवून दिला. पण नाझ कम्पाउण्डच्या ऑफिसमध्ये मात्र काही विशेष काम असेल; तरच वर्षातनं दोन-तीनदा बोलवावंच लागेल, तेवढंच त्याला बोलवायचे.

अविनाशनं ह्या चित्रपटांच्या झगमगीत दुनियेत येणं, हे बहुतेक व्रजमोहनदासांना अजिबात पसंत नव्हतं आणि म्हणूनच स्वत:च्या वाढत्या वयाचा विचार करून नाझ कम्पाउण्डमधला धंदा त्यांनी जवळजवळ बंदच केला होता. अविनाशनं एक-दोनदा बापूजींना सांगायचा प्रयत्न केला होता, पण थोरल्या शेठनी ते हसण्यावारी उडवून लावलं होतं.

"बेटा! आमचा काळ वेगळा होता. आता धंदा करणं म्हणजे जणू कुठेतरी दरोडा घालत असू, गुन्हा करत असू, असं वागवलं जातं! त्या काळी एकट्याला धंदा सांभाळता येत होता. माणसांवर भरवसा टाकला, तरी फसवलं जात नव्हतं, पण आता तुला एकट्याला सगळं कवेत घेऊन सांभाळता येणार नाही आणि पूर्वीसारखी विश्वासू माणसं आता मिळणार नाहीत; आणि अरे, खूप दिलंय देवानं...!"

अविनाशला बापूजींचं बोलणं अर्धं पटायचं, अर्धं नाही पटायचं आणि अर्थात, बापूजींचं ते शेवटचं वाक्य तर अजिबातच पटत नव्हतं. देवानं दिलं होतं, हे खरं होतं, पण त्याला खूप कसं म्हणता आलं असतं? इतक्या वर्षांच्या धंद्यानंतर त्यांच्याकडे जेवढं होतं, त्याच्या कितीतरी पट जास्त, त्यांच्यापेक्षा शोड्याशाच वेगळ्या आणि अर्ध्यानं मेहनत करणाऱ्यांनी बघता बघता मिळवलेलं त्यानं बघितलं होतं.

बापूजी ज्याला खूप म्हणायचे, ते अविनाशला थोडंसंच वाटायचं. त्याच्या मते तर खूप म्हणजे खूप - खूप - खूप! पॅरडाइज बिल्डिंगच्या अकराव्या मजल्यावरनं त्याच्या केबिनमधनं पश्चिम दिशेला पसरलेला अरबी समुद्र अविनाशला दिसायचा. हा अरबी समुद्रही हिंदी महासागराला कुठेतरी जाऊन मिळत होता, तिथं त्याचं स्वरूपही लहानच होतं, आणि पुढं हिंदी महासागर जिथं पॅसिफिक किंवा अटलांटिक महासागराला मिळत असेल, तिथं तोही लहानच वाटत असेल.

अविनाशला वाटायचं की, 'पॅरडाइजमधलं हे ऑफिस खूप लहान आहे.

बापूजींनी दूरदृष्टी ठेवून आधीपासनंच जर मोठी जागा घेऊन ठेवली असती तर....? ऑफिस एक वेळ ठीक आहे, पण राहण्यासाठीही बापूजींनी मुंबईच्या पश्चिम बाजूच्या उपनगरात– थेट कांदिवलीत बंगला बांधला. ज्या काळात कांदिवलीत बंगला बांधला; त्या काळात वाळकेश्वर, मलबार हिल किंवा मरीन लाइन्सच्या समुद्रकिनाऱ्यावर राहण्यासाठी सहज जागा मिळत होती. कांदिवलीपासनं मुंबईपर्यंत रोज जाण्यायेण्यात तीन-चार तासांचा वेळ आणि शक्ती, दोन्ही वाया जायचं.'

अविनाशला ह्याच्या मागचा इतिहास माहीत होता – बापूजी सोळा वर्षांचे असताना मुंबईला आले होते आणि कांदिवलीलाच एका नातेवाइकाकडे राहून नोकरीला लागले होते. त्यानंतर जिथं नोकरीला लागले होते, तिथल्या शेठच्या मेहेरबानीनंच मूळजी जेठा मार्केटजवळच्याच, चंपागल्लीच्या कबुतरवाल्या चाळीच्या, तिसऱ्या मजल्यावरच्या एका लहान ब्लॉकमध्ये त्यांनी संसाराला सुरुवात केली होती. अविनाशचा जन्म ह्या कबुतरवाल्या चाळीतच झाला होता. पण नंतर अविनाशच्या बा (आई) ची प्रकृती खालावली. डॉक्टरांनी त्यांना हवापालट करण्यासाठी घेऊन जायला सांगितलं.

व्रजमोहनदास सुरुवातीची काही वर्षं कांदिवलीत राहिले होते आणि कांदिवलीतली सॅनेटोरियम्स, लहान बैठे बंगले, विरळ वस्ती आणि मोकळी मैदानं त्यांना आवडली होती. चंपागल्लीतल्या ब्लॉकला कुलूप घालून सुरुवातीला ते कांदिवलीच्या एका सॅनेटोरियममध्येच तीन महिने राहायला आले.

तीन महिन्यांच्या वास्तव्यात अविनाशच्या बाची प्रकृती बऱ्यापैकी सुधारली, असं वाटलं आणि व्रजमोहनना तर चंपागल्लीपेक्षा कांदिवलीलाच जास्त आवडत होतं, म्हणून त्यानंतर त्यांनी कांदिवलीतच कायम राहण्याचं ठरवलं. पाच-सात वर्षं भाड्याच्या घरात राहिल्यानंतर परमेश्वराच्या कृपेनं समृद्धी मिळाली, म्हणून एक तयार बंगला विकत घेतला आणि त्या बंगल्यात जरुरीप्रमाणे बदल करून घेऊन कांदिवली हेच त्यांनी 'त्यांचं गाव' केलं.

त्यानंतर तर कांदिवलीच कबुतरखान्यासारखं होत गेलं आणि चंपागल्लीची कबुतरवाली चाळ हळूहळू सबंध रिकामी झाली. आता त्या चाळीत मुख्यत: मूळजी जेठा मार्केटमधल्या व्यापाऱ्यांची ऑफिसं तरी असायची किंवा मग गोदामं, अशी परिस्थिती झाली.

व्रजमोहनदासांनी त्यांचा धंदा आता गिरण्यांची दलाली किंवा डीलरशिप ह्याच्या पुष्कळ पुढे नेऊन, परदेशांशी आयात निर्यात करण्याइतका वाढवला होता; म्हणून ऑफिसही धोबीतलाव भागात घेतलं होतं.

चंपागल्लीतली जागा कितीतरी वर्षं बंद पडून होती. ती विकून टाकू या, असंही अविनाशनं व्रजमोहनदासांना कितीदा तरी पटवून देण्याचा प्रयत्न केला होता - जागेचे

भाव आणि तीही मार्केटजवळच्या भागात चंपागल्लीसारख्या मोक्याच्या ठिकाणी असलेली जागा. त्या वेळी त्याचा जो भाव येईल, त्याचा विचार करता अविनाशला वाटलं, 'बापूजींच्या वागण्याचा अर्थ कधीकधी कळतच नाही.'

ती जागा नंतर विकली तर खरी, पण विकली काय आणि नसती विकली तरी काय, असंच झालं होतं!

कांदिवलीच्या ऐवजी ऐन मुंबईतच जर राहण्यासाठी घर घेतलं, तर रोजची केवढी धावपळ वाचेल! उशिरापर्यंत काम करता येईल. जेवढे तास जाण्यायेण्यात वाया जातात, तितके जास्त तास काम होऊ शकेल आणि त्या जागेसाठी जेवढे खर्च होतील, तेवढे पैसे तर दोन वर्षांमध्ये वसूल होतील.'

पण कांदिवलीऐवजी मुंबईला राहायला जाण्याची अविनाशची कल्पना व्रजमोहनदास दर वेळी उडवून लावायचे.

"बेटा, कांदिवलीची जागा आपल्याला लाभली आहे. त्या जागी जिवाला जसं शांत वाटतं, तसं दुसरीकडे कुठं वाटेल, ह्याची काय खात्री? शिवाय कांदिवलीमध्ये इतकी वर्षं राहिल्यावर आपण तिथली प्रतिष्ठित माणसं झालो आहोत. ह्या वाळकेश्वरला किंवा पेडर रोडवर आपण हजारो माणसांमधले एक असू. कांदिवलीतल्या इतका मान आणि प्रतिष्ठा मलबार हिलवर मिळवता मिळवता तुझी एक पिढी जाईल!"

"ते खरंय बापूजी! पण आता तुमचंही वय झालंय. किती वर्षं तुम्ही असं ये-जा करू शकाल?" अविनाश स्वतःच्या ऐवजी बापूजींना स्वतःलाच त्यांच्यापुढे धरत म्हणायचा.

"ज्या दिवशी ये-जा होत नाही असं वाटेल ना, त्या दिवसापासनं मी आपल्या बंगल्याच्या बागेतल्या झोपाळ्यावर बसून रामायण वाचेन, तुझ्या मुलांबरोबर क्रिकेट खेळेन...." व्रजमोहनदास हसत म्हणायचे.

पण अविनाशच्या मनातला हिशोब वेगळाच असायचा– पेडर रोडवर एखाद्या छानशा फ्लॅटची जी किंमत पडेल; त्याच्याहून बरेच जास्त पैसे कांदिवलीचा बंगला आणि त्याच्या भोवतालची विस्तीर्ण जागा एखाद्या बिल्डरला विकून टाकली, तर मिळाले असते. प्लॉटच तेवढा मोठा होता.

पण व्रजमोहनदास कबूल झाले तर ना!

आणि कबूल झाले तरी त्यांच्या मनात त्या चंपागल्लीच्या ब्लॉकसारखं काही....

अविनाशनं घड्याळात बघितलं.

घड्याळाचा काटा सव्वासातच्या पुढे सरकला होता.

तो उठून उभा राहिला, फाइली बंद केल्या, बाथरूममध्ये जाऊन त्यानं हात तोंड धुतलं आणि मग व्रजमोहनदासांच्या केबिनचा दरवाजा अर्धवट उघडत म्हणाला,

''निघूया ना बापूजी? साडेसात व्हायला आले. घरी पोचेपर्यंत ट्रॅफिकमध्ये आणखी दोन तास जातील.''

''मी तर तयारच आहे भाई!'' (भाई हा शब्द 'बेटा', 'बाळ' अशा अर्थी संबोधन करताना वापरतात.) म्हणत थोरले शेठ उभे राहिले.

श्रीनाथजीच्या तसबिरीपाशी ते जरा थांबले, श्रीनाथजींच्या चरणांना स्पर्श करून त्यांनी तो हात आपल्या कपाळाला लावला, मस्तक नमवलं आणि मग बाहेर आले. केव्हाचा वाट बघत बसलेला पट्टेवाला भराभरा सगळं बंद करायला लागला.

पिता-पुत्र खाली उतरले.

लिफ्टमध्ये विशेष काही बोलणं झालं नाही.

पॅराडाइज बिल्डिंगच्या कम्पाउण्डमध्ये त्यांना बघितल्याबरोबर ड्रायव्हरनं 118 NE (ज्या काळातली कथा आहे; तेव्हाची महागडी, मोठी गाडी) गाडी हळू दरवाजाजवळ आणली. पाठीमागच्या सीटवर दोघं आरामात बसले. काचा बंद करून ड्रायव्हरनं एसी चालू केला. थोड्याच वेळात गाडी बाहेरच्या रस्त्यावरच्या वाहनांमधला एक ठिपका होऊन गेली.

धोबीतलावपासनं चौधरी बस स्टँडपर्यंत पोचायलाच गाडीला बराच वेळ लागला. कधी सिग्नल नाही म्हणून, तर कधी कमालीची गर्दी म्हणून गाडी जणू मुंगीच्या गतीनं जात होती. चौपाटी ओलांडून उजव्या हाताला वळत असताना अविनाशनं मनगटावरच्या घड्याळात बघितलं.

''आज ट्रॅफिक जास्तच वाटतंय.'' तो म्हणाला.

''आता ती कुठे नवी गोष्ट राहिलीय?'' व्रजमोहनदास म्हणाले.

''घरी पोचायला दहा वाजतीलसं वाटतंय. जेवणं उरकेपर्यंत अकरा वाजतील.''

''हं खरंय.''

''म्हणून तर किती दिवसांपासनं म्हणतोय बापूजी!''

अविनाशनं गाडीतनं उत्कट इच्छेनं पेडर रोडकडे बघत म्हटलं, ''आपण आता ह्या बाजूला कुठंतरी फ्लॅट घेऊ या. तुमचं वय आता ही अशी धावपळ करण्याचं राहिलेलं नाही.''

''तुझं म्हणणं तर खरं आहे भाई!''

हाजीअलीजवळ ट्रॅफिकमुळं गाडी पुन्हा अडकली.

''तर मग तुम्ही म्हणत असाल, तर पुढे बघतो.''

''म्हणजे?''

''आपला तो चिमन दलाल आहे ना? त्यानं मला गेल्या आठवड्यात दोन-तीन गरजू लोकांनी विकायला काढलेल्या फ्लॅट्सबद्दल सांगितलं होतं. ज्यांचा फ्लॅट आहे, ते परदेशी जातायत. स्वस्तात मिळू शकेल, असं चिमन म्हणत होता.''

"कुठल्या भागात आहे?"

व्रजमोहननी विचारलं. व्रजमोहनदासांच्या ह्या प्रश्नानं अविनाशच्या आशा एकदम पालवल्या. प्रथमच त्यांनी अशा तऱ्हेनं रुची दाखवली होती.

"एक तर ह्या पेडर रोडवरच आहे."

"हे बघ बेटा! शेवटी तिथं राहायचं आहे तुला न् तुझ्या मुलांनाच. माझी आता किती वर्षं राहिली? ह्या आषाढात मला बहात्तर पुरी होतील. तुझ्या मनात असलं, तर माझी ना नाही– पण कांदिवलीच्या बंगल्यावर इतका जीव जडलाय, की...."

बोलता–बोलता थांबून व्रजमोहनदास बाहेर बघू लागले.

"ते काय मला माहीत नाही थोडंच, बापूजी?"

"म्हणूनच म्हणतोय की, तुझी इच्छा असेल तर पेडर रोडवर जरूर फ्लॅट घेऊ या. पण मी आहे तोपर्यंत तरी कांदिवलीचा बंगला मी ठेवेनच. तो विकून टाकायची गोष्ट कधी करू नको."

अविनाशला वाटलं, 'आपलं म्हणणं, अर्धं का होईना; जर बापूजी ऐकत असतील, तर बाकीच्या अर्ध्याबद्दल सध्यापुरतं तरी गप्प राहिलं, तर कुठे बिघडलं? ते मग पुढचं पुढे बघता येईल.'

"कांदिवलीचा बंगला विकून टाकायचा, तर मीही म्हणतच नाहीये. हे जाण्यायेण्याचे हेलपाटे तर वाचतील, एवढी सोय करणं शक्य आहे आपल्याला." तो म्हणाला.

"सोयी असण्यानं सुख मिळत नाही बेटा!" मनातल्या मनात ब्रह्मवाक्य म्हणावं, तसे व्रजमोहनदास म्हणाले.

"चंपागल्लीच्या चाळीतल्या घरामध्येही मी स्वत:ला सुखीच समजायचो; कारण ते घर नव्हतं, तेव्हा कांदिवलीमध्ये काकांच्या घरी ओसरीवर माझी पत्र्याची ट्रंक ठेवून मी तिथे झोपायचो, ते दिवस मला आठवायचे. आणि त्या ओसरीवर पावसाळ्यात पाण्याचे शिंतोडे आत यायचे, तेव्हाही मी स्वत:ला दु:खी समजायचो नाही; कारण त्या ओसरीच्याच बाहेर, दुकानाच्या बाहेरच्या ओट्यावर झोपलेला एखादा माणूस अंगाचं मुटकुळं करून, पावसापासनं स्वत:ला वाचवायचा प्रयत्न करत असलेला मला दिसायचा– सुख तर आतनं उगवतं. ते उगवणं जमलं पाहिजे आपल्याला–"

पण अविनाशच्या कानात ही लांब-लांब वाक्यं शिरणं शक्य नव्हतं. कारण तो तर दुसऱ्या दिवशी सकाळीच चिमन दलालला बोलावून लवकर सगळं पक्कं कसं करून टाकायचं; ह्या विचारात पार गढून गेला होता.

■

२

दुसऱ्या दिवशी सकाळी अविनाश थोडा लवकरच ऑफिसमध्ये पोचला. बहुतेक करून पितापुत्र ऑफिसमधनं घरी बरोबरच यायचे, पण जाण्याची वेळ वेगवेगळीच असायची. वेगवेगळं जायचं असेल, तेव्हा अविनाश लोकल ट्रेननं जायचा आणि व्रजमोहनशेठ मोटार घेऊन सरळ नाझ कम्पाउण्डला जायचे. ते घरून निघायचेही उशिरा. आज अविनाश रोजच्यापेक्षाही लवकर निघाला होता.

उजाडत सकाळी त्यानं त्याच्या खोलीतनं चिमन दलालला फोन करून, ऑफिस सुरू होण्यापूर्वीच त्याला भेटायला बोलावलं होतं. बापूजींनी विशेष फाटे न फोडता सरळ होकार दिला होता, ह्याचा अविनाशला माश्चर्य आनंद वाटत होता. त्याला वाटत होतं- बापूजींचा काय नेम? रातोरात विचार बदलला आणि नवा फ्लॅट घ्यायला नकार दिला, तर पुन्हा होतं तसंच व्हायचं! म्हणूनच सकाळीपण बापूजींशी फारसं काही न बोलता ऑफिसला निघून जाणंच त्याला ठीक वाटलं.

अविनाश ऑफिसमध्ये पोचला, तेव्हा ऑफिसची साफसफाई चालू होती आणि चिमन दलाल येऊन पोचला होता.

गेल्या सुमारे तीस वर्षांपासनं जागेच्या दलालीच्या धंद्यात चिमन दलाल पडला होता. सुरुवातीला काळबादेवी, भुलेश्वर आणि मस्जिद बंदर विस्तारात सिंगल किंवा डबलरूम मिळवून देण्याचा धंदा करायचा. मग हळूहळू त्याला चांगलं जमायला

लागलं. ह्या वस्तीतल्या राहण्यासाठी म्हणून वापरल्या जात असणाऱ्या खोल्या, नंतर जवळपासच्या बाजारांसाठी ऑफिसेस किंवा गोडाउन्स म्हणून वापरल्या जाऊ लागल्या; तशी ह्या धंद्यात त्याची भरभराट होऊ लागली.

मूळजी जेठा मार्केट, दवाबाजार, काथाबाजार, रंग आणि रसायनांचा बाजार, जव्हेरीबाजार आणि अशाच तऱ्हेतऱ्हेच्या बाजारांनी ठासून भरलेल्या ह्या विस्तारात दिवस जात राहिले; तसतसा मांडी घालून बसण्यापुरत्या जागेचा भावही हजारो रुपयांपर्यंत पोचला. त्यामुळे चिमनच्या धंद्याची खूप भरभराट झाली. तो आता ह्या बाजारामध्ये शेटियांना ऑफिस किंवा गोडाऊन मिळवून द्यायला लागला, एवढंच नाही, तर नव्या बांधल्या जाणाऱ्या बहुमजली इमारतींमध्ये ह्या शेटियांना राहण्यासाठी फ्लॅट्सही मिळवून देऊ लागला. चिमनच्या बोलण्यात जादू होती आणि जादू असलेल्या ह्या जिभेवर भरपूर साखरही तो पेरायचा.

अविनाश ऑफिसमध्ये पोचल्याबरोबर चिमननं त्याचं स्वागत केलं.

"धाकटे शेठ! तुम्ही खूप नशीबवान आहातसं दिसतंय! बस! काम झालंच आहे असं समजा!" चिमन गोड आवाजात, हेल काढत म्हणाला.

"ते कसं काय?" अविनाशनं विचारलं.

"अजून तर काही बोलणंही झालेलं नाही, जागा बघितलेलीही नाही, तिथं नशीब कुठून आलं?"

"येतं राजा, येतं! जो नशीबवान असतो ना; तो जिथं हात घालेल, तिथं त्याच्या मुठीत सोन्याच्या मोहराच येतात. सकाळी तुम्ही फोन ठेवला आणि लगेचच त्या पेडर रोडवाल्या पार्टीचा फोन आला– म्हणाले, 'चिमनभाई, दहा-वीस हजार कमी करूनही चालेल, पण उरकून टाका!' मी म्हटलं, 'बाबा रे, आता भाव दहा-वीस हजारात होत नाहीत,' तर म्हणाला, 'तुम्हाला वाजवी वाटेल तसं करा, पण रोख पैसे देईल, असं गिऱ्हाईक शोधून आणा!' बोला राजा! इतका गरजू माणूस कुठे भेटणार आहे? सांग मला आता, तुम्ही नशीबवान म्हणायचे की नाही?" चिमन उत्साहानं म्हणाला.

अविनाशला वाटलं, की तो नशीबवान होता हे तर खरंच, "काल बापूजींनीही फार वाद न घालता 'हो' म्हणून टाकलं आणि आज हा चिमनलाल पण म्हणतोय तसा विकणारा घाईला आलेला असेल आणि म्हणून स्वस्तात मिळून गेलं तर ताब्यातही लगेचच मिळेल.'

"पण असं तर 'हो' म्हणता येणार नाही चिमनभाई! दुसरे तीन-चार फ्लॅट्स बघू या."

"तर नाही कोण म्हणतंय? तुम्ही आणखी बघू या म्हणायचंही विसराल, इतके फ्लॅट्स आहेत आपल्याकडे. तुम्ही म्हणाल तिथं मिळवून देतो. पेडर रोडपासनं वरळीपर्यंत, आणि वाळकेश्वर, मलबार हिलसुद्धा. दोन बेडरूम्स, तीन बेडरूम्स, रो

हाउस, टेरेस फ्लॅट. तुम्ही खूष होऊन जाल असा माल.''

डोक्यावरची काळी टोपी काढून धोतराच्या सोग्यानं टकलावरचा घाम पुसत चिमन दलालनं भराभरा सांगायला सुरुवात केली.

''टेरेस फ्लॅटमध्ये तुम्हाला हवी तशी रूफ-गार्डन तुम्ही बनवू शकाल. तुम्ही म्हणत असाल, तर गाडीच्या पार्किंगसाठी गॅरेज किंवा पार्किंग लॉट मिळेल, अशी घरं पण आहेत बरं का....''

(चिमन दलाल घरांना 'आयटेम' म्हणत होता!)

अविनाशच्या तोंडाला पाणी सुटलं.

संध्याकाळी साडेचारच्या सुमाराला थोरले शेठ ऑफिसात आले, तोपर्यंत चिमन दलालनं दाखवलेली अर्धा डझन घरं अविनाशनं बघून टाकली होती.

मलबार हिलवरचा 'आयटेम' बघून तो म्हणाला, ''ह्या फ्लॅटच्या प्रत्येक खोलीतनं समुद्र दिसतोय!''

''तेच तर वैशिष्ट्य आहे शेठ! तुमच्यासारख्या शौकीन आणि जाणकार माणसासाठीच हा फ्लॅट आहे. समुद्रदर्शनाची मजा समजण्याची कुवत परमेश्वर काही सगळ्यांना देत नाही- तुम्ही 'हो' म्हणायचीच खोटी....''

त्याचप्रमाणे गावदेवी विस्तारातला एक फ्लॅट बघून तो म्हणाला, ''ह्या टेरेसमधनं अर्धी मुंबई दिसू शकते आणि शिवाय पाहुण्यांसाठी स्वतंत्र खोलीही ठेवता येईल, असं आहे....''

''वा: शेठ, वा:!'' चिमन खूष होत म्हणाला, ''मोठ्या लोकांच्या घरी पाहुणे तर असणारच, पण पाहुण्यांची एवढी काळजी घेणारे तर एक तुम्हालाच बघितलं! तुम्ही बरोबर बोललात. पाहुण्यांसाठी त्यांच्या त्यांच्या प्रतिष्ठेप्रमाणे सगळी व्यवस्था ठेवलीच पाहिजे! हा फ्लॅटही जणू तुमच्यासाठीच आहे....''

आणि जेव्हा पेडर रोडवरचा तो 'स्वस्तात मिळू शकणारा फ्लॅट' बघितला, तेव्हा तर अविनाश खराखुरा प्रसन्न झाला होता. असू शकला असता त्यापेक्षा भाव तर कमी होताच; पण त्याची रचना आणि तिथलं तयार फर्निचरही इतकं कलात्मक आणि नवंकोरं होतं, की अविनाशचं मन तृप्त झालं.

''हे फर्निचर आणि इंटिरिअर डेकोरेशन करणाऱ्या माणसाला ह्याबद्दल विशेष समज असणार....'' तो उत्स्फूर्तपणे म्हणाला.

''अहो, हा फ्लॅट कसला, महालच आहे शेठ!''

चिमन दलाल रंगात येऊन बोलू लागला.

''तुमचे नातेवाईक, मित्र, धंद्यातली ओळखीची माणसं– जी कोणी येतील, त्यांनी ही शान बघून तोंडात बोटं नाही घातली, तर सांगा मला! पण सांभाळून हं! खरी किंमत किती पडली, ते कोणाला सांगू नका. विकतायत त्या माणसांना घाई

आहे आणि इथल्या बाजारभावाचे ते माहितगार नाहीत, म्हणून ह्या भावाला मिळणार आहे. मधे पाचर मारणारा कोणी निघायचा, त्याच्यापासनं सावध राहायला हवं... बाकी तुम्ही तर सगळं समजता, तुम्हाला काही सांगण्याची गरज नाहीच...!''

आणि खरोखरच अविनाशला आता जास्त काही सांगण्याची जरूरच नव्हती. त्यानं मनोमन पसंती करूनच टाकली होती. 'पेडर रोडवरचा हा फ्लॅट आत शिरल्याबरोबर प्रसन्न वाटेल असा आहे. सोसायटीही छान आहे. बांधकामही जरा उंचावर आहे, त्यामुळे पावसाळ्यात पाणी भरणार नाही, वगैरे... वगैरे...'

संध्याकाळी व्रजमोहनदास त्यांच्या गादीतक्क्यावर बैठक मारून संध्याकाळची वर्तमानपत्रं बघायला लागणार, तेवढ्यात अविनाश येऊन पोचला. काल झालेलं बोलणं थोरल्या शेठच्या अजिबात लक्षात नव्हतं, तर अविनाश ते बोलणं अजिबात विसरला नव्हता!

''बापूजी!'' अविनाश म्हणाला, ''चिमन दलालनं आज चार-पाच फ्लॅट्स दाखवले.''

थोरल्या शेठना तेव्हा कुठे आठवलं, की काल त्यांनी मुलाला हिरवा झेंडा दाखवला होता!

''हं....'' उघडलेलं वर्तमानपत्र तसंच उघडं हातात धरून त्यांनी मुलाकडे बघितलं.

''कसे वाटले?''

''पेडर रोडवरचा फ्लॅट अफलातून आहे बापूजी! आणि कमी किमतीतही मिळेल असं आहे...''

असं म्हणून अविनाशनं चिमन दलालचं जवळजवळ सगळं बोलणं त्यांना सांगितलं. त्यानं त्या दिवशी कुठले कुठले फ्लॅट्स बघितले, त्यांच्या किंमती किती होत्या, इतर सगळ्या फ्लॅट्सपेक्षा पेडर रोडचा फ्लॅट कुठल्या कुठल्या दृष्टीनं जास्त चांगला होता, इत्यादी माहिती त्यानं बापूजींना सांगितली. व्रजमोहनदास एखाद्या तिऱ्हाईत व्यक्तीचं बोलणं ऐकावं तसं ऐकत होते.

''आज संध्याकाळी आपण ऑफिसमधनं लवकर निघू या. तुम्ही म्हणत असाल, तर सगळेच फ्लॅट्स तुम्हाला दाखवेन. हवं असेल तर चिमन दलालला बोलावून घेऊ या. पण मला खात्री आहे, की तुम्हालासुद्धा पेडर रोडवरचा फ्लॅटच सगळ्यात जास्त आवडेल.'' अविनाश म्हणाला.

''पेडर रोडवरचा फ्लॅट तुला आवडला ना भाई?'' थोरल्या शेठनी शांतपणे विचारलं.

''हो बापूजी! पश्चिम-दक्षिण दोन्ही दिशा अगदी मोकळ्या आहेत. हवा, उजेड भरपूर आहे, आणि शिवाय जरा आतल्या बाजूला आहे. त्यामुळे वाहनांच्या गोंगाटाचाही त्रास नाही.''

"बस तर मग. दुसरे सगळे फ्लॅट्स बघून मला काय करायचंय? जाता जाता पेडर रोडचा फ्लॅटच नजरेखाली घालून जाऊ."

थोरले शेठ अगदी अनासक्त स्वरात म्हणाले.

बापूजींमधलं हे परिवर्तन अविनाशसाठी अगदीच अनपेक्षित होतं. काल थोडीही हरकत न घेता त्यांनी झट्‌दिशी होकार दिला, ह्याच गोष्टीचं आश्चर्य अजून ओसरलं नव्हतं. त्यावर आता अविनाशला पसंत पडलेल्या फ्लॅटवर बघण्यापूर्वीच संमतीचं शिक्कामोर्तब करून टाकण्याची ही रीत अविनाशला आणखीनच सुखद धक्का देणारी होती.

व्रजमोहनदासांनी फ्लॅट बघितला. अविनाशनं उत्साहानं त्या फ्लॅटची वैशिष्ट्यं दाखवली. त्यांनी शांतपणे ऐकून घेतलं. त्यांच्या चेहऱ्यावर अविनाशच्या अर्ध्यानंही उत्साह नव्हता, पण नापसंतीही नव्हती. अविनाशच्या पसंतीची त्यांनी वाखाणणी केली.

"फ्लॅट तर छानच आहे बेटा! बांधकाम पण मजबूत आहे- तुझ्या मुलांची लग्नं होतील; तरी सगळी मावतील; इतका सोयीस्कर, मोठा आहे...."

"आणि किंमतही आपल्याला परवडेल अशीच आहे. जर सगळे पैसे चेकनं दिले, तर किंमत अजूनही कमी होऊ शकेल. मी चिमन दलालला सांगितलंय, की दोन नंबरच्या पेमेन्टच्या ऐवजी जर डॉक्युमेंट व्हॅल्यू जास्त असली, तर...."

"हं... हिशोबाच्या वह्यांच्या बाबतीत तुलाच जास्त ठाऊक आहे. आपल्या सी.ए. ला भेटून सगळं विचारून घे. सूनबाईला आणि तुझ्या आईला हा फ्लॅट दाखव. घराचं मिळणं न मिळणं सगळं देवाच्या हाती असतं. जर आपलं अन्नपाणी इथं असेल, तर सगळं पक्कं होऊन जाईल."

आणि अविनाशला खरोखरीच वाटलं की, त्याचं अन्नपाणी ह्या जागेवर झालंच पाहिजे!

दुसऱ्याच दिवशी त्यानं तो फ्लॅट त्याच्या आईला आणि बायकोला दाखवला. दोघींनाही त्याच्या ह्या पसंतीच्या विरोधात काहीच म्हणायला जागा नव्हती. अविनाशनं लगेच चिमन दलालला बोलावून सौदा पक्का करायला सांगितला.

"सौदा पक्का झालाच, असंच समजा माझे शेठ!" चिमन म्हणाला, "समोरासमोर टेबलाशी बसायचीच खोटी! विकणारी पार्टी तर माझ्या मुठीत आहे! तुम्ही रुपयांची थप्पी दाखवण्याचाच अवकाश!"

एकीकडे अविनाश सौदा पक्का करण्याच्या दृष्टीनं पावलं उचलत होता, उतावळा होत होता; तर दुसरीकडे थोरले शेठ अविनाशच्या ह्या घाईपासनं पूर्णपणे अलिप्त असल्याप्रमाणे काहीच विचारतही नव्हते.

अविनाशनं एक-दोनदा विषय उकरून काढला. तेव्हाही एवढंच म्हणाले,

“तुला सांगितलं ना बेटा! आता मला किती वर्षं काढायची आहेत? तुम्हाला सगळ्यांना आवडलं, ते मलाही आवडलं! संपलं! जागेचं देणंघेणं पूर्ण होतं, तेव्हा सगळं बदलतं. कांदिवलीच्या घरानं आपल्याला सगळ्यांना सुखी ठेवलंय... नव्या जागेचा तर अनुभव येईल तेव्हा वाखाणता येईल....”

“ही नवी जागाही शुभशकुनाचीच वाटते बापूजी! काल ह्या फ्लॅटचा दस्तऐवज तयार करायला चिमनला सांगितलं होतं आणि कालच संध्याकाळी डॉलरच्या भावात केवढा तरी बदल झाला. बघितलंत ना? रुपयांच्या हिशोबात बघितलं तर आपल्याला साडेचार लाख रुपयांचा फायदा होतोय....”

“हं... चांगलं आहे.”

थोरल्या शेठना जणू ह्या साडेचार लाख रुपयांनीही उत्तेजित व्हायला होत नव्हतं.

“चिमननं खास सांगितलंय बापूजी,” अविनाश म्हणाला, “की ह्या सौद्यावर सही शिक्का होऊन कब्जा मिळेपर्यंत कुठेही बोलू नका.”

“तो तर दलाल आहे बेटा! दलाल तर असंच सांगणार. पण आपण चारी बाजूंनी तपासून मगच पुढे जायचं. किंमत तर ठीक आहे; पण जागेचा मूळ मालक सुखानं जास्त चांगल्या जागी जातो आहे, म्हणून विकतो आहे, का मग आर्थिक ओढाताण, नुकसान झालं म्हणून विकतो आहे, ह्याचीही माहिती काढावी....”

“काळजी करू नका बापूजी! मी सगळा तपास केला आहे.”

अविनाशला वाटलं, बापूजी ‘हे अमकं, ते तमकं’ करून सौदा लांबणीवर टाकायला तर बघत नव्हते ना?

“बस! तर मग, शुभस्य शीघ्रम...!”

थोरल्या शेठनी चर्चेला पूर्णविराम देत म्हटलं.

इंटिरियर डेकोरेटरला बोलावून अविनाशनं त्याच्याशीही चर्चा केली. फ्लॅटमध्ये नव्यानं विशेष केलं पाहिजे; असं काही काम नव्हतं, तरी पण जरूर वाटले तेवढे बदल करून घेण्याचं त्यानं ठरवलं. उजव्या बाजूची खोली मुलांसाठी, टेरेसच्या जवळची बेडरूम पश्चिमेकडची होती, तेव्हा ती खोली तो त्यांची बेडरूम म्हणून वापरणार होता. रात्री उशिरा टेरेसमध्ये चकरा मारायच्या असल्या तरी कोणाला डिस्टर्ब न करता तिथं फिरता आलं असतं. बा, बापूजींसाठी पूर्वेकडची खोली चांगली झाली असती....

“बापूजी,” त्यानं व्रजमोहनदासांना विचारलंही, “पूर्वेच्या बाजूची खोली तुम्हाला चांगली होईल, तिथंच देवघर करून घेऊ या. तुम्हाला उठल्याबरोबर उगवत्या सूर्याचं दर्शन होईल. माझ्या बालाही सूर्य-पूजा करता येईल....”

“बरोबर आहे.”

व्रजमोहनदासांना वाटलं, ‘अविनाशचा उत्साह फक्त स्वतःपुरता एकांगी नाही, तो आपल्या आईवडिलांचीही पुरती काळजी घेतो आहे.’ मनोमन ते प्रसन्न झाले.

"ह्या आठवड्यात दस्तऐवजाचं काम पूर्ण होईल." अविनाशनं आणखी माहिती दिली, "घराचा ताबाही दुसऱ्या आठवड्यात मिळून जाईल. आपला गृहप्रवेश आणि वास्तुपूजा करण्यासाठी मुहूर्त बघू या..."

आत्तापर्यंत फॅमिली डॉक्टर असणं, ही एक गरज समजली जात होती. त्यानंतर उच्चवर्गीय लोकांमध्ये जनरल प्रॅक्टिस करणारे डॉक्टर असणं पुरेसं वाटेनासं झालं; म्हणून फॅमिली कन्सल्टंट पण झाले. आता फॅमिली ज्वेलर्स आणि फॅमिली लॉयर असणं ही अति-उच्च वर्गाची लक्षणं झाली आहेत.

शेठ व्रजमोहनदासांच्या कुटुंबात फॅमिली डॉक्टर आणि फॅमिली ज्वेलर्सखेरीज कुटुंबाचे पुरोहितही होते. त्यांचा उल्लेख अविनाश थट्टेनं 'फॅमिली प्रीस्ट' असा करायचा. जवळजवळ दोन पिढ्यांपासनं हे एकच पुरोहित आणि त्यांचे मुलगे व्रजमोहनदासांच्या घरी बऱ्या-वाईट प्रसंगी उपस्थित व्हायचे आणि हक्काची दक्षिणा वसूल करून घेऊन प्रसंग पार पाडायचे.

अविनाशनं ह्या कुटुंबाच्या पुरोहितांना बोलावून वास्तुपूजेचा मुहूर्तही काढून घेतला. वास्तुपूजा, चंडीपाठ, संध्याकाळी होम, ब्राह्मणभोजन, मित्र आणि व्यावसायिक ओळखीच्या लोकांसाठी टेरेसमध्ये जेवणाची व्यवस्था.... ड्रिंक्ससाठी तर बापूजींना सांगायची सोयच नाही. तशी पार्टी वेगळी, मोजक्या मित्रांसाठी नंतर ठेवायची....

अविनाशनं भराभर सगळी व्यवस्था केली.

व्रजमोहनदास संतुष्ट मनानं हे सगळं बघत होते.

पण त्यांच्या या संतोषाला एक जबरदस्त धक्का बसला.

ज्या दिवशी फ्लॅटच्या दस्तऐवजांवर सह्याशिक्के झाले आणि पैशाचं देणंघेणं उरकलं, त्या दिवशी अविनाशनं खूप उत्साहानं आणि आनंदानं दस्तऐवजांचे कागद बापूजींसमोर ठेवले. व्रजमोहनदासांनी अगदी सहज त्या कागदांवरुन नजर फिरवली. एकाएकी त्यांची फिरणारी नजर स्थिर झाली, भुवया वर गेल्या, ओठ जरा थरथरले.

दस्तऐवजावर विकणाऱ्या माणसाचं नाव बरोबर होतं, फ्लॅटचा पत्ताही बरोबर होता, पण...

दस्तऐवज वाचणाऱ्या बापूजींकडे अविनाश लक्षपूर्वक बघत होता. तो जरा चमकला. बापूजींचा चेहरा असा झालेला त्यानं ह्याआधी कधीच पाहिला नव्हता.

व्रजमोहनदास पापणीही न हलवता दस्तऐवज बघत होते. सगळंच बरोबर होतं आणि तरीही त्यांच्या हातांना कंप सुटला होता.

अचानक भलत्या जागी लागावं आणि जोरात कळ यावी, तसे व्रजमोहनदास स्तब्ध झाले.

■

३

सुन्नपणाचा एक क्षण जसा आला, तसा पुढे सरकला. व्रजमोहनदासांनी स्वत:शीच जणू तेवढ्यात एक संवाद करून घेतला.

दस्तऐवज गादीवर परत ठेवत त्यांनी समोर उभ्या असलेल्या अविनाशला म्हटलं, ''बस खाली, भाई!''

एखाद्या आज्ञाधारक मुलासारखा पँट जरा वर खेचून अविनाश बैठकीवर बसला तर खरा, पण कोण जाणे का, त्याला अगदी सहजपणे बसता नाही आलं. वडिलांपासून जरा जास्त अंतर ठेवत तो गादीच्या कडेवर पाय बाहेर ठेवून बसला. वडिलांची काही अनपेक्षित प्रतिक्रिया होईल, अशी जणू त्याची अपेक्षा होतीच.

''हा दस्तऐवज आपल्या वकिलांकडूनच बनवून घेतलाय ना बेटा?'' व्रजमोहनदासांनी विचारलं.

''हो, हो. वकिलानंच केलाय.''

अविनाशनं मग जरा थांबून विचारलं, ''काही चूक राहून गेलीय बापूजी?''

''चूक असेल तर चांगलं बाळ, पण चूक वाटत नाही–''

''असं का म्हणताय बापूजी?'' अविनाशनं जरा जपूनच विचारलं.

''हा फ्लॅट विकत घेणाऱ्याचं नाव....''

व्रजमोहनदास जरा थांबले.

“सूनबाईच्या नावानं हा फ्लॅट घेण्यापूर्वी तू मला विचारलंही नाहीस?”

“फ्लॅट विकत घेण्यासाठी तुमची परवानगी तर मी घेतलीच होती. फ्लॅटही तुम्ही बघितला, माझ्या बानं बघितला. सगळ्यांना आवडला, मगच घेतलाय!”

“कबूल! पण आजपर्यंत आपण जी काही स्थावर किंवा जंगम मिळकत विकत घेतली आहे किंवा त्यात पैसे अडकवले आहेत; त्यात कुठे आणि कुणाचं नाव असेल, ह्याबद्दल निर्णय मीच घेत आलो आहे. सूनबाईच्या नावानं तू हा फ्लॅट विकत घेतलास....”

“होऽ:!” जणू काही ही अगदीच मामुली गोष्ट असावी, अशा सहज आवाजात अविनाश म्हणाला, “फ्लॅट रूपाच्या नावानं घेतला, हे तुम्हाला आवडलं नाही का बापूजी?”

“रूपा माझी सून आहे, घरची लक्ष्मी आहे, आणि तू माझा एकुलता एक मुलगा आहेस हे कबूल; पण फ्लॅट-खरेदीसारख्या लाखो रुपयांच्या गुंतवणुकीच्या बाबतीत तू मला विचारायला हवं होतंस. मला तर वाटलं होतं की, तू मला न विचारताच हा फ्लॅट...”

“बापूजी! तुम्ही विनाकारण रागावलात.” अविनाश म्हणाला. “माझ्या किंवा तुमच्या नावानं फ्लॅटची खरेदी केली, तर कंपनीचे पैसे खात्यातनं कमी होतील असं होतं. आपल्या चार्टर्ड अकाउंटंटनीच सांगितलं, की फ्लॅट पुरुष भागीदाराच्या ऐवजी स्त्री भागीदाराच्या नावानं घ्या, म्हणजे नंतरच्या वर्षांमध्येही कंपनीच्या देण्याघेण्याच्या हिशोबातनं तो बाजूला राहील.”

“असं? सरकार जर स्त्रीभागीदाराला अशी सवलत देत असेल, तर तुझी बा ही पण एक स्त्रीच आहे आणि तिचं नावही आपल्या कंपन्यांमध्ये आहेच, हे तुझ्या लक्षात नाही आलं?” व्रजमोहनदासांनी तीक्ष्ण आवाजात विचारलं.

“रूपाच्या खात्यात जास्त शिल्लक जमा होती... आणि आपल्या खात्यांमधनं जर रक्कम कमी झाली, तर बँकवाले चौकशा करतील....”

“बँक, इन्कमटॅक्स, भांडवल हे सगळे शब्द तुझ्या जन्माच्याही आधीपासनं मला ठाऊक आहेत बाळ!” व्रजमोहनदासांनी स्थिर नजरेनं त्याच्याकडे बघत म्हटलं.

“आणि तरीही, जर रूपाच्या नावानंच फ्लॅट घेणं आपल्या हिताचं होतं, तर मला त्याबद्दल काही हरकतही नव्हती. आजपर्यंत रूपाचं नाव काही आपल्या घरात कोणी बाहेरची व्यक्ती असं मानलं गेलेलंच नाही....”

“तर मग आज तुम्ही असं का म्हणताय बापूजी? भांडवल कुठे बाहेर तर गेलेलं नाही. हा तर पैसे इकडून तिकडे फिरवण्याचा प्रश्न आहे. कंपनीच्या खात्यातनं उधार करून मिळकत खात्यात जमा केले आहेत....”

"जमा-उधारच्या हवाला एन्ट्रींबद्दल मी अज्ञानी नाही बाळ! मुख्य मुद्दा हा आहे, की तू असं करण्यापूर्वी मला सांगायला हवं होतंस. धंद्यामध्ये किंवा दुसरीकडे मी आजपर्यंत जे काही पैसे गुंतवलेले आहेत; ते तू मोठा झालास तेव्हापासनं तुझ्याबरोबर चर्चा करूनच गुंतवले आहेत. तू जाणत्या वयाचा नव्हतास, तेव्हाही मी तुझ्या नावावरच गुंतवणुकी केल्या आहेत, कारण शेवटी हे सगळं तुझंच तर आहे!"

"तर मग असं का म्हणता बापूजी? जे माझं आहे, तेच मी वापरलं आहे...."

"ते वापरताना जी मर्यादा सांभाळायला पाहिजे, ती तू सांभाळली नाहीस बेटा!"

"तुम्ही माझ्यावर अन्याय करताय बापूजी! वीस वर्षं झाली मी तुमच्याबरोबर धंदा करतो आहे. दहा वर्षांपासनं तर मीच स्वतंत्रपणे सगळं सांभाळतोय आणि तरीही मी कधीही तुम्हाला न विचारता निर्णय घेतलेले नाहीत."

"आणि आज तू ती मर्यादा सांभाळली नाहीस." व्रजमोहनदासांनी तेच वाक्य पुन्हा उच्चारलं.

"मी तर असं समजत होतो बापूजी," अविनाश मान वर करून म्हणाला, "की धंद्याबाबत निर्णय घ्यायला मी आता स्वतंत्र आहे..."

"तुझं स्वातंत्र्य अबाधित आहे पोरा! पण स्वातंत्र्य तेव्हाच शोभतं, जेव्हा त्याचा उपयोग मर्यादेत राहून केला जातो. मर्यादा ओलांडणं हे स्वातंत्र्याचं लक्षण नाही."

"तब्बल वीस वर्षं ज्या धंद्याचा मी विकास केला आहे, त्या धंद्यातनं वयाच्या चाळिसाव्या वर्षी मी जर पैसे काढले, तर त्यात मी मर्यादा ओलांडली, असं म्हणता येईल?"

"एक गोष्ट तू विसरतोयस अविनाश! हा धंदा तुझा आहे, तू वाढवला आहेस, पण हे सर्व अधिकार तुला माझ्या गैरहजेरीत मिळू शकतात. तू चाळीस वर्षांचा झाला आहेस, ह्याची मला आठवण करून द्यायची गरज नाही बेटा! तुझ्या वाढदिवसाला मी दर वर्षी तुझ्यासाठी भेट घेऊन येतो, हे तर तुला आठवत असेलच...."

व्रजमोहनदास रागानं ताठ होऊन बसत म्हणाले. त्यांचा आवाज आता जरा चढला होता.

"मला ठाऊक नव्हतं की, ज्या धंद्यासाठी मी रात्रंदिवस रक्त आटवतो, त्या धंद्यातनं माझ्या किंवा रूपाच्या खात्यातनं जे पैसे जमा असतील, त्यातनं काढण्यासाठीही मला परवानगी घेणं जरूर आहे."

"असं?" व्रजमोहनदासांनी धोतराच्या सोग्यानं कपाळ पुसलं. "तुझं खातं? तुझा धंदा? कुठल्या खात्यातून काढावे आणि कुठल्या खात्यात जमा करावे, हे मूलभूत मूल्य मी तुला शिकवू शकलो नाही, ह्याचं मला दुःख आहे बाळा! नापास तू नाही झालास, मी झालो! चला, मलाही आजच हे समजलंय की, ह्या कंपन्यांमध्ये तुझी आणि रूपाची वेगवेगळी खाती आहेत आणि त्या खात्यांमध्ये पैसे जमा व्हावेत, ह्यासाठी तुम्ही रक्तही

आटवता! जा बेटा, जा!'' म्हणत व्रजमोहनदास उठून उभे राहिले.

क्षणभर अविनाश ओशाळला, फिक्का पडला. बापूजींची प्रतिक्रिया काहीतरी अनपेक्षित असेल, अशी त्याला मनात खोल कुठेतरी धास्ती होतीच; पण ती धास्ती अशा रीतीनं आणि इतक्या उग्र स्वरूपात खरी होईल हे जरा अनपेक्षित होतं. आता बोलण्यासारखं काही राहिलं नव्हतं. बापूजी उठून उभे राहिले होते. चर्चा बंद झाली होती.

अविनाशला वाटलं, बापूजी आत्ता रागावले असले तरी हरकत नाही, तो राग हळूहळू निवळेल. फ्लॅट विकत घ्यायचा विचार केला तेव्हाच त्यानं मनातल्या मनात बराच लांबचा विचार करून ठेवला होता.

त्या विचारात व्रजमोहनदासांची नाराजी, थोडा राग, थोडी नापसंती, ह्या सगळ्यांचा अंदाज होताच आणि ह्या अंदाजाची जोखीम पत्करूनही अविनाशनं हा लांबचा विचार अमलात आणला होता. ह्या तऱ्हेनं फ्लॅट विकत घेण्यातल्या सर्व शक्यतांचा खोलवर विचार आधीपासनंच त्याने केला होता.

त्याला जे मिळवायचं होतं, त्याची काहीतरी किंमतही त्याला चुकवावी लागणार होती, हे तो जाणून होता. किंमत चुकवण्याची सुरुवात झाली होती.

अविनाशची मोठी बहीण वीणा त्याच्याहून जवळजवळ आठ वर्षांनी मोठी होती. अविनाशचा जन्म जरा उशिरा झाला, त्यामुळे पहिली आठ वर्षं वीणाच आईवडिलांच्या उमलत्या वाढत्या संसाराचं केंद्र झाली होती. त्यामुळं व्रजमोहनदासांची ती लाडकी आणि तसं पाहिलं, तर जरा डोक्यावर चढवून ठेवलेली मुलगीही झाली होती. अविनाशला समज आली, तेव्हापासनं बहिणीशी त्याचं सख्य तसं बेताचंच होतं.

तो जाणता होईपर्यंत तर वीणाचं लग्नाचं वय झालं होतं आणि थोड्याच दिवसांत तिचं लग्न होऊनही गेलं, त्यामुळं बहीण-भावांमध्ये कधी वैर झालं नाही. पण अविनाशला नेहमी असं वाटत राहायचं की, बहीण लग्नानंतरही तिच्या संसारात स्थिरावण्याऐवजी बापूजींच्या भावना आणि नंतर तर वाढत्या वयामुळं बापूजींच्या भावना जास्त हळव्या होणं; ह्याचा गैरफायदा घेत होती.

अविनाशला माहीत होतं, की तिचं लग्न झाल्यावर सुरुवातीच्या वर्षांमध्ये जेव्हा तिच्या नवऱ्याची आर्थिक स्थिती चांगली नव्हती; तेव्हा तिचा संसार व्रजमोहनदासांच्या पेढीच्या नफ्यातनंच चालत होता. एवढंच नाही, तर वीणाच्या नवऱ्याची आर्थिक स्थिती सुधारली, तो कमावता झाला, भाग्योदय झाला आणि तीन मुलांचा बापही झाला, तेव्हाही तर वीणा अजून लहान मुलगीच असल्याप्रमाणे तिला काही ना काही किमती म्हणता येतील, अशा वस्तू बापूजी द्यायचेच.

इथपर्यंत तर ह्याबद्दलची त्याची नाराजी अविनाशनं मनातल्या मनातच ठेवली होती. पण मग त्याचंही लग्न झालं आणि थोड्याच अवधीत रूपाच्या लक्षात आलं

की, सासऱ्यांच्या भावनांचा नणंद गैरफायदा घेत होती आणि नणंदेपेक्षाही जास्त तिचा नवरा कावेबाजपणानं त्याचा गैरफायदा घेत होता. हे बघितलं तेव्हा तिनं अविनाशच्या लक्षात ही गोष्ट आणून दिली. ह्या मुद्द्यांवर अविनाश आत्तापर्यंत एकटा पडत होता. आता त्याला जे वाटत होतं, त्याला दुजोरा मिळाला. आत्तापर्यंत त्याचं मन आतनं जरा डगमगतही होतं; की बापूजी वीणाला जे काही देत होते, त्याला तो कसा विरोध करू शकणार? काही म्हटलं, तरी ह्या अफाट कमाईचा पाया तर बापूजींनीच घातलेला होता त्यांना कसं काही म्हणणार?

पण रूपाची साथ आणि सहकार मिळाल्यावर अविनाशचं मन मजबूत झालं. त्यातच लग्नानंतर तिसऱ्या वर्षीच रूपाला मुलगा झाला आणि आता तर अविनाशही पेढीचा कारभार स्वतंत्रपणे सांभाळत होता. त्यामुळे त्यालाही वाटायला लागलं, की त्याची जबाबदारी आता वडिलांच्या बाबतीत होती, तशीच त्याच्या तान्ह्या मुलाच्या बाबतीतही होती. मुलाचं हित सांभाळणं, हेही त्याचं कर्तव्यच म्हटलं पाहिजे.

पण अजून मनातले हे विचार बाहेर प्रकट झाले नव्हते. मनातल्या मनात पतिपत्नी बरेच बेत आखायचे आणि पुन्हा नव्यानं हिशोब आणि बेत लागायचे.

व्रजमोहनदासांच्या मनात अविनाशबद्दल अपार प्रेम होतं, हे दोघांनाही चांगलं ठाऊक होतं. पण दोघांचंही एका मुद्द्यांवर एकमत होतं की, बापूजी स्वभावानं जरा जास्तच चांगले होते आणि त्यांच्या चांगुलपणाचा आणि विश्वास टाकण्याच्या स्वभावाचा गैरफायदा वीणाबेन नक्की घेणार होता. त्यातही पुन्हा वीणापेक्षा तिच्या नवऱ्यावर अविनाशचा विश्वास नव्हता. एक-दोनदा बोलता–बोलता तो असं काही म्हणून गेला होता की, अविनाश चमकला होता.

जवळच्या नात्यातल्या कुटुंबात कोणीतरी मृत्यू पावलं होतं. मरणारा गृहस्थ त्या कुटुंबाचा प्रमुख होता. वय फार कमी नाही, फार जास्तही नाही. साठीच्या आसपासचं वय, पण कामाचा व्याप बराच मोठा. प्रकृती अगदी चांगली होती, पण एकाएकी मृत्यू आला. काही सांगण्या-बोलण्याला वेळच मिळाला नाही. ह्या दुःखद प्रसंगी सगळे जमले होते.

नात्यागोत्यातले सगळे आपापल्या घरी गेले आणि व्रजमोहनदास, अविनाश, वीणा आणि तिचा नवरा चौघेही गाडीतनं परत येत होते; तेव्हा बोलता–बोलता व्रजमोहनदास म्हणाले, ''आयुष्याचा काही भरवसा नाही भाई! बोलता–बोलता श्वास अडकू शकतो आणि काय होतंय, ते समजायच्या आधीच सगळं संपलेलं असतं!''

''होय ना!'' वीणाचा नवरा म्हणाला, ''वय वाढत जाईल, तसतसं माणसानं धंद्यातलं लक्ष कमी करून स्वतःच्या हयातीतच आपल्या मनात आपण जे काही द्यायचं–घ्यायचं ठरवलं असेल, ते पूर्ण करून टाकावं. आयुष्याचा काही नेम सांगता येत नाही!''

"बरोबरच आहे. हेच बघाना, कसं झालं! आता त्यांची मुलं आणि भाऊ ह्यांच्यात आत्तापासनंच जी स्पर्धा आणि खेचाखेच सुरू झालीय, ती तर आपण डोळ्यांनी बघितलीच...." वीणानं दुजोरा दिला.

अविनाश कान टवकारून ऐकत होता. त्यानं एक दीर्घ श्वास घेतला. बहिणीच्या आणि मेव्हण्याच्या बोलण्यात सहजसाधं बोलण्यापेक्षा वेगळं काही जाणवत होतं.

"माणूस साठ वर्षांचा झाला, की त्यानं आपल्या इस्टेटीची कागदपत्रं व्यवस्थित करून ठेवण्यातच शहाणपणा आहे. आज तर आता कायदेही असे झाले आहेत; की वाडवडिलांच्या मिळकतीत मुलं, नातवंडं, पतवंडं तर ठीक, पण मुलीच्या मुलांचा आणि मुलींचाही अधिकार झाला आहे आणि सगळी काही समजूतदार नसतात. माणसानं स्वतःच समजून काय ते केलं पाहिजे." वीणाचा नवरा म्हणाला.

अविनाशची खात्री झाली की, ह्या बोलण्याचा रोख कोणाकडे होता! त्यानं ओठ घट्ट मिटून घेतले.

"असे प्रश्न तर तिथे उभे होतात, जिथे मोठा परिवार असेल. पहिल्या, दुसऱ्या बायकोची मुलं असतील, किंवा भावाभावात भागीदारी असेल. मला तर तुम्ही दोघंच आहात आणि दोघंही समजूतदार आहात. माझ्या नशिबात जे होतं, ते मला मिळालं आणि आता तुमच्या नशिबात जे असेल, ते तुम्हाला मिळेल. पण तसा तर मी ह्या अविनाशच्या मुलाच्या लग्नात वऱ्हाडाबरोबर जाणार आहे, हे नक्की!" व्रजमोहनदास हसत-हसत म्हणाले.

"बापूजी! तुम्हाला तर अविनाशच्या नातवाला खेळवून सोन्याची शिडी बनवून द्यावी लागेल, बघाच तुम्ही!"

"अरे, सोन्याच्या शिडीत हिरे मढवून देईन! चौथ्या पिढीचं तोंड जो बघेल, त्याला हा विधी तर करावाच लागतो."

व्रजमोहनदास मोठ्यानं हसले. हिरे जडवलेली सोन्याची शिडी जणू आत्ताच करायची आहे, अशा उत्साहानं ते बोलले.

पण अविनाश त्यांच्या ह्या उत्साहात सहभागी होऊ शकला नाही, तो काही बोललाच नाही. त्याच्या मनात तर वीणाचे आणि तिच्या नवऱ्याचे शब्दच घुमत होते.

ते बोलणं सहज होतं की, त्यातनं त्यांना व्रजमोहनदासांना काही इशारा द्यायचा होता? जर तो इशारा झाला तर मनातनं त्यांचा ह्या संपत्तीवर डोळा होता, असाच अर्थ झाला असता.

बापूजी तर भोळे आहेत. मेव्हणा पक्का आहे. वीणा बापूजींची लाडकी आहे, म्हणून ती त्यांचा गैरफायदा घेईल. असं होऊ द्यायचं नसेल तर...?

फ्लॅट विकत घ्यायचा विचार अविनाशच्या मनात तेव्हा प्रथमच आला होता, 'फ्लॅटची खरेदी म्हणजे आत्ताच्या बाजारभावानं लाखो रुपयांची गुंतवणूक होणार. असाही नाहीतरी बापूजींना रोज कांदिवलीहून मुंबईला जा-ये करण्याचा त्रास होतोच, तेव्हा त्यांना पटवून देऊन जर एखादी प्रॉपर्टी विकत घेतली, तर ती त्याच्या एकट्याच्या मालकीची होईल आणि शिवाय कांदिवलीच्या बंगल्यावर तर त्याची मालकी आहेच....'

पण व्रजमोहनदासांनी सुरुवातीला तर मुलाचं म्हणणं हसण्यावारीच नेलं होतं. अर्थात अविनाशला त्यांच्याबद्दल इतकी काळजी वाटत होती, हे बघून त्यांना बरंही वाटलं होतं. मुलाच्या ह्या आपुलकीच्या वागण्यानं त्यांना मनातनं आनंद झाला होता.

त्यानंतर वडिलांची काळजी वाटण्याच्या नावाखाली अविनाशचा जो आग्रह चालू राहिला, त्यामुळे व्रजमोहनदासांनाही वाटलं; की अविनाशलाच तिथं राहायचं होतं, आणि असाही त्यांना कांदिवलीहून मुंबईला ये-जा करायला त्रास तर होत होताच... जर अविनाशला ह्यानं बरं वाटणार असेल, तर तसं का होईना....

आणि अशा एका क्षणी त्यांनी मुंबईमध्ये नवा फ्लॅट घेण्याची संमती देऊनही टाकली.

परंतु हा फ्लॅट विकत घेऊन झाल्यावर त्यांनी जे बघितलं, त्यामुळे त्यांच्या हृदयाचा ठोका चुकला. व्रजमोहनदासांच्या आता सर्व लक्षात आलं होतं. त्यातच अविनाशनं सांगितलं की, ते पैसे तर त्यानं त्याच्या स्वत:च्या खात्यातनं काढले होते. एवढंच नव्हे तर त्यानंच धंद्यासाठी रक्त आटवलं होतं आणि त्या धंद्यातलेच हे पैसे होते.

व्रजमोहनदासांसाठी हे अकल्पित होतं, अगदीच अनपेक्षित होतं.

अविनाशचं एखादं वेगळं खातं असणं, एखादा वेगळा धंदा असणं... अशी त्यांनी कधी कल्पनाही केली नव्हती. अविनाश तर त्यांचा मुलगा होता... त्यांचं जे काही होतं, ते अविनाशचंच होतं.

तर मग अविनाशचं स्वतंत्र खातं कसं असू शकतं? हे असं वेगळं खातं म्हणजे अविनाश मुलगा न राहता त्यांच्या धंद्याचा भागीदार झाला होता म्हणायचा.

'अविनाश भागीदार होता का मुलगा? आज अविनाश जे काही बोलत होता, ती भाषा मुलाची नव्हती. ती तर भागीदाराची भाषा होती. तो भागीदार कसा काय झाला?'

व्रजमोहनदासांना रात्रभर झोप लागली नाही. त्यांच्या मनात आक्रोश उठत होता.

अविनाशला पुत्र म्हणून वागवण्यात त्यांच्याकडनं कुठे चूक झाली होती, हेच त्यांना समजत नव्हतं.

■

४

व्रजमोहनदास भूतकाळात खोलवर जाऊन शोधत होते. जणू गवताच्या गंजीत हरवलेली एखादी सुई शोधावी तसे! भागीदाराची भाषा बोलू लागलेल्या पोटच्या पोराला ओळखण्यात त्यांनी कुठे चूक केली, ते कुठे कमी पडले; ह्याचं जणू ते आत्मनिरीक्षण करत होते.

काळ सीमित आहे, असं तत्त्वज्ञ भले म्हणत असतील; पण त्या सीमित काळात परत डुबकी मारायची वेळ येते, तेव्हा त्या सीमित काळाच्या सीमा किती दूरवर पोचलेल्या आहेत, हे लक्षात येतं. व्रजमोहनदास मध्यरात्रीच्या सामसूम वातावरणात ह्या सीमा धुंडाळत होते.

चंपागल्लीच्या कबुतरवाला चाळीत तिसऱ्या मजल्यावर होतं, ते त्यांचं मुंबईतलं स्वत:चं असं पहिलं आगळंवेगळं घर त्यांना आठवलं. उगवतीला असलेला दरवाजा आणि दक्षिणेला असलेल्या खिडक्यांमुळे दिवसाचा बराचसा वेळ विजेचा दिवा लावावा लागायचा, असं ते घर होतं.

तिसऱ्या मजल्यावर चौदा बिऱ्हाडं होती. प्रत्येक मजल्याच्या कोपऱ्यातल्या घराला दोन खोल्या मिळायच्या, त्यातल्या समोरच्या खोलीला दिवाणखाना म्हटलं जायचं. त्या काळी दिवाणखाना असलेल्या घरात राहणारी माणसं सुखवस्तू कुटुंबातली मानली जायची. दिवाणखान्यात एक कपाट असायचं. बसण्यासाठी लिनोलियमचा

कार्पेट आणि गादी– तक्कयाची बैठकही असायची. दक्षिणेकडच्या खिडकीच्या बाहेर जेमतेम पाच-सहा फुटांच्या अंतरावर शेजारच्या इमारतीची भिंत होती. दोन इमारतींच्या मधला तो खाईसारखा नाला म्हणजे कचरा टाकण्याची मोठी, उघडी जागाच होती.

कबुतरवाला चाळीचं नाव सार्थ होतं. इथं जेवढी माणसं राहायची, त्याच्या दुप्पट तिप्पट संख्येनं कबुतरं राहायची. माणसं चाळीच्या मालकाला भाडं द्यायची, कबुतरं भाडं न देताच राहायची. माणसं खोल्यांमध्ये राहायची; तर खोल्यांच्या बाहेर नळावरच्या छपराखाली, संडासांच्या खिडक्यांमध्ये, इलेक्ट्रिक मीटर बॉक्सच्या वर किंवा जिन्यांच्या भिंती आणि कठडे ह्यांच्यामध्ये, ह्यातल्या कुठल्याही जागेत– आपण इथं राहायचं, असं कबुतरं ठरवून टाकायची! कधी एखाद्या बंद घराची खिडकी उघडी राहिली असली, तर कबुतरं आपलं-परकं असा भेदभाव करायची नाहीत. त्या घरातही एखाद-दोन दिवसांमध्ये दोन-तीन घरटी बांधली जायची. बिऱ्हाडांच्या बाहेर जाण्यायेण्याचा पॅसेज असायचा, तिथं जास्तीचं सामान ठेवण्यावरनं शाब्दिक युद्धं व्हायची, पण सुदैवानं कबुतरांकडे काहीच सामान नसायचं, आणि ठरलेली खोली किंवा उंबरा नसायचा. त्यामुळे त्यांची अशी वादावादी व्हायची नाही. एवढाच फरक होता! म्हणूनच कदाचित ह्या चाळीला माणसांच्या चाळीऐवजी कबुतरवाली चाळ म्हटलं जायचं.

जेमतेम मिसरूड फुटलेल्या व्रजमोहनदासांनी कांदिवलीला एका नातेवाइकाकडे राहायला जागा मिळवून, त्या काळी रेशीमबाजार म्हणून ओळखल्या जाणाऱ्या काळबादेवी रोडवरच्या रेशमी आणि विशेषत: विदेशी कापडांच्या बाजारात, एका पेढीवर नोकरीला लागून मुंबईत काम सुरू केलं होतं. दरमहा पंचवीस रुपये पगार होता आणि त्या पंचवीस रुपयांपैकी दर महिन्याला कधी दहा, तर कधी बारा रुपये गावी मनीऑर्डर पाठवावी लागायची. गावी त्या मनीऑर्डरची वाट बघत असणारे घरचे लोक त्या पैशांना 'खरची' (घरखर्चासाठी लागणारे पैसे) म्हणायचे. कधीकधी दुकानातनं पगार उशिरा दिला जायचा आणि मग मनीऑर्डरला उशीर व्हायचा, तेव्हा गावी सगळे 'खरची'ची वाट बघत असायचे.

कांदिवलीहून मरीन लाइन्सला जाणाऱ्या, लाकडाचे बांधलेले डबे असलेल्या लोकल गाडीत तेरा माणसं चिकटून बसू शकतील, एवढं फर्स्टक्लासचं एक कंपार्टमेंट असायचं. त्याशिवाय बाकी सबंध ट्रेन थर्ड क्लासची होती आणि ह्या थर्ड क्लासमध्ये व्रजमोहनदासांना अगदी सहज खिडकीपाशी बसायला जागा मिळून जायची. परत येताना कांदिवली स्टेशनवर उतरायला जर आठ वाजून गेले; तर ज्या नातेवाइकांकडे ते राहत होते, तिथली वडीलमाणसं त्यांना धोक्याच्या सूचना द्यायची, 'आठ वाजून गेल्यावर सांभाळून घरी यावं. रस्ते उजाड असतात आणि काही रस्त्यांवर तर म्युन्सिपालटीचे दिवेही नाहीयेत. घड्याळ घातलं असलं, तर ते काढून खिशात ठेवावं. कोणीतरी लुबाडायचं. दिवस किती वाईट आलेयत!'

पहिली दोन वर्षं व्रजमोहनदास गावी जाऊच शकले नव्हते. गावी जायचं म्हणजे पुरा चोवीस तासांचा प्रवास! जाऊन-येऊन गाडीभाड्याचेच वीस-पंचवीस रुपये व्हायचे. शिवाय गावी जायचं म्हणजे प्रत्येकासाठी काही ना काही घेऊन जायला लागायचं. शेजारी-पाजारी द्यायला 'मोहनलाल एस मिठाईवाल्याचा आइस हलवा'ही घेऊन जायला लागायचं! दोन वर्षांनंतर जेव्हा सव्वाशे रुपये साठले, तेव्हा व्रजमोहनदास पहिल्यांदा गावी गेले आणि मग लग्न करूनच परत आले.

गेले तेव्हाही एकटेच होते. परत आले तेव्हाही एकटेच होते. कांदिवलीच्या नातेवाइकांच्या जागेत काही संसार थाटता येत नव्हता. गावाहून रेशीम बाजारामधल्या दुकानातल्या शेठना लग्नपत्रिका पाठवली होती. शेठनी वधूसाठी एक जरीचं भरतकाम केलेली लाल रेशमी साडी (चुंदडी) आणि वरराजासाठी एक्कावन्न रुपयांचा आहेर पाठवून आशीर्वाद दिले होते.

पण खरे आशीर्वाद तर नंतर मिळाले होते. व्रजमोहनदास परत येऊन पुन्हा पूर्वीसारखे नोकरीवर रुजू झाले, त्यालाही जवळजवळ सहा महिने झाले; तेव्हा एका संध्याकाळी थोरल्या शेठनी विचारलं,

"अरे व्रजमोहन! आता तू संसारी माणूस झालास म्हणायचा. बायकोला तिकडे एकटी ठेवून असे किती दिवस काढशील? कुठेतरी घराची व्यवस्था कर."

"तो योग येईल तेव्हा खरा." व्रजमोहन उत्तरला, "एवढ्यात तर काही जमेलसं दिसत नाही."

"का? एवढ्या मोठ्या मुंबईत संसार थाटायला एक लहान घर नाही मिळत तुला?" शेठनी विचारलं.

"घरं तर पुष्कळ मिळतायंत शेठ! पण आता भाड्याच्या वर चार-पाचशे नाही दिले, तर घरमालक कबूल होत नाहीत. पूर्वी तीन महिन्यांचं भाडंच डिपॉझिट म्हणून द्यावं लागायचं, पण आता पागडीचेही पाचशे रुपये मागतायंत!"

"असं?" जणू एखादी नवीच गोष्ट समजावी तसं थोरले शेठ म्हणाले,"तर मग पाचशे रुपयांसाठी तू असा बायकोला गावी ठेवून एकटा कुठवर राहशील वेड्या? जा, घर शोध, पाचशे रुपयांची व्यवस्था होऊन जाईल!"

कित्येक दिवसांपासनं भरून आलेलं आभाळ जणू स्वच्छ झालं. व्रजमोहनचं मन हलकंफुलकं झालं. दुसऱ्याच महिन्यात त्यानं चंपागल्लीच्या ह्या कबुतरवाला चाळीत एक लहानसं घर भाड्यानं मिळवलं. थोरल्या शेठनी पागडीचे पाचशे रुपये त्याला रोख दिले. संसार तर सुरू झाला, पण त्याच्या मनात आणखीही एक धास्ती होती. दुकानाचा नियम होता; की जर कुठल्याही नोकरानं पगाराच्या वर जास्त पैसे उधार घेतले, तर ती रक्कम त्याच्या खाती लिहिली जाईल आणि मग ती घेतलेली रक्कम परत फेडण्यासाठी दर महिन्याला पगारातनं अमुक रक्कम कापली जाईल. व्रजमोहनला

वाटत होतं, 'जेमतेम चाळीस रुपये पगार, त्यातून पंधरा रुपयांची मनीऑर्डर गावी जाणार, उरलेल्या पंचवीसमधनं शेठ काही नाही तरी पाच-दहा रुपये तरी कापतीलच. मग उरलेल्या रकमेतून नवराबायको दोघांचा संसार चालवायचा म्हणजे उंचावर बांधलेल्या दोरावर डोंबाऱ्याचा खेळ खेळण्यासारखीच स्थिती राहणार!'

पण जेव्हा पगार झाला, तेव्हा त्यानं हिशोबाच्या वहीत बघितलं; तर मुख्य महेताजींनी पाचशे रुपयांची उधारी कुठे लिहिली नव्हती आणि पगारातनं काहीच कापून न घेता, पूर्ण पगार हातात आला होता. त्याला आश्चर्य वाटलं.

महेताजींची चूक तरी झाली असणार किंवा शेठ महेताजींना सूचना द्यायला विसरले असणार. त्यानं महेताजींना विचारलं, पण महेताजींनी तर हात वर करून सांगून टाकलं, "मला काही माहीत नाही भईला! (भाई अशा अर्थी लहानांना संबोधन) मला तर थोरले शेठ सांगतील ते मी करणार!"

शेवटी व्रजमोहनदासांनी थोरल्या शेठचंच लक्ष ह्या गोष्टीकडे वेधलं.

"शेठ! ते पाचशे रुपये उधार घेतले आहेत, ते....."

"बरं, मग? त्याचं काय आहे?" शेठनी लक्ष न दिल्यासारखं विचारलं.

"ते पैसे उधारखाती वहीत लिहिले गेलेले नाहीत...."

"बरं, मग? त्याचं काय आहे?" शेठनी तेच ध्रुवपद परत आळवलं.

"माझ्या पगारातनं ह्या महिन्याला त्या उधारीतनं काही हप्ता कापला गेलेला नाही. नंतर एकदम मी कसे देऊ शकेन?"

"अरे वेड्या!" जरासं हसत खूप मायेनं शेठ म्हणाले, "कोण म्हणतंय की, तू आजच परत फेड असं? ज्या दिवशी तुझ्याजवळ पाचशे नाही पाच हजार देऊ शकण्यासारखे असतील, त्या दिवशी ती रक्कम एखाद्या चांगल्या कामासाठी वापर. कोणाला तरी वर यायला हात दे. जा- मजा कर भईला! आज तुम्हा नवरा-बायकोना एकत्र आणण्यासारखं एखादं चांगलं काम मलाही करू दे भई! विसरून जा ते पाचशे रुपये."

व्रजमोहनदास स्तब्ध झाले होते, डोळे पाणावले होते. त्यांना जाणवलं, की एवढं बोलता–बोलता शेठचे डोळेही कोरडे नव्हतेच राहिले. तो एक अक्षरही बोलू शकला नाही. त्यानं खाली वाकून थोरल्या शेठच्या पायांना हात लावला.

त्यानंतर रेशीमबाजारातलं ते दुकान सोडून व्रजमोहननं मूळजी जेठा मार्केटमध्ये कापडाचा स्वतंत्र धंदा सुरू केला. थोरले शेठ मृत्यू पावले. थोरल्या शेठच्या मुलांमध्ये भांडणं झाली. भागीदारांमध्येही एकजूट राहिली नाही. मामला कोर्टात गेला.

व्रजमोहनदास मूळजी जेठा मार्केटमध्ये भराभर प्रगती करत गेले. घड्याळ गल्लीत दुकान विकत घेतलं आणि ए. व्रजमोहनदास ॲण्ड कंपनीची सुरुवात झाली.

नाझ कम्पाउण्डमध्ये अविनाश डिस्ट्रिब्युटर्सच्या नावानं व्रजमोहनदास फिल्म उद्योगातही उतरले आणि आता पॅरडाइज कमर्शियल कॉम्प्लेक्समध्ये मोठं ऑफिसही झालं.

मधल्या काळात चंपागल्लीतल्या घराला कुलूप लागलं आणि हवापालट करण्यासाठी कांदिवलीच्या सॅनेटोरियममध्ये आलेल्या व्रजमोहनदासांना कांदिवलीच एवढं आवडलं की, तिथेच त्यांनी स्वत:चा बंगलाही घेतला.

वर्षं जात राहिली... जातच राहिली! अविनाशचं शिक्षणही पूर्ण झालं होतं आणि आता तो धंद्याचं कामकाज बघायला लागून त्यातही सराईत झाला होता. घड्याळ गल्लीतल्या दुकानात तो आता रोज येत होता. नाझ कम्पाउण्डच्या अविनाश डिस्ट्रिब्युटर्समध्ये बसून फिल्मी जगातल्या वेगवेगळ्या आणि तऱ्हेतऱ्हेच्या माणसांना भेटायची त्याची खूप इच्छा होती, पण बापूजी त्याला मार्केटमधल्या दुकानातच कामात अडकवून ठेवायचे. नाझ कम्पाउण्डमध्ये तो कधीतरी भेटायला पाहुण्यासारखा येऊ शकला म्हणजे अगदी देव पावला! त्याशिवाय एरवी त्याला सिनेमाच्या झगमगाटात प्रवेश करण्याचीच मनाई!

कधी एखाद्या खूपच नाव झालेल्या चित्रपटाचा 'प्रीव्ह्यू' किंवा 'प्रीमियर शो'असला, तरच बापूजी त्याला घेऊन जायचे. तेवढ्यापुरता त्या झगमगाटाशी त्याचा संबंध यायचा, पण ह्या अर्धवट परिचयानं तर तो आणखी वैतागायचा. त्याला त्या दुनियेचं आकर्षण वाटायचंच.

व्रजमोहनदासांना मुलाचा हा वैताग समजायचा, म्हणूनच मग ते आणखी काळजी घ्यायचे. काही झालं तरी अविनाशला ते फिल्मलाइनमध्ये येऊच देणार नव्हते! त्या लाइनचा पुरता अनुभव त्यांना येऊन चुकला होता. ते स्वत: जेव्हा ह्या धंद्यात शिरले होते, तेव्हा बाकीचं जवळजवळ सगळं जग पाहिल्यावर, प्रौढ वयात आले होते... तरीही जर....

'अंहं! अविनाशला तर अजून समज कमी आहे. त्याला जग समजणं तर दूर, त्यानं अजून जग पुरतं पाहिलंही नाही! दुनियेतल्या सुखाशिवाय कशाशी त्याची ओळखही नाही. 'खरची'च्या मनीऑर्डरबद्दल सांगितलं तरी त्याला हसू येतं. त्याला कसं काय समजणार?'

व्रजमोहनदासांना शक्य झालं असतं, तर चंपागल्लीतलं ते घर त्यांनी अजूनही ठेवलं असतं. दिवस जात राहिले, तसतसा मूळजी जेठा मार्केट आणि त्याच्या आसपासचा परिसर राहण्याच्या जागांच्या ऐवजी संपूर्णपणे धंद्यांची गोदामं आणि ऑफिसांनी भरून गेला.

सुरुवातीला तर व्रजमोहनच्या मनात असं होतं, की काही दिवसांनी त्यांच्या दुकानातला जास्तीचा माल भरायला म्हणून ते घर वापरता येईल; पण धंद्याची रीतच बदलली. कापडांचे गठ्ठे, पेट्या, तागे हे सगळं मिल्समधनं परस्पर डीलर्सना मिळेल, अशी व्यवस्था झाली. त्याखेरीज त्यांच्या पेढीनं मग आयात-निर्यातीच्या धंद्यातही पाऊल

टाकलं. ह्याच सुमाराला पॅरडाइज कॉम्प्लेक्समध्ये धोबीतलावाच्या भागात मोठं ऑफिसही विकत घेतलं. त्यामुळे चंपागल्लीच्या घराचा उपयोग नव्हता. म्हणूनच अविनाशनं व्रजमोहनदासांना वरचेवर सांगायला सुरुवात केली होता, "बापूजी! त्या घराचा आता काही उपयोग नाही. ते घर जुनंही झालं आहे. उद्या समजा पडून गेलं, तर दमडीसुद्धा मिळायची नाही. आत्ता मार्केटमधल्या लोकांना जवळच्या जवळ गोडाऊन किंवा ऑफिसला जागा मिळत नाहीत. त्यामुळं ह्या घराची मागू ती किंमत येईल. सध्या बाजारात तेजी आहे, त्या मोडकळीला आलेल्या घराचे पैसे पदरात पाडून घेऊ या."

सुरुवातीला व्रजमोहनदासांनी मुलाच्या सांगण्याकडे विशेष लक्ष दिलं नाही. कबुतरवाल्या चाळीबद्दल त्यांच्या मनात एक आपलेपणाची भावना घर करून राहिली होती. त्या घराबरोबर रेशीमबाजारमधल्या स्व. थोरल्या शेठची पवित्र स्मृती जोडलेली होती. शेठ त्याला म्हणाले होते, "पाचशे नाही, पाच हजार रुपये कुठल्या तरी चांगल्या कामासाठी वापर... कोणाला तरी हात देऊन वर उचल."

व्रजमोहनदासांनी अचानक एक निर्णय घेतला. अविनाशचं म्हणणं त्यांनी ऐकलं, चंपागल्लीतलं ते घर विकून टाकायचं ठरवलं. चौकशा झाल्या, भाव ठरला आणि शेवटी त्या घराची किंमत चार लाख रुपये ठरली. घेणाऱ्या नव्या मालकाच्या नावे भाडेचिठ्ठी बदलून घेण्यात आली आणि चार लाखातनं एक लाख रुपये मालकाला दिले गेले, तीन लाख व्रजमोहनदासांच्या कपाटात ठेवले गेले.

घराचा सौदा ज्या दिवशी झाला, त्याच दिवशी काळबादेवी रोडवरच्या त्या जुन्या रेशीमबाजार म्हणून ओळखल्या जाणाऱ्या भागात व्रजमोहनदास शेठ पायीपायीच एक तास हिंडून आले.

संपूर्ण विस्तार बदलला होता. रेशीमबाजाराचं कुठे नामोनिशाणही राहिलं नव्हतं. ते ज्या पेढीवर नोकरी करत होते, त्या पेढीचं नावसुद्धा आता कोणाला ठाऊक नव्हतं. व्रजमोहननी त्यांचे समवयस्क दिसत होते, अशा दोघा-तिघांना शोधून त्यांच्याकडे चौकशी केली, तेव्हा जेमतेम थोडंफार कळलं; पण त्यामुळं त्यांच्या मनात विषाद भरून आला.

थोरल्या शेठच्या मृत्यूनंतर आपसात भांडणं करून, कोर्टकचेरीच्या चकरा मारत राहिलेली त्यांची मुलं सर्व काही घालवून बसून भणंग झाली होती. कोणी मृत्यू पावलं होतं, तर कोणी मुंबई सोडून बाहेरगावी राहायला गेलं होतं. कोर्टात खटले अजून चालू होते आणि सत्यानाश झालेले हे भागीदार आणखी सत्यानाश ओढवून घ्यायला वरच्या कोर्टामध्ये अपील करत होते, पुरावे गोळा करत होते. खालच्या कोर्टातनं वरच्या कोर्टात आणि त्या कोर्टातनं त्याच्याही वरच्या कोर्टात जाऊन वकिलांची धन करत होते. प्रसंगी स्वतःच्या घरातली भांडीकुंडीही विकत होते!

पण ह्याहूनही भयंकर अशी जी वस्तुस्थिती समजली, त्याने व्रजमोहनदास

अतिशय दु:खी झाले होते. पेढीचे हे तथाकथित वारसदार भांडणतंटे करत हवे तसे इकडून तिकडे लाथाळ्या करत होते, पण पेढीची मुख्य मालकीण– थोरल्या शेठची पत्नी आज वृद्धावस्थेत एकाकी आयुष्य घालवत होती. व्रजमोहनदासांनी ह्या बाईंना खूप वर्षांपूर्वी तीन-चारदा बघितलं होतं. लहान चणीच्या, गौर वर्णाच्या, कपाळाला मोठं गोल कुंकू, कपाळ झाकणारा साडीचा पदर आणि हसल्या की गालाला पडणारी खळी. बोलायच्या तेव्हा आवाज खूप गोड वाटायचा.

व्रजमोहनदासांनी मग आणखी दोन-तीन दिवस शोध चालू ठेवला. मधल्या दिवसांमध्ये अविनाशनं वडिलांना सांगितलंही, "बापूजी! तीन लाख रुपये दोन नंबरचे मिळालेले आहेत. आपल्या बंगल्याच्या मागची जागा अगदी रिकामी आणि निरुपयोगी पडली आहे, तिथे जर फ्लॅट्स बांधले तर तीन लाखांचे पाच लाख होतील. म्हणत असलात तर आर्किटेक्टला बोलावतो."

"बघू या भाई! एवढी घाई काय आहे?" असं म्हणून व्रजमोहननी तेवढ्यापुरती तरी टाळाटाळ केली.

तिसऱ्या दिवशी संध्याकाळी स्वर्गीय थोरल्या शेठच्या धर्मपत्नीचा ठावठिकाणा व्रजमोहनदास मिळवू शकले. ही वृद्धा आता अगदी एकटी मुलुंडच्या एका मोडकळीला आलेल्या चाळीतल्या घरात दिवस काढत होती. जवळजवळ ऐंशी वर्षांचं वय होऊन गेल्यावर आता त्या फारच कमी हिंडू-फिरू शकत होत्या. शरीरात वेगवेगळ्या आजारांनी ठाण मांडलं होतं आणि कशाबशा दोन वेळच्या भाकरी करू शकत होत्या. मुलगे आपापल्या आयुष्यात गुंतलेले होते आणि मुली केव्हातरी स्वत:च्या संसारातनं सवड व्हायची, तेव्हा 'मरत नाही म्हणून जगत असणाऱ्या' ह्या वृद्धेची विचारपूस करून जायच्या. थोडं धान्य किंवा औषधं असं देऊन जायच्या. कधीतरी चार दिवस त्यांच्या घरी घेऊन जायच्या किंवा कधी जरूर पडेल, तेव्हा म्हातारीला दवाखान्यात ठेवून आपलं कर्तव्य केल्याचं समाधान वाटून घ्यायच्या.

व्रजमोहनदासांच्या मनात खळबळ झाली, मन द्रवून उठलं. त्यांनी तेव्हाच्या तेव्हा निश्चय केला.

दुसऱ्या दिवशी कांदिवलीतनं नाझ कम्पाउण्डमधल्या ऑफिसात जाण्याऐवजी त्यांनी ड्रायव्हरला सांगितलं, "गाडी मुलुंडकडे घे भाई!"

"मुलुंड?"

ड्रायव्हरलाही आश्चर्य वाटलं. व्रजमोहन शेठ अशा तऱ्हेनं मुलुंडला गेलेले तर त्यालाही आठवत नव्हतं. त्यानं गाडी मुलुंडच्या रस्त्याला वळवली.

■

५

चंपागल्लीच्या कबुतरवाल्या चाळीत खचाखच माणसं तर होती, पण त्याचबरोबर जरा मोकळी जागाही होती. मुलुंडच्या रमझु मियांच्या चाळीपाशी जेव्हा व्रजमोहनदासांची 118 NE गाडी येऊन उभी राहिली; तेव्हा त्यांना वाटलं, 'इथं नुसती गर्दीच नाही, अगदी कमी जागेत ठासून भरलेली घरं आणि माणसं आहेत.'

बांधकाम करायला एखाद्या आर्किटेक्टचा प्लॅन किंवा सरकारी मंजुरीची जरूर पडलेली दिसत नव्हती. जसजशी जमीन मिळत गेली, तसतसं वाटेल तसं बांधकाम होत गेलं होतं आणि असं जे बांधकाम हातपाय पसरत वाढत गेलं होतं, त्या सगळ्यालाच रमझु मियांची चाळ म्हटलं जात होतं. चाळ म्हणजे एक बांधलेली इमारत नव्हती. कुठे पत्र्याच्या कच्च्या बांधलेल्या खोल्या होत्या, तर कुठे कौलारू छपरं होती. काही ठिकाणी अशी छपरं काढून स्लॅबही घातले होते आणि कोणी कोणी तर अशा स्लॅबवर मजला चढवून 'बंगली' पण तयार केली होती!

व्रजमोहनदासांना जेव्हा वाटलं की, आता गाडी आणखी पुढे जाऊ शकणार नाही; तेव्हा त्यांनी गाडी तिथं थांबवली. पत्ता बरोबर होता आणि नावही बरोबर होतं, तरी पायी-पायी इकडे तिकडे हेलपाटे घातल्यावर घर सापडलं.

आजी अंगणातच एका ओट्यावर बसल्या होत्या. व्रजमोहनदासांनी अंदाजानंच त्यांना ओळखलं. गोरा रंग आणि बसका बुटका बांधा या दोनच गोष्टी शिल्लक

होत्या, बाकी सगळं बदललं होतं. त्यांच्या अस्तित्वाचं अविभाज्य अंग असावं असं वाटणारं ते रुपयाएवढं लालचुटुक कुंकू कपाळाला लावल्याला वर्षं उलटली असतील, तसं कपाळ कोरं करकरीत दिसत होतं. डोळे खोल गेले होते आणि शरीरावरची त्वचा शिथिल झाली होती. तोंडात एकही दात उरला नव्हता आणि आजी हिरड्यांवर तंबाकू चोळत बसल्या होत्या.

"माडी! ('मा' चं आपुलकीचं संबोधन) ओळखलं मला?" व्रजमोहनदासांना मनातनं धक्का तर बसला होता, पण छातीवर दगड ठेवून चेहऱ्यावर उसनं हसू आणून आजींच्या जवळ जात मस्तक नमवून त्यांनी विचारलं.

आजींनी क्षणभर नजर स्थिर करून निरखून निरखून बघितलं. चेहऱ्यावर ओळख पटल्याची एकही रेषा उमटली नाही.

"भाई! आता तर सगळं विसरायला व्हायला लागलंय. काल बघितलं असेल तेही लक्षात राहत नाही! तुम्हाला नाही ओळखलं."

व्रजमोहनदासांनी स्वत:ची ओळख तर सांगितली. त्यांना खात्री होती की, आजींच्या स्मृतीमध्ये त्यांची काही आठवण राहिली असण्याचा संभव नव्हताच. आजींनी त्यांना बघितलं असलं तरी उडत उडत! पेढीवर काम करणारा गुमास्ता किंवा दुसरा एखादा माणूस म्हणून. व्रजमोहनदासांसारखी तर आणखीही माणसं, नोकर पेढीवर होते आणि त्या सगळ्यांचं केव्हा ना केव्हा जाणं-येणं होत असायचं. आजींनी त्यांना अंदाजानं तर ओळखलं नाही; पण ज्या तऱ्हेनं व्रजमोहनदासांनी बारीकसारीक माहिती सांगितली, ती ऐकून त्यांच्या उतरलेल्या चेहऱ्यावर एक चमक आली.

इतक्या बारीक-बारीक गोष्टींतनं जुन्या दिवसांच्या आठवणी जाग्या करून देणाऱ्या त्या अनोळखी माणसाकडे त्या ममतापूर्वक बघत राहिल्या आणि मग म्हणाल्या, "तुम्ही सांगताय ते अगदी बरोबर आहे भाई! आता ते दिवस संपले. आता तर तुम्ही बघताय, ह्या जागी मी एकटीच राहते आणि देवही बोलावून घेत नाही!"

वृद्धेच्या आवाजातला हताशपणा व्रजमोहनदासांना जाणवल्याशिवाय राहिला नाही.

त्यांनी एक दीर्घ श्वास घेतला आणि मग म्हणाले, "माडी! मी तुमचं देणं फेडायला आलोय."

"देणं?"

आजींना आश्चर्य वाटलं.

"ज्यांनी फेडायचं होतं त्यांनीही फेडलं नाही देणं, आणि तुम्ही देणं फेडायचं बोलताय भाई?"

"हो माडी! ज्यांनी तुमचं देणं फेडलं नाही त्यांना परमेश्वर क्षमा करो! पण आज

मी जो काही आहे, तो थोरल्या शेठच्या मेहेरबानीनं आहे. थोरल्या शेठनी त्या दिवशी मला हात नसता दिला....''

आणि म्हातारबाईंना भरून आलं. व्रजमोहनदासांनी जुनी हकिकत सांगितली. चंपागल्लीतल्या घरासाठी हिशोबाच्या वहीत न लिहिता थोरल्या शेठनी दिलेल्या पाचशे रुपयांबद्दल सांगता–सांगता व्रजमोहनदासांचा आवाजही भरून आला.

''तुमच्या शेठनी तर आयुष्यात असं पुष्कळ केलं होतं भाई!'' जरा वेळानं आजी म्हणाल्या.

''पण त्याची आठवण ठेवून तसं सांगणारे तर तुम्हीच पहिले भेटलात!''

''मी फक्त आठवणी काढून त्या सांगायलाच नाही आलो मा!'' व्रजमोहनदास म्हणाले, ''थोरल्या शेठचं ते ऋण फेडायला आलोय!''

''म्हणजे? मला नाही समजलं भाई!''

''थोरल्या शेठच्या मेहेरबानीनं मिळालेलं ते चंपागल्लीतलं पाचशे रुपयेवालं घर मी आता विकून टाकलंय. त्या घराचे आता तीन लाख रुपये आले आहेत मा! ते पैसे माझे म्हणताच येणार नाहीत. शेठचे पाचशे रुपयेच वाढत जाऊन आता इतके झालेत असं म्हटलं पाहिजे, म्हणून ते तुमचे आहेत. तुमचे पैसे मी परत करायला आलोय.''

बोलता–बोलता मस्तक जरा झुकवत व्रजमोहनदास म्हणाले.

आजींना ही घटना शक्यच वाटत नव्हती. समोर बसलेल्या व्रजमोहनदाससारख्या जित्याजागत्या व्यक्तीचा हा आवाज नसून जणू काही एखादी अगम्य आकाशवाणी होत असावी, तशा त्या स्तब्ध झाल्या. त्यांच्या तोंडाला कोरड पडली. खोल गेलेले डोळे वाहू लागले. आजींनी अश्रू थोपवले नाहीत. केव्हापासनं भरून आलेले ढग जणू बरसू लागले होते.

व्रजमोहनदासांनी हळुवारपणे आजींचा कापणारा हात पकडून तशाच कापऱ्या आवाजात म्हटलं, ''मा! मी काही उपकार करायला नाही आलो! जे तुमचं आहे, तेच तुम्हाला परत देतो आहे, त्याचा स्वीकार करून मला आशीर्वाद द्या मा!''

जराशानं आजी सावरल्या. हळूहळू उठून पाणियाराजवळ (पिण्याचं पाणी ठेवायची जागा) गेल्या. एक पेला भरून त्यांनी व्रजमोहनदासांना दिला, दुसरा पेला भरून त्या प्यायल्या. पाण्याचा घोट घेता घेता व्रजमोहनदासांनी घरात चहूकडे पसरलेलं अस्ताव्यस्त सामान आणि दारिद्र्य पाहिलं. देशी पद्धतीच्या चुलीतनं चार-पाच दिवसांत कोणी राखही काढली नव्हती, हे उघड दिसत होतं.

''तुम्ही मोठ्या मनाचे आहात भाई!'' आजी जरा वेळ काही विचार करून हळू आवाजात म्हणाल्या, ''पण जे पैसे माझ्या पतींनी तुम्हाला दिले असतील, त्यांच्यावर आता माझा हक्क कसा काय पोचतो? ते काही हिशोबाच्या वहीत नोंद करून दिलेले

नव्हते. हिशोबाच्या वहीत लिहून दिले असते आणि तुम्ही व्याजासकट, प्रामाणिकपणानं, मोठ्या मनानं परत केले असते; तर त्यांच्यावर माझा अधिकार म्हणता येईल. ते तुम्ही परत दिले नसते, तर ते तुमचं पाप म्हणता येईल. पण हे तर जे पैसे त्यांनी तुम्हाला असेच नुसते दिले होते, ते तर तुमचेच झाले, असं म्हटलं पाहिजे. आता जर मी ते पैसे परत घेतले, तर त्या गेलेल्या जिवालाही वाईट वाटेल हो भाई! नको... मला कुठं आता जास्त दिवस जगायचं आहे? जे काही थोडे दिवस जगायचं असेल, ते हे असेच जाईनात का? वर जाऊन त्यांना काय उत्तर देईन मी?''

बोलता–बोलता त्यांना पुन्हा रडू आलं.

आता अवाक होण्याची वेळ व्रजमोहनदासांवर आली. इतक्या दारिद्रयातही आजींच्या मनाची श्रीमंती बघून ते थक्क झाले. असं होईल अशी त्यांनी कल्पनाच केली नव्हती.

''मा!'' व्रजमोहनदास म्हणाले, ''हे पैसे मला दिले, तेव्हा थोरले शेठ मला म्हणाले होते— 'जसा मी तुझ्या उपयोगी पडलो आहे, तसाच तुझे दिवस बदलतील तेव्हा तू कोणाच्या तरी उपयोगी पड. आज शेठच्या आशीर्वादानं माझे दिवस बदलले आहेत. थोरल्या शेठच्या सांगण्याप्रमाणे वागून दाखवण्याची ही एक संधी आहे. मला थोरल्या शेठच्या आत्म्यासाठी थोडंसं तर्पण करू दे माडी!''

एक शब्दही न बोलता आजींनी हात जोडले. व्रजमोहनदासांनी ते हात पकडून पुन्हा मस्तक नमवलं.

अविनाशची योजना मात्र वेगळीच होती.

कांदिवलीच्या बंगल्याचं आवार खूप मोठं होतं. नवी घरं बांधण्याच्या धंद्यात भाव चांगले वाढत चालले होते. आवाराचा मागचा भाग मोकळा होता. घरं बांधली नसती आणि मागच्या रस्त्यावर फक्त दुकानं बांधली असती, तरी सहजच दहापंधरा लाख रुपये मिळणं शक्य होतं. नाहीतरी त्या मागच्या जमिनीचा वापर नव्हताच. समोरच्या जागेत बाग होती, पण मागच्या भागाची तर सफाईसुद्धा महिन्या-दोन महिन्यांनी एकदा व्हायची. ह्या भागाला लागून जो रस्ता होता, तो दहा-पंधरा वर्षांपूर्वीपर्यंत एखाद्या गल्लीसारखा होता; पण आता तो रहदारीचा मोठा रस्ता झाला असता.

जमिनीचे भाव वाढत चालले होते. त्या चंपागल्लीतल्या घराचे आलेले तीन लाख रुपये ह्या जमिनीत वापरले तर सहा महिन्यांत त्या तीन लाखांचे तिप्पट–चौपट पैसे होणं शक्य होतं! त्यानं बांधकामाचा खर्च, त्याच्यावर होऊ शकेल तो फायदा, ह्या सगळ्याचा हिशोब करून ठेवला होता.

आठ-एक दिवसानंतर त्यानं त्याचा हा हिशोब आत्मविश्वासानं व्रजमोहनदासांच्या समोर ठेवला. चंपागल्लीच्या घराच्या तीन लाख रुपयांचा उल्लेखही न करता, त्यानं

तीन-चार लाख बांधकामात घातले, तर किती थोड्या वेळात दहा बारा लाख रुपये मिळू शकतील, ते सांगितलं.

"नाही रे बाबा!" त्याचं बोलणं शांतपणानं ऐकून घेऊन व्रजमोहनदास म्हणाले, "त्या धंद्यात आपण पडलेलो नाही आणि शिवाय बंगल्यात जी शांतता आहे, तिचा बळी जाईल. दुकान म्हणजे तर हजार गिऱ्हाइकांचं जाणं येणं राहणार, रात्री उशिरापर्यंत गोंगाट राहणार! आपल्याला हे नाही करायचं."

"पण बापूजी! दहा–बारा लाख रुपये मिळाले, तर ते पुन्हा धंद्यात घालून नवीन...."

"सध्या धंद्यात जो फायदा मिळतोय तो पुष्कळ आहे बेटा! 'आणखी जास्त' च्या शर्यतीला कुठेच अंत नसतो. शिवाय चालू धंद्यातनं तीन-चार लाख काढून बांधकामासारख्या आपल्यासाठी अनोळखी धंद्यात घालणं शहाणपणाचं नाही."

"बांधकामासाठी चालू धंद्यातनं पैसे काढावे नाहीत लागणार बापूजी!" अविनाश म्हणाला, "चंपागल्लीच्या घराचे जे तीन लाख रुपये आले आहेत, ते तसेही दोन नंबरचे पैसे आहेत. ते तिकडचे इकडे करून टाकू."

"ते पैसे दोन नंबरचे नव्हते भाई! तो तर परमेश्वराचा प्रसाद होता. तो प्रसाद ज्याचा होता, त्यालाच मी पोचता केलाय बेटा! त्यांच्या आशीर्वादानं तर आज आपण सुखी आहोत."

"म्हणजे? मला नाही कळलं!"

अविनाशला आश्चर्यच वाटलं. भूतकाळ-भविष्यकाळाचं हे असं रहस्यपूर्ण काय बोलत होते बापूजी?

"मी समजावून सांगतो तुला." व्रजमोहनदास शांतपणे म्हणाले आणि मग त्यांनी त्या तीन लाख रुपयांबद्दलची पूर्ण हकिगत त्याला सांगितली.

अविनाश ऐकत राहिला, त्याच्या मनात संमिश्र भावना होत्या. तो काही बोलला नाही, पण त्याच्या चेहऱ्यावर असंतोष आणि चीड स्पष्ट दिसत होती.

"तुला काय वाटलं ह्याबद्दल?" व्रजमोहनदासांनी विचारलं.

"एवढी मोठी रक्कम तुम्ही देऊन टाकलीत. मला तुम्ही सांगितलंही नाहीत बापूजी?" अविनाशच्या आवाजातली नापसंती स्पष्ट जाणवत होती.

"जिची ती रक्कम होती, तिला देऊन टाकण्यात आणखी कोणाला विचारायचं ते काय? त्या वृद्धेचं उरलेलं आयुष्य सुखात जाईल. तिच्या आशीर्वादानं तुम्ही दुसरे तीस लाख कमवाल."

"ते तर ठीक आहे, पण ती रक्कम तिची कशी म्हणायची? फार फार तर दहा-वीस हजार तुम्ही तिला दिले असतेत, तरीही पाचशे रुपये व्याजासकट परत दिले, असं झालं असतं."

"अविनाश!" व्रजमोहनदास म्हणाले.

"थोरल्या शेठनी मला केवळ पाचशे रुपयेच नव्हते दिले. माझं घर उभं करून दिलं होतं. ते घर, ज्यामध्ये तुझा आणि वीणाचा, दोघांचे जन्म झाले होते. थोरल्या शेठनी त्या दिवशी जर ते घर उभं करून दिलं नसतं; तर मी तर कोण जाणे, पण तुम्हीही कुठे असता, हे सांगता येत नाही! मन मोठं ठेवावं बेटा!"

अविनाशनं मग जास्त वाद घातला नाही, पण व्रजमोहनदासांना अविनाशची मनोवृत्ती आवडली नाही. तीन लाख रुपये त्या वृद्धेला दिले, हे तर ठीक. पण अविनाशला ही गोष्ट आपण सांगितलीही नाही, ही त्याची प्रतिक्रिया त्यांना खटकली. त्यांना समजलं नाही, की अविनाश असं का म्हणाला?

धंदा वगैरे सगळं आता तो स्वतंत्रपणे सांभाळतो होता हे खरं; पण खुद्द व्रजमोहनदासांकडूनही तो 'मला का सांगितलं नाही,' अशी अपेक्षा करेल, ही गोष्ट त्यांच्यासाठी अगदी अनपेक्षित होती.

व्रजमोहनदासांना आठवलं.

आणखी एकदाही असंच झालं होतं.

वीणाच्या संसाराची नाव तेव्हा जरा नीट चालत नव्हती. वीणाचे सासरे मृत्यू पावले आणि ज्या धंद्यात सगळे भाऊ एकत्र मिळून पुरेसं मिळवत होते, तो धंदाही घरचं वडील माणूस गेल्यानंतर बसला. भाऊ वेगळे झाले. वीणाच्या पतीसाठी वाईट दिवस आले होते. त्याला ह्या संकटातनं बाहेर काढायला व्रजमोहनदासांनी स्वत:च्या धंद्यात कुठेतरी जागा करून द्यायचा विचार केला. तेव्हा अविनाशनं खूप विरोध केला होता.

"बापूजी! धंद्यामध्ये बाहेरच्या एखाद्या माणसाला घुसवायचं, म्हणजे आपल्या हातानं आपल्याच पायावर कुऱ्हाड मारून घेण्यासारखं आहे."

"अविनाश? हे कोणी बाहेरचं माणूस नाही."

"आज भले तुम्हाला असं वाटत असेल, पण उद्या हे सगळं बदलू शकतं. आज तुम्ही स्वत: आहात. तुमचा अंकुश आहे. उद्या जर हे नसलं...."

"समजलो!"

व्रजमोहनदासांना वाटलं, मुलाचं म्हणणं काही अगदीच चुकीचं नाही. उद्या काय होईल आणि कुठल्या माणसाचं वागणं कसं बदलेल, हे कोण सांगू शकेल?

व्रजमोहनदासांनी तेवढ्यापुरतं अविनाशचं म्हणणं मान्य केलं. पण वीणाचा संसार सावरायला हात पुढे न करून कसं चालेल? त्यांनी खात्यातनं एक लाख रुपये उचलून, वीणाच्या नवऱ्याला एका ओळखीच्या माणसाच्या धंद्यात भागीमध्ये काम मिळवून दिलं.

ते एक लाख रुपये दिले, तेव्हाच त्यांनी अविनाशला सांगितलंही होतं, "हे

लाख रुपये हिशोबाच्या वहीत जरी कर्ज म्हणून लिहिले असले, तरी आपण ते कर्ज नाही मानायचं. ती तर वीणाला दिलेली राखीची भेटच समज बाळ! नंतर काही दिवसांनी ही रक्कम हिशोबाच्या वहीतनं जमा-उधार करून काढून टाकायची.''

''असं का म्हणून बापूजी?''

अविनाशनं नापसंती दाखवत विचारलं, ''ह्या रकमेचं व्याज एक वेळ आपण नको घ्यायला.''

''व्याज?''

व्रजमोहनदास सावरून एकदम ताठ बसले. त्यांचा आवाज तीक्ष्ण झाला. अविनाश हे काय बोलत होता? एक दीर्घ श्वास घेऊन ते म्हणाले, ''हे बघ भाई! आज आपल्याजवळ जे काही आहे, त्यात वीणाच्या भाग्याचाही भाग असेल, हे तू का विसरतोयंस? ज्या घरात वीणा वीस-बावीस वर्षं राहिली, त्या घरावर तिचा एवढा तरी हक्क असला पाहिजे ना बेटा! कोणास ठाऊक, आज वीणाचा नवरा आपल्याकडून घेणारा आहे, उद्या तो आपल्याला देणारा होईल, अशी वेळही येऊ शकते.''

व्रजमोहनदास पुढे बोलू शकले नाहीत.

अविनाशही त्यानंतर काही बोलला नाही. पण आज आता इतका काळ लोटल्यावर व्रजमोहनदासांना वाटत होतं, की अविनाशला वाढवताना आपलं काहीतरी चुकलं होतं. ही सगळी चिन्हंच अशी होती, की मुलाच्या मनाच्या समुद्रात जे भोवरे होत होते, ते त्यांच्या लक्षात यायला हवे होते. त्यांना सारखा प्रश्न पडत होता, की त्यांच्या कुठल्या वागण्यामुळे अविनाशची विचारसरणी अशी झाली होती.

चार-चार दशकांचे परिश्रम आणि चांगलं नशीब ह्यांची फलश्रुती म्हणून त्यांना जे काही मिळालं होतं, ते सगळं शेवटी अविनाशचंच तर होतं. ते पहिल्यापासूनच अविनाशकडे सगळं सोपवत चाललेच होते.

नाझ कम्पाउण्डच्या अविनाश डिस्ट्रिब्यूटर्सव्यतिरिक्त सगळे धंदे अविनाशच स्वतंत्रपणे सांभाळत होता.

त्यांच्या दोन्ही सेफ डिपॉझिट लॉकर्समध्येही त्यांनी त्यांच्या पत्नीखेरीज अविनाशचंही नाव घालून टाकलं होतं. अविनाशपासनं लपवलं पाहिजे, असं काय होतं?

हां, जे लपवण्यासारखं होतं ते तर होतंच आणि ते लपवून ठेवणं हे केवळ अविनाशच्याच कल्याणासाठी होतं. त्यांनी अविनाशच्या हिताखेरीज आणखी कशाचा कधी विचारच केला नव्हता. करूच कसा शकतील? आणि तरी अविनाशनं असं का केलं?

व्रजमोहनदासांच्या संपूर्ण अस्तित्वालाच धक्का बसला होता. मन नुसतंच दुभंगलं नव्हतं. आतून पुनःपुन्हा एक चित्कार उमटत होता.

बहात्तर वर्षांच्या आयुष्यात कधीही झाले नव्हते, इतके ते अस्वस्थ झाले होते. त्या तीव्र अस्वस्थतेनं ते घाम फुटून चिंब भिजले होते. एअरकण्डिशनर चालू होता, तरीही व्रजमोहनदास जणू गरम वाऱ्याच्या झळांनी तळमळत होते.

त्यांच्या मनात एकच प्रश्न पुन:पुन्हा उठत होता, 'अविनाश! अविनाश! असं तुला सुचलंच का? तुला वाढवण्यात, तुझ्यावर संस्कार करण्यात माझी कुठे चूक झाली?'

व्रजमोहनदासांना ह्या प्रश्नाचं उत्तर सापडत नव्हतं.

■

६

अविनाशच्या मनाचं चक्र वेगळ्याच तऱ्हेनं फिरत होतं. व्रजमोहनदास त्याचे वडील होते. ज्या समृद्धीमध्ये तो लहानाचा मोठा झाला होता आणि आज जगत होता; त्या समृद्धीचा पाया व्रजमोहनदासांच्या परिश्रमांनी घातला होता, हे त्यानं स्वत:च बघितलं होतं. तो त्याच्या वडिलांचा एकुलता एक मुलगा होता, त्यामुळे वडिलांचा वारस तो होताच, ह्यातही त्याला काही शंका नव्हती.

वडिलांचं त्याच्यावर खूप प्रेम होतं, हे अविनाशला ठाऊक नव्हतं असं नाही. ज्या दिवशी पितापुत्र ऑफिसमधनं बरोबर परत आले नसतील; व्रजमोहनदास लवकर परत आले असतील किंवा मग गेलेच नसतील; त्या दिवशी रात्री रोजच्या वेळी जर अविनाश घरी पोचला नाही, तर व्रजमोहनदास बंगल्याच्या व्हरांड्यात झोपाळ्यावर बसून मुलाची वाट बघत राहायचे. तो परत येईपर्यंत जागत राहायचे.

कधीकधी अविनाश 'रात्री त्याला घरी यायला उशीर होईल' असं सांगून गेला असला, तरी व्रजमोहनदास जागत बसलेलेच असायचे. कधीकधी जरा डोळा लागला, तरी थोड्या वेळातच जागे व्हायचे आणि भिंतीवर लटकणाऱ्या घड्याळाकडे बघून मोठ्यानं म्हणायचे, ''साडेबारा वाजले! भाई अजून नाही आला? फार उशीर केलान!''

पित्याची ही काळजी अविनाशला माहीत होती, कारण त्यानं प्रत्यक्षच हे कितीदा तरी स्वत: बघितलं होतं.

सकाळी किंवा रात्री, नाश्त्याच्या किंवा जेवणाच्या वेळी पाटावर बसल्यावर, चित्राहुती घातल्यावर जर अविनाश जवळ बसलेला दिसला नाही; तर व्रजमोहनदास न चुकता विचारायचे, "भाई जेवला?"

म्हणून अविनाशचा वडिलांच्या बोलण्यावर अविश्वास अजिबात नव्हता. त्याचं नुकसान करून वडील दुसऱ्या कोणाचा लाभ करून देतील, अशी शंकाही नव्हती; पण व्रजमोहनदासांची एक गोष्ट अविनाशला कधी समजली नव्हती. ती गोष्ट समजून घेण्याचा त्यानं जेव्हा प्रयत्न केला, तेव्हा खुद्द बापूजींनी त्याला 'रुक जाव' म्हणून थांबवलं होतं.

ए. व्रजमोहनदास ॲण्ड कंपनीचे मिल्सचे कमिशन एजन्ट्सचं काम करण्यापासनं आयात-निर्यातीची कितीतरी कामं करण्याचे व्यवसाय होते.

पेढीमध्ये वेगवेगळ्या नावांखालीही कामं व्हायची. ह्या सगळ्याच व्यवसायांमधनं व्रजमोहनदासांनी हळूहळू स्वेच्छेनं निवृत्ती घेतली होती. जरूर वाटेल तेव्हा त्या कामांमध्ये कधी अनुभवाचे चार शब्द सांगायचे किंवा मग ज्या पार्टीबरोबर जुने व्यावहारिक संबंध असतील, त्यांच्याशी थोडी धंद्याशी संबंधित चर्चा करायचे.

बस! ह्याखेरीज त्यांची नजर चहूकडे फिरत असायची, पण नफ्यातोट्याच्या बाबतीत फारसं लक्ष घालायचे नाहीत. फार फार तर वर्षातनं एक-दोनदा कंपन्यांची वार्षिक नफातोटा पत्रकं तयार करणाऱ्या चार्टर्ड अकाउन्टन्टला बोलावून अविनाशच्या उपस्थितीतच चर्चा करत असायचे आणि जरूर त्या सूचना द्यायचे. अशा तऱ्हेनं अविनाशनं सर्व धंदे पूर्णपणे हस्तगत केले होते, तो स्वतंत्र होता आणि सर्व धंद्यांमध्ये त्यानं भराभर खूप प्रगतीही केली होती.

पण नाझ कम्पाउण्डच्या ऑफिसमध्ये 'अविनाश डिस्ट्रिब्युटर्स' ह्या नावाखाली फिल्म उद्योगात व्रजमोहनदास जे काम करत होते, त्याबद्दल अविनाशला अजिबात काही माहिती नव्हती. ह्या कंपनीतही अविनाशचं नाव भागीदार म्हणून होतंच, पण त्याचं काम बघण्याच्या बाबतीतले सर्वाधिकार व्रजमोहनदासांकडेच होते. ही कंपनी हिंदी चित्रपटांचे निर्माते आणि पैशांची देवघेव करणाऱ्यांबरोबर संबंधित होती आणि तयार झालेले चित्रपट चित्रपटगृहांमध्ये प्रदर्शित करण्याचे हक्क अविनाश डिस्ट्रिब्युटर्सच्या नावे व्रजमोहनदास मिळवायचे. हे हक्क मिळवण्यासाठी अर्धाअधिक तयार झालेला चित्रपट बघून आर्थिक मदतही ते द्यायचे आणि अविनाशला ठाऊक होतं की, चित्रपट-उद्योगात त्याच्या वडिलांचं खूप नाव होतं. एवढंच नाही, तर तिथे त्यांच्या नावाला खूप मानही होता.

पैशांच्या व्यवहारात सगळ्यांत वाईट समजल्या जाणाऱ्या ह्या उद्योगातही त्यांची सचोटी इतकी होती; की इतकी वर्षं ह्या उद्योगात ते कसे काय टिकून राहिले, ह्याचंच नवल वाटावं, अशी परिस्थिती होती.

अविनाशनं ह्या चित्रपट-उद्योगाशी संबंधित कंपनीत अजिबात लुडबुड करू नये, असं व्रजमोहनदासांनी स्पष्ट सांगितलं होतं. चित्रपट-उद्योगातल्या मोठमोठ्या व्यक्तींशी व्रजमोहनदास मुलाची ओळखही क्वचितच करून द्यायचे.

एखाद्या फिल्मी पार्टीला नाइलाजानं जावं लागलं, तरीही व्रजमोहनदास एकटेच जायचे. धंद्याच्या सर्व कामांमध्ये मुलाला गुंतवून निष्णात करण्यासाठी परिश्रम करणारे व्रजमोहनदास, अविनाश डिस्ट्रिब्युटर्सच्या बाबतीत खूपच 'कंजूष' होते!

अविनाशला अर्थात हेही माहीत होतं, की गेल्या काही वर्षांपासनं बापूजींनी हा चित्रपटाचा धंदा आवरून घ्यायला सुरुवात केली होती. पूर्वी वर्षांतनं तीन-चार चित्रपटांचं वितरण व्हायचंच, त्याच्या ऐवजी आता वर्षांतनं जेमतेम एखाद्या चित्रपटाचं वितरण व्हायचं आणि गेल्या दीड-दोन वर्षांमध्ये तर एकाही नव्या चित्रपटात व्रजमोहनदासांनी अजिबात रुची दाखवली नव्हती. ह्या धंद्यातही डोळ्यांत भरेल इतकी कमाई होती; तरीही बापूजी ही कमाई काय म्हणून शांतपणे सोडून देत होते, ही गोष्ट अविनाशला समजत नव्हती.

व्रजमोहनदास स्वत: वयपरत्वे आता थकले असतील आणि म्हणून धंद्यातनं निवृत्त व्हायची त्यांची इच्छा असेल; तर मग त्या धंद्याचं सुकाणू आपल्याकडे का सोपवत नाहीत, हेही अविनाशला समजत नव्हतं. 'त्यांना जर असं वाटत असलं की, अविनाशला ह्याही धंद्यात लक्ष घालायला वेळ मिळणार नाही; तर एखादा भागीदार घेऊन, रोजचं काम त्याच्या हाती सोपवून, घरबसल्या त्यांच्या नावाच्या 'गुडविल' मुळे होणारी कमाई का मिळवू नये?'

बापूजी धंदा चालवत नव्हते, कोणाला चालवायला देतही नव्हते. एवढंच नाही, उत्तम चाललेला धंदा बंद करत होते.

आणि ह्या गोष्टीपाशी येऊन अविनाश थांबायचा. वडिलांचं काही काही वागणं त्याला अजिबात कळायचं नाही. ह्यातलं रहस्य शोधून काढायचा त्यानं जेव्हा केव्हा प्रयत्न केला होता, तेव्हा वडिलांनी त्याला तिथंच थांबवलं होतं.

त्यांचं एक नेहमीचं ठरलेलं वाक्य ते अविनाशला सांगायचे— "बस!"

"ही तर फिल्म लाइन आहे बेटा! दुसरे शंभर धंदे कर भाई, पण ह्या झगमगाटात कधीही येऊ नको. मी आलो हे खरंय आणि मला चांगलं यशही मिळालं, पण ती तर नशिबाची गोष्ट आहे. मात्र ह्या झगमगाटाच्या खाली जे किडे वळवळत असतात ना, ते बघू नयेत असे आहेत. हे तुझं काम नाही. बस! एवढ्यात काय ते आलं! मी नसेन तेव्हाही ह्या दिशेकडे नजर टाकण्याचा विचारही करू नको."

व्रजमोहनदासांनी हेच त्याला कितीदा सांगितलं होतं.

ह्याखेरीजही अविनाशला नेहमी वाटायचं की, बापूजी जरा जास्तच भोळे आहेत.

त्याला ठामपणे असं वाटायचं की, त्यांच्या भोळ्या स्वभावाचा त्यांच्या आजूबाजूचे सर्व जण फायदा म्हणजे गैरफायदा घेत होते. व्रजमोहनदासांनी गरिबी बघितली होती, प्रचंड संघर्ष केला होता; हे अविनाशला ठाऊक होतं. अशा गरिबीचा किंवा संघर्षाचा त्याला स्वत:ला काहीही अनुभव नव्हता. व्रजमोहनदासांना भेटलेल्या 'थोरल्या शेठ'सारख्या कुठल्या माणसाची तो कल्पनाही करू शकत नव्हता आणि फार फार तर दया येऊन दान म्हणून कोणी काही दिलं; तर इतक्या वर्षांनंतर मग गाठोडं भरून त्या रकमेची परतफेड करायची, ह्यात चांगुलपणा असेल. पण व्यवहारीपणा मुळीच नव्हता असं अविनाशला वाटायचं. पाचशेच नाही, पाच हजार किंवा पाच लाखांचंही दान करणं ठीक आहे, पण इतक्या वर्षांनंतर इतक्या पटींनी ती रक्कम अशी परत देणं, ही सामान्य माणसाला न समजणारी गोष्ट आहे. व्रजमोहनदासांचं हे वागणं हा जर सर्वसामान्य नियम करण्यात आला, तर... तर मग टाटा, बिर्ला ह्यांचे ट्रस्ट किंवा पेढ्या ह्यांमधनं हजारो लोकांनी आत्तापर्यंत जी काही मदत मिळवली आहे, त्यांच्या वारसदारांसाठी अतिशय गुंतागुंतीचे प्रश्न उभे होतील. फार फार तर पाचशे रुपये सव्याज परत करावेत किंवा मग त्या पाचशेच्या बदल्यात दुसऱ्या एखाद्याला त्याच्या गरजेच्या वेळी पाच हजार द्यावेत....'

पण बापूजींचं सगळं वेगळंच असायचं.

त्यातही पुन्हा वीणाच्या बाबतीत बापूजींचं वागणं अविनाशला विशेष अस्वस्थ करणारं, चीड आणणारं वाटायचं. वीणाच्या नवऱ्याला बापूजींनी लाख रुपये दिले. एवढंच नाही, तर त्या लाख रुपयांची नोंदही हिशोबाच्या वह्यांमधनं काढून टाकायला सांगितली आणि तेव्हा त्या पैशांबद्दल किंवा ते परत करण्याबद्दल वीणानं किंवा तिच्या नवऱ्यानं एका शब्दानंही काही म्हटलं नव्हतं. ह्यातनं निघणारा अर्थ उघड होता. बहीण आणि मेव्हणे ह्यांचे डावपेच चालले होते. बापूजींच्या चांगुलपणाचा गैरफायदा घ्यायला दोघंही टपून बसले होते. देव न करो; पण बापूजींच्या भोळेपणाचा, त्यांच्या भावनांचा गैरफायदा घेऊन, वीणानं त्यांच्याकडनं इस्टेटीचा अर्धा हिस्सा तिच्या नावानं लिहून घेतला, तर मग अविनाशची दोन मुलं– पूर्वी आणि प्रतीप ह्या दोघांच्या भविष्याचं काय? बापूजी तर पिकलं पान आहेत. बाची तरी आता किती वर्षं? बा ही देवमाणूस आहे.

आपण आणि रूपाही नसलो, तर पूर्वी आणि प्रतीपचं काय? पूर्वी तेरा वर्षांची झाली होती, हाडापेरानं चांगली मोठाड आहे. तीन–चार वर्षांनी लग्नाची होईल. प्रतीपच्या वेळी जग आज आहे तसं राहिलेलं नसेल! आज जी समृद्धी वाटतेय, ती प्रतीप जाणता होईपर्यंत उच्च मध्यमवर्गीय परिस्थिती वाटायला लागेल. अविनाशला आता पूर्वी आणि प्रतीपच्या भविष्यकाळाच्या जबाबदारीची आठवण ठेवायला हवी.

बापूजींबद्दल प्रेम वाटणं ही एक गोष्ट आहे, वीणाशी असलेलं नातं ही वेगळी

गोष्ट आहे. आणि... आणि... प्रतीप किंवा पूर्वीच्या आयुष्यांसाठी व्यवस्थित नियोजन करणं, हे पिता म्हणून त्याचं कर्तव्य होतं.

अविनाश स्वत:च्या ह्या कर्तव्याबद्दल जास्त जास्त जागरूक होत चालला होता; तेव्हा व्रजमोहनदासांचंही काही कर्तव्यं त्यांची मुलं– वीणा आणि अविनाश दोघांबद्दल होतंच, हे निखळ सत्य स्वत:च्या झगमगणाऱ्या सत्यापुढे त्याला दिसत नव्हतं, ते जणू झाकलं जात होतं.

ह्या सर्व मुद्दयांवर अविनाशनं बऱ्याच दिवसांपासनं विचार केला होता. रूपाशीही मनमोकळी चर्चा केली होती. उद्या उठून काहीतरी अघटित व्हायचं; त्यापूर्वीच संपूर्णपणे एकट्याची म्हणता येईल, अशी प्रॉपर्टी उभी करणं जरूर होतं. तशी एकट्याच्या मालकीची प्रॉपर्टी हे प्रतीप आणि पूर्वीचं संरक्षण. अविनाशनं त्यांना हे संरक्षण दिलं, तर त्यात चूक काय होती? काही लाख रुपये त्यानं इकडचे तिकडे हलवले, त्यात एवढं काय आभाळ कोसळलं होतं? आणि हे पैसेही त्यानं त्याच्या स्वत:च्या खात्यातनंच 'व्यवहारासाठी खर्च' म्हणून काढले होते. नाहीतरी हे पैसे त्याचेच तर होते! मग त्यात बापूजींनी वाईट का म्हणून वाटून घ्यावं?

अविनाशला वाटलं— 'बापूजी नाराज झाले आहेत हे खरंच.' हे नाराज होणं अगदीच अनपेक्षितही नव्हतं. पण बापूजींचा स्वभाव त्याला माहीत होता. त्याच्याबद्दल त्यांच्या मनात जे प्रेम आणि माया होती, त्यामुळे हा राग काही काळानं शांत होईल. कदाचित काही दिवस ही अस्वस्थता राहीलही; पण तरीही जे करायला हवं होतं, ते तर करायलाच हवं होतं. तो स्वत: होऊन काही स्वतंत्र निर्णय घेऊच शकणार नाही, असं थोडंच होतं?

अविनाशनं पेडर रोडवरच्या नव्या फ्लॅटमध्ये आवश्यक ते बदल करून घ्यायला तातडीनं सुरुवात केली. ह्या करायच्या असलेल्या फेरबदलांबद्दल दोन-तीनदा बापूजींशी चर्चा करण्याचा त्यानं प्रयत्नही केला. इंटिरियर डेकोरेटरनं ज्या सूचना दिल्या होत्या, त्यांबद्दल त्यानं व्रजमोहनदासांना विचारलंही; पण त्यांनी विशेष रुची दाखवली नाही.

ते फक्त एवढंच म्हणाले, ''तुम्हाला जसं योग्य वाटेल तसं करा बेटा! शेवटी राहायचंय तर तुम्हालाच!''

आणि तरीही फेरबदल करून घेताना प्रत्येक टप्प्यावर अविनाशनं वडिलांना सांगितलंच.

एक-दोनदा त्यानं हे फेरबदल 'स्वत: बघून जा' म्हणून त्यांना आग्रहही केला, पण तेव्हाही व्रजमोहनदासांनी तितक्याच विरक्तपणे सांगितलं, ''मला काय त्यात बघायचं असणार भाई? तुला आवडलं, सूनबाईला आवडलं आणि मुलांना आवडलं; म्हणजे मला संतोष!''

इथपर्यंत ठीक होतं, पण जेव्हा हे बदल पूर्ण झाले आणि एका संध्याकाळी पिता-पुत्र बरोबरच घरी परत चालले होते, तेव्हा अविनाशनं गाडी पेडर रोडवर त्या नव्या फ्लॅटपाशी घ्यायला सांगितली.

"बापूजी," तो म्हणाला. "चला, आपण जरा नजर टाकून येऊ या. सगळं ठीक झालंय असं वाटलं, तर येत्या पौर्णिमेला वास्तु पूजन करून टाकू या."

"मी इथे गाडीतच थांबतो भाई!"

जणू कोणा तिऱ्हाईत माणसाबद्दलच बोलणं चाललं असावं, तितक्या व्रजमोहनदास तटस्थपणे म्हणाले.

अविनाशला आश्चर्य तर वाटलंच, पण तो जरा दुखावलाही. बापूजींचा हा तटस्थपणा सहजसाधा होता, की त्यात राग होता? तो बुचकळ्यात पडला. त्यांच्या आवाजात रागाचा अंश अजिबात जाणवत तरी नव्हता; तरी पण मग थेट इथं फ्लॅटजवळ आले होते, तरी नजर टाकायलाही नकार का देत होते? अविनाशनं जास्त आग्रह केला नाही. तो वर जाऊन होतं तेवढं काम पूर्ण करून आला.

गाडी पुन्हा चालू झाली, तेव्हा तो वडिलांना म्हणाला, "सगळंच काम पूर्ण झालंय बापूजी! रंगही नव्यानं करून घेतला. आता तुम्ही मुहूर्त काढून द्या, म्हणजे वास्तू पूजन करवून घेऊ या. ही रोजची धावपळ कमी होईल."

"बस, तू आत्ताच म्हणालास तसा पौर्णिमेला मुहूर्त बघावा लागत नाही, तरी बघून घेऊ या."

आणि व्रजमोहनदासांनी खरोखरच शुक्लांना बोलावून मुहूर्तही काढून घेतला. अविनाशचं मन जरा हलकं झालं. तो वास्तुपूजेच्या पूर्ण तयारीत गुंतला.

वास्तुपूजेच्या निमंत्रणाची कार्डं छापून आली. संबंधितांना निमंत्रणं देऊनही झाली. अविनाशनं जवळचे नातेवाईक आणि थोडे जवळचे मित्र एवढ्यांनाच बोलावलं होतं. सगळ्यांसाठी जेवणाची व्यवस्था केली होती. धंद्यातल्या मित्रांचा आग्रह ड्रिंक्सपार्टीसाठी होता, पण त्यासाठी पुन्हा कधीतरी वेगळी व्यवस्था करायचं त्यानं ठरवलं होतं.

बापूजींचा राग व्यक्त होत नव्हता; पण तो राग मुळातनंच काढून टाकावा, म्हणून ह्या प्रसंगानिमित्त त्यानं वीणासाठी खास, खूप किमती दागिन्यांचा सेटही विकत घेतला होता.

सगळी तयारी झाली, तेव्हा तो व्रजमोहनदासांना म्हणाला, "बापूजी! पूजा उद्या सकाळपासनं सुरू होईल. तीन वाजता नारळ होमात पडेल. संध्याकाळी सगळ्यांना जेवायला बोलावलंय. आपण सकाळी साडेपाचला घरून निघू. आपली माणसं रात्री तिथंच झोपतील."

"बरं, ठीक आहे बेटा! जसं तुम्हाला योग्य वाटेल तसं करा."

"तुम्हाला जर इतकं लवकर सकाळी साडेपाचला आमच्याबरोबर नसेल निघायचं आणि जरा उशिरानं यायचं असेल, तर आम्ही टॅक्सी करून जाऊ आणि तुम्ही गाडी घेऊन नंतर या. नाहीतरी एका गाडीत आपण सगळी जणं मावणार नाही."

"गाडी तुम्हीच घेऊन जा बेटा!"

व्रजमोहनदास शांतपणे म्हणाले, "वीणा आणि तुझी बा नंतर जरा उशिरानं येतील."

"आणि तुम्ही?"

अविनाश इतक्या दिवसांत प्रथमच चमकला.

"बेटा! जे घर तुम्ही तुमच्या पैशांनी तुमच्यासाठी विकत घेतलं आहे, त्यात आता ह्या वयात मी पाहुणा बनून राहू शकणार नाही भाई! वाईट वाटून घेऊ नको. पण ह्या बंगल्यात तू पाहुणा नाहीस. मालक आहेस! पेडर रोडवरच्या तुझ्या फ्लॅटमध्ये मी पाहुणा होऊन जाईन. निदान आता मला तरी तसंच वाटेल, म्हणून मला आग्रह करू नको बाळ! जा, माझे आशीर्वाद आहेत, यशस्वी व्हा!"

व्रजमोहनदास एवढं सगळं एका दमात बोलून उभे राहिले. अविनाशच्या लक्षात येऊन तो काही बोलणार, त्याच्या आधीच पाठ फिरवून ते दुसऱ्या खोलीत निघून गेले. आता जास्त काही बोलणं शक्य नव्हतं.

अविनाश क्षणभर अगदी स्तंभित झाला आणि मग खाली उतरून अधीर होऊन वाट पाहणाऱ्या सर्वांबरोबर मुकाट्यानं पुढे गेला.

■

७

सुंदर सजवलेल्या, सुसज्ज फ्लॅटच्या वास्तुपूजेला व्रजमोहनदास आले नव्हते हे सर्वांना समजलं; पण ते का आले नव्हते, हे कोणाला ठाऊक नव्हतं. काहीतरी असाधारण होतं आहे, हे सगळ्यांना समजत होतं; पण काय असाधारण असेल, त्याचा पत्ता लागत नव्हता. खुद्द जयाबांनाही पतीचा हा निर्णय ठाऊक नव्हता.

वीणानं जेव्हा जयाबांना ते का आले नाहीत, म्हणून विचारलं; तेव्हा जयाबा एवढंच म्हणाल्या, “तुझ्या बापूजींच्या मनात काय असतं, ते इतक्या वर्षांनंतरही मी समजू शकले नाही पोरी! अविनाशला काही माहीत असलं तर विचारून बघू या!”

जयाबांनी नाही, पण वीणानंच भावाला विचारलं. जे सगळं काही झालं होतं, त्याला मूळ कारण वीणा होती, असंच अविनाश मानत होता.

बापूजींच्या भावना आणि चांगुलपणा ह्यांचा वीणा गैरफायदा घेईल, तर त्याला उपाय म्हणूनच तर त्यानं हा फ्लॅट घ्यायचं ठरवलं होतं. त्यामुळे जेव्हा वीणानं त्याला विचारलं, तेव्हा चिडून तो म्हणाला, “मला काय माहीत? बापूजींनाच विचारून बघ ना तू! समाधान होईल तुझ्या मनाचं!”

अविनाशच्या ह्या तुसड्या उत्तरानं वीणाला एकटीलाच नाही, तर जयाबेननाही वाटलं; की खरं वाटो अथवा न वाटो, पण वडील आणि मुलामध्ये काहीतरी बिनसलं

होतं. नाहीतरी रोजच्या घरगुती गोष्टींखेरीज फारशी इतर काही चर्चा व्रजमोहनदास पत्नीबरोबर करायचे नाहीत.

जयाबांना घरात पूर्ण स्वातंत्र्य होतं. घराच्या चार भिंतींच्या बाहेर जे काही चाललं असायचं, त्यात जयाबांना फारच कमी रुची असायची.

चंपागल्लीतल्या कबुतरवाल्या चाळीतल्या लहान घरातल्या संसारातही त्या तशाच अलिप्त असायच्या, जशा आता कांदिवलीच्या ह्या मोठ्याथोरल्या बंगल्यात होत्या. व्रजमोहनदास काय करतायत ह्यापेक्षा काय बोलतायत, ह्याचंच जयाबेनच्या दृष्टीनं महत्त्व होतं. त्यातही घरातलं काम अविनाशची पत्नी रूपा बघू लागली. त्यानंतर तर जयाबांचं जग व्रजमोहनदाससाठी हिरवंगार बाभळीचं दातण (दात घासण्यासाठी गुजराती लोक कडुलिंबाच्या किंवा बाभळीच्या हिरव्या पातळ, बारीक दांड्या वापरत असत, अजूनही खेडोपाडी वापरतात, त्याला दातण म्हणतात.) ठेवण्यापासनं ते त्यांना पिण्यासाठी सुंठ घालून उकळलेल्या पाण्याचं जग भरून ठेवणं, अशाच गोष्टींनी भरलेलं होतं.

जयाबा त्यांची इतकी काळजी घ्यायच्या की, त्याला वैतागून व्रजमोहनदास कधीकधी हसत-हसत म्हणायचेही, "वीणाच्या बा, तुम्ही माझ्यासाठी इतकं करत जाऊ नका हो! मोती आणि ते लावलेली भिंत काही एकदम एकाच वेळी पडत नाहीत! (अंगणाच्या भिंती सजवायसाठी वापरलेले मोती - मणी, भुंगळ्या इ.) ज्या दिवशी तुम्ही नसाल, त्या दिवशी मी अपंग होऊन जाईन."

व्रजमोहनदास कधीकधी असं 'वीणाच्या बा' म्हणायचे; तेव्हा रूपा आणि अविनाशलाच नव्हे, तर अविनाशची मुलं प्रतीप आणि पूर्वी ह्यांनाही खूप गंमत वाटायची. दादा (आजोबा) मोठी बांना (मोठी आई - आजी) नावानं हाक मारण्याऐवजी वीणा फोईंचं (आत्या) नाव घेऊन का हाक मारायचे, याचं त्या मुलांना खूप आश्चर्य वाटायचं. ह्याचं काहीही समाधानकारक उत्तर मम्मी-पप्पा तर नाहीच, पण दादा किंवा मोठी बाही देऊ शकायच्या नाहीत.

मोठ्या बांना हसू यायचं अन् त्या म्हणायच्या, "तुझ्या दादांनाच विचार ना!"

ह्यावर दादाही हसून म्हणायचे, "ते तर आमच्या वेळी असंच असायचं!"

पण मग व्रजमोहनदासांच्या काळजीचं उत्तर देत जयाबा त्यांना म्हणायच्या, "तुम्ही उगीचच काळजी नका करू! मीच तुमच्या आधी, सवाष्णच जाणार आहे!"

"तुम्ही स्वार्थी का बनताय आता! आयुष्यात कधीही तुम्ही मला दुःख होऊ दिलेलं नाही. आता माझ्या डोळ्यांसमोर माझ्याआधी निघून जाऊन मला दुःखी करणार आहात तुम्ही?" व्रजमोहनदास म्हणायचे.

डोक्यावर एकही काळा केस राहिला नव्हता, अशा दादा–दादींच्या ह्या रहस्यमय बोलण्याची मजा वाटून प्रतीप– पूर्वी आणि अविनाश– रूपाही कान टवकारायचे.

"का असं बोलताय?"

"नाहीतर काय मग? हात–पाय आहेत, तरी आता मला तुमच्या आधाराच्या काठीशिवाय चालता येत नाही आणि मग तुम्ही निघून गेलात, तर माझी अवदशाच होईल ना?" मग हसत-हसत म्हणायचे, "पूर्वीच्या काळी पतिव्रता स्त्री पतीच्या मृत्यूनंतर सती जायची. आताच्या दिवसात पतिव्रता स्त्री तिलाच म्हटलं पाहिजे, जी नवऱ्याचा आधी निरोप घेईल. सती तर आता कोणी जात नाही, पण जर पत्नी आधी गेली आणि माझ्यासारखा स्वत:ची कामं स्वत:च करण्याच्या बाबतीत 'ढ' असलेला पती मागे राहिला; तर दु:खच दु:ख त्याच्या वाट्याला येईल. बिचारी रूपा तरी किती लक्ष ठेवू शकेल?" आणि मग व्रजमोहनदास मोठ्यानं हसायचे.

"ते तर जसं श्रीनाथजीच्या (श्रीकृष्णाच्या) मनात असेल तसं होईल, पण आता माझ्या आयुष्यात आणखी करण्यासारखं काम तरी काय उरलंय? माझं असं जे काही आता आहे; ते हे घर, ही मुलं आणि तुम्हीच आहात."

पण व्रजमोहनदास मनातनं समजून होते... जेव्हा जयाबा नसतील, तेव्हाही त्यांचा धंदा आणि त्यांचं घराबाहेरचं जग त्यांना श्वास घेण्यासाठी वेळोवेळी प्राणवायू पुरवत राहील; पण जर ते नसतील आणि जयाबा एकट्या राहतील, तर त्या जितेपणीच मृतवत होतील. कारण आताशा कितीतरी वर्षांपासनं त्यांच्या आयुष्यात पतीला हवं–नको बघणं, त्यांना सांभाळणं ह्याव्यतिरिक्त दुसरं काही राहिलंच नव्हतं. त्यांना तर वाटायचंही, की ते स्वत: गेल्यानंतर वीणाची बा फार फार तर सहा महिने काढेल.

पतीच्या कुठल्याही गोष्टीत कधीही चौकशा न करणाऱ्या जयाबांनाही आज मात्र वाटत होतं की; नव्या फ्लॅटच्या वास्तुपूजेसारख्या शुभकार्यासाठी व्रजमोहनदासांनी येऊ नये, ह्यामागे जरूर काहीतरी खास कारण असलं पाहिजे.

पती सांगेल ते ऐकायचं अशी सवय झालेल्या आणि तेच आपलं कर्तव्य असं मनानं स्वीकारलेल्या जयाबांनी जेव्हा वीणाला अविनाशनं दिलेलं तुसडं उत्तर ऐकलं, तेव्हा त्यांना काळजी वाटली. स्वत:च्या स्वभावाच्या विरुद्ध जाऊन त्यांनी ह्या वेळी असं ठरवलं, की नवऱ्याला ह्याबद्दल विचारायचंच.

आणि नंतर एकदा संधी मिळाली, तेव्हा त्यांनी विचारलंही.

"तुम्हाला कधीही काहीही विचारून मी त्रास दिला नाहीये......"

"का असं बोलताय वीणाच्या बा? तुम्हाला जे विचारायचं असेल, ते जरूर विचारा."

"नव्या फ्लॅटच्या वास्तुपूजनाला तुम्ही आला नाही. वीणानं अविनाशला विचारलं, तर त्यानंही तुटकपणानं उत्तर दिलं....."

"हं!" व्रजमोहनदासांनी खोल सुस्कारा टाकला.

"का? काही बोलला नाहीत?"

"वीणाच्या बा!"

स्वत:शीच बोलावं तसे व्रजमोहनदासांनी ओठ हलवले, "श्रीनाथजीबाबांनी तर आपल्याला ओंजळींनी भरभरून दिलंय. पण आपली ओंजळच गळकी असणार!"

"का असं म्हणताय? परमेश्वरानं इतकं सुख दिलंय– मुलं, नातवंडं, धंदापाणी... धडधाकट तब्येती... आणखी काय हवंय?"

"सगळं ताट भरून जेवण असलं अन् कशात तरी मीठ कमी-जास्त पडलं असलं, तर ती चूक जेवणाऱ्याची नसते. स्वयंपाक करणाऱ्यानं स्वत:लाच विचारलं पाहिजे, की ही चूक का झाली?"

"तुमचं बोलणं मला समजत नाहीये."

"जे समजत नसेल, ते नव्यानं समजून घेण्याचा प्रयत्न करण्याएवढं आता आपलं वय राहिलं नाहीये वीणाच्या बा!" व्रजमोहनदास म्हणाले, "आता तर जे समजलं आहे, तेही विसरून जाण्यात शहाणपण आहे."

"तुम्ही आजपर्यंत जेवढं सांगितलयंत, तेवढंच मी ऐकून घेतलंय. तुम्ही मला जे नसेल सांगितलं, ते मला सांगण्यासारखं नसणारच, असा मी पूर्ण विश्वास ठेवला आहे. पण आज विचारल्याशिवाय राहवत नाही......"

जयाबांचा गळा जरा दाटून आला.

"एकुलत्या एका मुलाला तुम्ही एवढी मोठी शिक्षा का दिली?"

व्रजमोहनांनी क्षणभर डोळे मिटले. दुसऱ्या क्षणी त्यांचे ओठ जरा हलले. डोळे उघडून ते हळू आवाजात म्हणाले, "मी अविनाशला नाही, मला स्वत:ला शिक्षा केली आहे, वीणाच्या बा! माझ्या न येण्यानं मुलाला जे दु:ख झालं असेल, त्याहून किती जास्त दु:ख मला झालं असेल, ह्याची कल्पना कदाचित त्याला येणार नाही; पण तुम्हालाही येणार नाही, हे कसं शक्य आहे?"

"मला तुमचं दु:ख समजतंय. म्हणूनच विचारतेय की, एवढ्या मोठ्या दु:खाचं ओझं एकट्यानं का उचलून हिंडताय?"

"विसरलात वीणाच्या बा?" व्रजमोहनदास म्हणाले, "त्या दिवशी सप्तपदीचे फेरे घेताना मी तुम्हाला वचन दिलं होतं. तुम्हाला मी सुखी करेन."

आणि मग ओठ घट्ट दाबून त्यांनी नजर फिरवली. मनात जणू कळ उठली असावी तसे ते थरथरले, ओठ कापले.

"श्रीनाथजीबाबांचा गुन्हेगार तर आहेच, पण आता आणखी गुन्हे नाही करायचे. तुम्हाला दु:खी नाही करणार. अविनाशला आणि वीणाला, दोघांनाही माझ्या कुवतीप्रमाणे शिकवलं, लग्नं करून दिली, धंदापाण्याला लावलं... माझी समजशक्ती कुठे कमी पडली असेल आणि अजाणता का होईना, त्यांच्यावर अन्याय झाला असेल, तर

देवानं मला माफ करावं. पण मी मनापासनं काही केलं नाही, असं मात्र कधीही झालेलं नाही.''

''पण मी त्याबद्दल कधी नाही म्हटलंयऽ? तुम्ही हे सगळं कशाला आठवत बसलाय?'' जयाबा गोंधळल्या होत्या.

''आणि तरी मी नापास का झालो, हेच मला समजत नाहीये. मी मला स्वत:ला शिक्षा करतोय. माझ्या निष्फळतेची शिक्षा! ह्यात चूक अविनाशची नाही, चूक माझीच आहे, की त्याला वाढवण्यात मी कुठेतरी चुकलो; नाहीतर त्याच्या मनात असा विचार येईलच कसा?'' व्रजमोहनदासांचा कंठ रुद्ध झाला.

''दैवाच्या आधीन असतं देणं-घेणं वीणाच्या बा! बस! मला जास्त काही विचारू नका. श्रीनाथजी बाबा सर्वांचं कल्याण करेल.''

आयुष्यभराच्या सवयीप्रमाणे जयाबांनी मग पतीला आणखी प्रश्न विचारले नाहीत, त्या गप्प झाल्या.

जी गोष्ट जयाबांना माहीत नव्हती, ती गोष्ट रूपाला मात्र माहीत होती. अविनाशनं पेडर रोडवर घेतलेल्या फ्लॅटमागच्या कारणांपासनं ती अनभिज्ञ नव्हती. व्रजमोहनदास नाराज होतील ह्याची कल्पना तर तिलाही होती, पण ही नाराजी अशा तऱ्हेनं व्यक्त होईल; याची मात्र तिलाही कल्पना नव्हती.

सासऱ्यांचा सरळ स्वभाव आणि घरातल्या जवळजवळ सर्वच लहान मोठ्या गोष्टींची क्वचितच पंचाईत करण्याच्या त्यांच्या सवयीमुळे तिलाही वाटलं होतं की; त्यांनी नाराजी दाखवली, तरी थोडी नापसंती दाखवून मग त्यांचा राग जाईल. तेवढ्या नापसंतीचा धोका पत्करायला काही हरकत नव्हती. पण व्रजमोहनदास ही गोष्ट इतकी मनाला लावून घेतील, अशी तिला मुळीच कल्पना नव्हती.

आजपर्यंत घरात असं काहीच घडलं नव्हतं, ज्यामुळे रूपाच्या मनात सासऱ्यांचं वागणं खुपत राहिलं होतं. सासऱ्यांबद्दल तिच्या मनातही आदरच होता. पण असा आदर असणं ही एक 'भावना' आहे आणि पेडर रोडवरचा लाखो रुपयांचा फ्लॅट हे एक 'वास्तव' होतं, हे रूपाला समजत होतं आणि भावना कुठे बोट ठेवून दाखवता येत नाही, पण तो फ्लॅट तर....

रूपानं स्वत:ला समजावलं, 'भावनेला काही खरेदी किंवा विक्री किंमत नसते. जमा-उधारीच्या हिशोबात भावनेचं नावही नसतं आणि सगळ्यांत विशेष गोष्ट तर ही आहे, की ती कुठल्याही मृत्युपत्रात लिहून वारसांना देताही येत नाही, पण हा फ्लॅट तर....'

आणि अशा तऱ्हेनं रूपानं नव्या फ्लॅटमध्ये राहायला गेल्यानंतर मनाचं समाधान करून घेतलं होतं. पण तिच्या मनात एकदा सासऱ्यांशी मनमोकळेपणानं बोलून त्यांचं मन वळवायची इच्छा होतीच.

'काही असलं तरी मामंजी मोठ्या मनाचे आहेत. एकदा ती स्वत: जाऊन त्यांचं मन वळवेल, जरूर वाटली तर पदरही पसरेल; मग त्यांचा राग पूर्णपणे गेला नाही तरी सध्या इतकं उग्र स्वरूप तरी राहणार नाही. अगदी फार काही नाही तरी व्रजमोहनदास ह्या नव्या फ्लॅटवर जायला यायला लागतील, कायम राहण्यासाठी भले न येवोत; पण एकदा जर यायला-जायला लागले तर मुलांबद्दलची माया आणि पेडर रोडवर राहण्यामुळं जाणं येणं किती सोपं होतं, हा अनुभव एक दिवस त्यांना इकडे आणल्याशिवाय राहणार नाही.' असा तिला विश्वास होता.

ह्या विश्वासानं प्रेरित होऊनच एक दिवस ती कांदिवलीला गेली आणि फुरसतीची वेळ बघून नम्रपणानं मामंजींना म्हणाली, "बापूजी! नव्या घरी तुम्ही राहायला येण्यापेक्षा मोठं सद्‌भाग्य काहीच नसेल. पण एकदा येऊन आशीर्वादही दिला नाहीत, त्याचं आम्हाला किती दु:ख होतं."

"आशीर्वादाचं सुख तर तुमच्याबरोबर नेहमीच आहे बेटा!" व्रजमोहनदास म्हणाले, "आणि आशीर्वाद तुम्हाला नाही, तर कोणाला देणार?"

"तर मग नव्या घरी एखादी चक्करही टाकली नाहीत ते का?" रूपाच्या मनात आशा निर्माण झाली.

"ह्या बंगल्यातच जीव आता इतका अडकलेला आहे, की नव्या मायेत आणखी जीव गुंतवू नये हेच बरं. अखेर सगळी माया सोडायचीच असते." व्रजमोहनदास गोल गोल बोलले.

"नाही बापूजी! लग्न होऊन ह्या घरात येऊन मलाही खूप वर्षं झालीयंत. तुमचा कुठल्याही मायेत जीव अडकणार नाही, एवढं तर मला ठाऊकच आहे. हा फ्लॅट माझ्या नावावर घेतला, ह्याचं दु:ख तुमच्या मनात असलं...."

"बस करा सूनबाई!" व्रजमोहनदास डोळे बंद करून हात वर करून म्हणाले, "ह्या गोष्टीबद्दल कधी बोलू नका. आज फ्लॅट तुमच्या नावावर आहे, उद्या हा बंगलाही तुमचाच होणार आहे ना बेटा? आणि 'नाव कोणाचं' ही गोष्ट अगदी मामुली आहे...."

"मग काय बापूजी?"

"खरं सांगू बेटा?" व्रजमोहनदास म्हणाले, "वाईट वाटून घेऊ नका, पण वयाच्या चौदाव्या वर्षी पोट भरायला मुंबईला आलो, तेव्हा सुरुवातीची थोडी वर्षं ह्याच गावात एका चाळीच्या व्हरांड्यात झोपायचो, तेव्हा मी दुसऱ्याच्या घरी राहत होतो. परक्याच्या घरी कितीही चांगली व्यवस्था असली तरीही आपण वेगळे पडतो, मनानं दुरावा राहतो; ह्याचा मला अनुभव आहे. त्यानंतर चंपागल्लीच्या घरापासनं आजपर्यंत मी स्वत:च्या मालकीच्या घरातच राहिलो आहे."

"पेडर रोडचं घर हे तुमचं घर नाही बापूजी?" सूनबाईंनी मामंजींना तीक्ष्ण प्रश्न विचारला.

"आहेही आणि नाहीही!" व्रजमोहनदास उत्तरले, "दुसऱ्याच्या घरात राहण्यानं येणाऱ्या मर्यादा मी जाणून आहे, स्वतःच्या मालकीच्या घरात राहण्याचा आनंदही मी जाणतो. आता जर पेडर रोडवर आलो, तर हे घर स्वतःचं आहे की परक्याचं, ही द्विधा मनःस्थिती माझं मन कुरतडत राहील. स्वतःचं मानलं तर परकं वाटेल आणि परकं मानलं तर स्वतःचं वाटेल."

"आम्ही परके आहोत बापूजी?"

"नाही, तुम्ही तर माझ्या शरीराचाच विस्तार आहात बेटा! पण ह्या विस्तारानं मूळ पिंडाला परकं मानलं, ही गोष्ट पिंड कसा विसरू शकेल? उलट हे आणखी बिघडत जाण्यापासनं टाळण्यासाठी मी दृष्टीआड राहणं हाच उपाय आहे."

"बापूजी! तुम्ही फार जास्त विचार करताय. आमच्यावर अन्याय करताय."

"मी फार जास्त विचार करत असलो, तर ती माझ्या पिंडाचीच उपाधी झाली. तुमचं म्हणणं कदाचित खरं असेल, तर ती माझ्या पिंडाची मर्यादा म्हटली पाहिजे. आणि तीही काही आजकालची थोडीच आहे? आता तर ह्या मर्यादेसकटच आयुष्य पुरं होणार. दुसरी गोष्ट तुमच्यावर अन्याय करण्याची! पोरी, न्याय-अन्यायाचीच गोष्ट निघाली आहे, तर आज एक गोष्ट सांगतो... आयुष्यात माझ्या हातनं कोणावर अन्याय झाला असेल, तर तो तुमच्या सासूवर झाला आहे. बस! त्याखेरीज मी कधीतरी माझ्यावर स्वतःवर अन्याय केलाय, एवढं समजून घ्या बेटा! जा, वाईट वाटून घेऊ नका. मुलांना घेऊन शनिवार-रविवारी इथं येत जा. मला आवडेल."

व्रजमोहनदास चर्चा बंद व्हावी, अशा तऱ्हेने उठून उभे राहिले आणि खिडकीबाहेर बघू लागले.

थोडा वेळ रूपा बसून राहिली. तिचे डोळे भरून आले होते. सासऱ्यांच्या मनाची व्यथा तिच्या मनाला स्पर्शून गेली. तिचे मामंजी वळून काहीतरी बोलतील, म्हणून तिनं वाट बघितली; पण व्रजमोहनदासांनी चेहरा वळवला नाही. रूपाला वाटलं की, मामंजीही कदाचित डोळे पुसत असावेत.

ती हळूच उठून बाहेर निघून गेली.

■

८

अविनाश त्याच्या केबिनमध्ये बसून अधीरतेनं टेबलावरच्या घड्याळाकडे बघत होता. व्रजमोहनदासांची येण्याची वेळ तर केव्हाच होऊन गेली होती, पण ते अजून आले नव्हते.

नाझ कम्पाउण्डमधल्या अविनाश डिस्ट्रिब्यूटर्सच्या ऑफिसमधनं निघून व्रजमोहनदास रोज साडेचारच्या सुमाराला धोबीतलावावरच्या ए. व्रजमोहनदास अँण्ड कंपनीच्या ऑफिसमध्ये यायचे. हा क्रम जवळजवळ रोजचा, न चुकणारा होता.

आज अविनाश चार वाजल्यापासनं वडिलांची वाट पाहत होता. त्यानं जी बातमी ऐकली होती, त्यामुळे तो अस्वस्थ होऊन गेला होता.

व्रजमोहनदास कुटुंबप्रमुख होते. त्यांनी स्वत: मिळवलेल्या मिळकतीचं काहीही करायला ते स्वतंत्र होते हे खरं; पण अविनाश डिस्ट्रिब्यूटर्सचा धंदा आणि ऑफिसची जागाही विकून तो धंदा ते पूर्णपणे बंद करत होतं, ही बातमी त्यानं जेव्हापासनं ऐकली होती, तेव्हापासनं त्याचं मन बेचैन होऊन गेलं होतं. त्याच्या कानावरही न घालता बापूजींनी एवढा मोठा निर्णय घेऊन टाकणं ह्या गोष्टीचा त्याला रागही आला होता.

बापूजी चित्रपट उद्योगातला हा धंदा कमी करत होते आणि आता तर कित्येक वर्षांच्या सवयीनं ऑफिसमध्ये जायचे एवढंच; त्याखेरीज नव्या कुठल्या योजनांमध्ये

पडत नव्हते, हेही अविनाशला ठाऊक होतं.

भरपूर कमाईचा धंदा होता, तरी व्रजमोहनदास त्या धंद्याच्या बाबतीत विरक्त होत चालले होते. आपल्या पायानं चालत येत असलेल्या लक्ष्मीकडे पाठ फिरवत होते, आणि हे वागणं अविनाशला समजत नव्हतं.

ए. व्रजमोहनदास ॲण्ड कंपनीच्या सर्व धंद्यांचा पूर्ण ताबा त्याच्या हातात देणाऱ्या त्याच्या वडिलांनी, नाझ कम्पाउण्डच्या ह्या चित्रपट-वितरण धंद्याच्या ऑफिसपासनं त्याला तर पार दूरच ठेवलं होतं.

आजसुद्धा अविनाश वडिलांना त्यांच्या ह्या वागण्याविषयी काहीही विचारणार नव्हताच, पण सांगणारा माणूस खात्रीचा होता आणि त्यानं अगदी विश्वासपूर्वक बातमी आणली होती, की त्यांनी अविनाश डिस्ट्रिब्यूटर्सचा धंदा आणि ऑफिस दोन्ही विकून टाकायचं नक्की केलं होतं.

अविनाश आज व्रजमोहनदासांना ह्या अफवेविषयी विचारून माहीत करून घेणार होता. जर बापूजींनी असं नक्की केलं असलं, तर अविनाशच्या मते हा विचार फायद्याचा नसून तोट्याचा होता. हा तोटा शेवटी अविनाशचाच होता. व्रजमोहनदास त्यांच्या मुलाचं— अविनाशचं एवढं मोठं नुकसान होईल, असं कशासाठी करतील?

'पाच-दहा वर्षांनी धोबीतलावचं हे ऑफिसही अपुरं, लहान वाटेल. प्रतीपही तेव्हा मोठा झालेला असेल. त्याला एखादं स्वतंत्र ऑफिस काढून देण्यासाठी नाझ कम्पाउण्डची ती जागा तेव्हा खूप उपयोगी पडेल अशी आहे, ती कशाला विकून टाकायची?'

'व्रजमोहनदासांना धंदा नसेल करायचा तर नको करू दे. त्यांना आता काम करण्याची जरूर तरी काय आहे? पण म्हणून काय ऑफिस आणि धंदा दोन्ही बंद करायचं? आता ते विकून जे पैसे मिळतील त्यांची जरूर तरी काय आहे? जरूर नसताना आलेले हे पैसे उगीचच इकडे तिकडे वापरले जातील....'

आणि हे इकडे तिकडे वापरलं जाणं म्हणजे काय, हे अविनाशच्या मनात फार स्पष्ट नसलं, तरी ती अस्पष्ट जाणीव त्याचं मन अस्वस्थ करत होती.

प्रतीप आणि पूर्वीच्या बाबतीत एक पिता म्हणून आता जबाबदारी पार पाडायची होती. काळ फार भराभर बदलत होता. त्याचे वडील आता भूतकाळ होते.

भूतकाळात काही उभं करणं त्या मानानं सोपं होतं, पण आजच्या जगात उद्याच्या भविष्यकाळाची कल्पना करणंही अवघड होतं. वडिलांनी त्यांची जबाबदारी पूर्ण केली होती, आता त्याला नव्या जबाबदाऱ्या पार पाडायच्या होत्या. वडिलांच्या पेक्षा जास्त अवघड जबाबदाऱ्या पुऱ्या करायच्या होत्या. त्यासाठी लागणाऱ्या खर्चाचा अंदाज त्यानं जर आत्तापासनं केला नाही, तर?

पण व्रजमोहनदास अजून आले नव्हते.

घड्याळाचा काटा पाचवर पोचला होता.

ऑफिस सुटायची वेळ झाली होती.

व्रजमोहनदास येणार नसतील, तर टेलिफोनवर निरोप द्यायचे. आज फोनही वाजला नव्हता.

शेवटी अविनाशनंच नाझ कम्पाउण्डला फोन केला. बराच वेळ फोन वाजत राहिला. तो काळजीत पडला. 'बापूजी जागेवर असले, तर फोन इतका वेळ वाजत राहत नाही.' जरा वेळानं रिसीव्हर उचलला गेला. अविनाश समजून गेला. हा वॉचमनचा आवाज होता.

''बापूजी नही आये है?'' अविनाशनं विचारलं.

''जी आये थे, लेकिन दोपहरके बाद चले गये.''

''गाडी पडी है?'' अविनाशनं विचारलं.

''जी नही, गाडीको तो बडे सेठने कांदिवली ड्रायव्हरके साथ भेज दिया है, शेठ खुद अकेलेही गये है.''

वॉचमननं दिलेली माहिती अविनाशसाठी आणखी प्रश्न उभे करणारी होती.

तो बुचकळ्यात पडला. कधीतरी व्रजमोहनदासांना एखाद्या चित्रपटाच्या समारंभाला किंवा कोणाला भेटायला जायचं असलं, तर रात्री घरी परत यायला उशीर व्हायचा.

असे प्रसंग आता अलीकडे खूपच कमी झाले होते, पण प्रत्येक वेळी व्रजमोहनदास ड्रायव्हरला गाडी घेऊन घरी पाठवून द्यायचे आणि उशिरानं ते कोणाच्या तरी गाडीतनं किंवा मग टॅक्सीतनं परत यायचे. वर म्हणायचेही, ''त्या ड्रायव्हरलाही मुलं-बाळं आहेत. सकाळपासनं आपल्याबरोबर असतो. आपण उशीर केला; तर तो घरी पोचेल तेव्हा त्याची मुलं झोपलेली असणार. त्यालासुद्धा आपल्या मुलाबाळांबरोबर जरा तासभर घालवावासा वाटणार ना भाई! त्याला घरी जाऊ द्या. मी टॅक्सीनं येईन.''

व्रजमोहनदासांच्या ह्या असल्या वागण्यानंच अविनाश वैतागायचा.

'बापूजी नव्या जमान्यातला माणूस नाहीत. सगळेच बापूजींचा गैरफायदा घेतात. बापूजी स्वत:च त्यांना असा गैरफायदा घेऊ देतात. झाला उशीर ड्रायव्हरला तर काय मोठं? नोकरीमध्ये कधीतरी उशीर होणारच! पगार देतो आपण त्याला दर महिन्याला. उशीर झाला, तर फार फार तर दहा-वीस रुपये जेवून घ्यायला द्यावेत; पण असं काय त्याला आराम करायला घरी पाठवून देऊन, स्वत: भाड्याच्या टॅक्सीतनं धक्के खात यायचं.?'

अविनाशनं कांदिवलीला फोन केला. गाडी घरी ठेवून ड्रायव्हर निघून गेला होता. आता व्रजमोहनदासांशी संपर्क साधणं शक्य नव्हतं. फार फार तर रात्री उशिरानं परत कांदिवलीला फोन करून विचारता येणार होतं.

ड्रायव्हरबरोबर गाडी कांदिवलीला पाठवल्यावर लगेचच व्रजमोहनदासांनी प्रायव्हेट

टॅक्सी मागवली. टॅक्सी येईपर्यंतच्या वेळात त्यांनी फाइलवरनं पुन्हा एकदा काळजीपूर्वक नजर फिरवली.

'सगळं काही बरोबर आहे', असं वाटत होतं. आज एकादशी होती. सकाळपासनं त्यांनी काही खाल्लं नव्हतं. भिंतीवर टांगलेल्या श्रीनाथजीच्या तसबिरीकडे बघून त्यांनी क्षणभर डोळे मिटले. तसबिरीला ताज्या फुलांचा हार घातलेला होता, त्याचा सुवास दरवळत होता.

व्रजमोहनदास उठले. प्रसादाचं ताट समोर ठेवावं, तशी ती फाइल तसबिरीसमोर धरून मग त्यांनी ती डोळ्यांना लावली. तसबिरीवरच्या हारातलं एक तुळशीचं पान काढून घेऊन ते फाइलमध्ये ठेवलं. मग काळजीपूर्वक फाइल चामड्याच्या ब्रीफकेसमध्ये ठेवली. ऑफिसच्या चार भिंतींच्या मधे उभं राहून एकदा सगळीकडे बघितलं आणि मग बाहेर पडले.

''नवी मुंबई– वाशीला घ्या भाई!'' एअरकन्डिशन्ड टॅक्सीच्या मागच्या सीटवर शरीर झोकून देत व्रजमोहनदासांनी ड्रायव्हरला सूचना दिली.

थोड्याच वेळात मुंबईच्या प्रचंड वाहतूक असलेल्या गर्दीच्या रस्त्यांवरनं पुढे जात, तुलनेनं शांत अशा दादर-पनवेल रस्त्यावरनं टॅक्सी वेगानं धावू लागली.

व्रजमोहनदासांच्या चेहऱ्यावर विचारांच्या वादळानंतरची, निश्चित निर्णय घेतल्यानंतरची शांती होती. ती शांती त्यांना एक प्रकारच्या मुक्तीचं समाधान देत होती.

कुठल्या तरी ऋणातनं मुक्त झाल्यासारखं त्यांना वाटत होतं. चेहऱ्यावरचा रोजच्या कामाचा किंवा इतर गोष्टींचा ताणही जणू गळून पडला होता. चेहऱ्यावर तणावरहित मोकळेपणाचा भाव होता. अजून पुरता विकास न झालेल्या वाशीच्या विस्ताराकडे, टेकड्या खोदून काढलेल्या रस्त्यावरनं टॅक्सी चालली होती.

नवी मुंबई हे नाव ह्या विस्ताराला दिलं तर गेलं होतं, आणि उद्याच्या प्रगतीची चिन्हं पण दिसत होती; पण अजून वस्ती किंवा उद्योगधंद्यांना वेगाचं आणि दिमाखदार रूप आलं नव्हतं.

रुंद आणि स्वच्छ रस्त्यांच्या दोन्ही बाजूंना थोड्या थोड्या अंतरावर नवी कोरी घरं उभी होती आणि ज्या इमारती उभ्या झाल्या होत्या, त्यांच्याहून कितीतरी पटींनी जास्त संख्येनं अजून अर्धवट बांधून झालेल्या स्थितीत इमारती चारी बाजूला पसरल्या होत्या.

मुंबईचे रस्ते माणसांच्या संख्येच्या मानानं लहान वाटायचे आणि नव्या मुंबईचे रस्ते जणू अजून त्यांच्यावर पावलं उमटवत जातील, अशा माणसांची वाट पाहत होते. रस्ते आणि चौक नवजात बालकासारखे नाव नक्की ठरण्याआधी बबली, पिंटू म्हटलं जातं; तसे नुसते 'सेक्टर'च होते. ह्या सेक्टरच्या पाट्याही अजून सगळीकडे लागल्या नव्हत्या.

लेफ्ट-राइट, राइट-लेफ्ट करत टॅक्सी एका शांत विस्तारातल्या तीन मजली उंच इमारतीपाशी थांबली. ह्या इमारतीजवळ बांधल्या गेलेल्या जास्त उंच आणि नव्या इमारतींच्या तुलनेत इमारत लहान आणि जुनीही दिसत होती. जरा दूर असलेल्या दोन–तीन दुकानांजवळ उभ्या असलेल्या काही माणसांचं लक्ष टॅक्सीकडे गेलं.

थोड्या अंतरावर काही गाड्या आणि स्कूटर्सही पार्क केलेल्या होत्या. वस्ती अजून तुरळक होती. बांधकामाचं सामान भरलेले ट्रक्स मधूनमधून धुळीचे आणि धुराचे लोट उडवत जात होते.

व्रजमोहनदास गाडीतनं उतरले. अंग अवघडून गेलं होतं, म्हणून त्यांनी हातपाय ताणले. मग सांभाळून ब्रीफकेस हातात घेतली.

''कितना टाइम लगेगा शेठ?'' ड्रायव्हरनं विचारलं.

उचललेलं पाऊल जरा थांबवून व्रजमोहनदासांनी वर पहिल्या मजल्याकडे पाहिलं. मग ड्रायव्हरकडे वळून म्हणाले, ''करीब दो-एक घंटे तो लग ही जाएंगे'', आणि मग खिशातनं वीस रुपयांची नोट काढून ड्रायव्हरसमोर करत म्हणाले, ''तुम यही कही होटलमें चाय-नाष्टा कर लेना.''

ड्रायव्हरच्या उत्तराची वाट न बघता त्यांनी पाठ फिरवली.

पहिल्या मजल्यावर येऊन व्रजमोहनदासांनी कॉलबेलचं बटण दाबलं. दरवाजा कलात्मक आणि चकचकीत पॉलिश केलेला होता, पण त्यावर नावाची पाटी नव्हती.

बंद दरवाजाच्या मधोमध असलेल्या लहानशा जाळीमागे थोडी हालचाल जाणवली, एका डोळ्यानं त्यातनं बाहेर बघितलं आणि मग दरवाजा उघडला. दरवाजात विशेष अलंकार वगैरे न घातलेली, पण स्वच्छ आणि साधे कपडे घातलेली सुमारे पन्नास वर्षांची प्रौढ स्त्री उभी होती.

''अरे! शेठजी, तुम्ही?''

त्या स्त्रीनं आश्चर्यानं विचारलं. तिच्या आवाजात आणि चेहऱ्यावर स्वागत आणि आनंद ओसंडून वाहत होता.

''असे अचानक कसे काय?''

''बस, असंच! आज वाटलं, खूप दिवसांपासनं भेटलो नाही.'' जरासं हसून व्रजमोहनदास म्हणाले.

''या! या! बाईसाहेबांना मी जाऊन सांगते. तुम्ही बसा.''

व्रजमोहनदास आत आले, तसा त्या स्त्रीनं दरवाजा लगेच बंद केला. खोली बऱ्यापैकी मोठी होती. फर्निचरही व्यवस्थित लावलेलं होतं आणि डोळ्यांना शांत वाटेल, अशी रचना होती.

जमिनीवर पसरलेल्या गालिचावर पाय ठेवत व्रजमोहनदास म्हणाले, ''सविता;

बाईसाहेब पूजापाठ वगैरे करत असतील तर ते संपवूनच येऊ दे, घाई करायची जरूर नाही. मी सवड काढूनच आलोय.''

"फार चांगलं केलंत शेठ!'' सविता म्हणाली. "बाईसाहेब हल्ली हल्ली तर क्वचितच बाहेर जातात. फार फार तर मागच्या गच्चीत बसून आकाशाकडे बघत राहतात, तुमची आठवण काढतात. बरं झालं, तुम्ही आलात. मी जाऊन सांगते.''

व्रजमोहनदास सोफ्यावर बसले. सविता पाण्याचा ग्लास घेऊन परत आली. व्रजमोहनदासांनी थंड पाण्याचा ग्लास उचलून जरा गालाला लावला. थंड स्पर्श छान वाटला. हळूहळू ते पाणी पिऊ लागले.

"कंचनीबाईंची तब्येत तर चांगली आहे ना सविता?'' व्रजमोहनदासांनी विचारलं.

"एकंदर बरी आहे शेठ! डॉक्टरांनी रोज दोन-तीन किलोमीटर चालायला सांगितलं आहे. पण बाईसाहेबांना घराच्या बाहेर पडायलाच आवडत नाही. फारच सांगितलं तर गच्चीतल्या गच्चीत थोडं फिरतात. कधीतरी टीव्ही बघतात, तेव्हा जास्त करून जुनी गाणी ऐकतात.''

सवितानं सविस्तर माहिती दिली.

"हं... आता इथंसुद्धा वस्ती वाढत चाललीय. वरच्या मजल्यावर तर वस्ती आहे ना?''

"हो, दोन्ही मजले भरलेले आहेत. पण तुम्हाला तर माहीत आहे, कोणाशी बोलण्याचालण्याइतकाही संबंध नाही. बाईसाहेबांना आवडतच नाही.''

"तुझ्या बाईसाहेब तर जिभेपेक्षा डोळ्यांचा आणि कानांचा जास्त उपयोग करतात.''

व्रजमोहनदास हसले.

"जा, सांग.''

सविता आत गेली.

भिंतीवर कंचनीबाईंची मोठी तसबीर टांगलेली होती. व्रजमोहनदास त्या फोटोकडे बघत राहिले. त्या फोटोलाही आज पंचवीस वर्षं झाली असतील. काळ कसा फुलपाखरासारखा पंखांची फडफड करत उडून जातो!

व्रजमोहनदास विचार करत होत– 'कंचनीबाई कामिनीच्या रूपानं आली न आली, तेवढ्यात कंचनीबाई होऊन गेली! कामिनी म्हणून जगणं जर तिनं पसंत केलं असतं, तर आज....? आज ही कामिनी इथं एकाकी गूढ आयुष्य जगत नसती. अल्टामाउंट रोड, ब्रीचकॅन्डी किंवा महालक्ष्मीसारख्या कुठल्या तरी विस्तारात ती अजूनही लोकांच्यामध्ये जगत राहिली असती. तिनं 'कामिनी'शी संबंध तोडून टाकला. एवढंच नाही, तिचं खरं रूप कंचनीबाई हेही मग तिला पटावरच्या प्याद्यासारखंच वाटायला लागलं; म्हणून तिनं 'कंचनीबाई'शीही संबंध तोडून टाकला.

ती कंचनीबाई नव्हती, ती कामिनीही नव्हती, ती तर एक स्त्री होती— निव्वळ, निर्भेळ स्त्री. अशी स्त्री, जी गृहलक्ष्मी होऊ शकली असती, माता बनू शकली असती, कुटुंबपरिवारातली स्त्री बनू शकली असती.

पण लक्ष्मी, सरस्वती किंवा माता तर राहिलं दूर; ती आता कोणाची शेजारीणही नव्हती. एका सविताशिवाय तिच्या आयुष्यात दुसरं होतं तरी कोण?'

जो काही संबंध जोडलेला होता, तो फक्त एका व्रजमोहनदासांशी होता आणि व्रजमोहनदासही आज त्या संबंधाची इतिश्री करायलाच तर इथं आले होते!

व्रजमोहनदासांना धक्का बसल्यासारखं वाटलं, 'इतिश्री तर त्याच्या आयुष्यात होते, ज्याच्या आयुष्यात कधी अथश्री झाली असेल! कंचनीबाईच्या आयुष्याची सुरुवातच कुठे झाली होती? सुरुवातीशिवायच्या शेवटाची ही कथा—'

खोलीच्या आतल्या दरवाजावर लावलेल्या पडद्यामागे जरा हालचाल झाली. एक हात बाहेर दिसला आणि त्या बरोबरच प्रौढ वयातही मार्दव आणि माधुर्य टिकवून असलेली कंचनीबाई खोलीत आली.

तिच्या गळ्यात एक बारीकसं मंगळसूत्र होतं आणि हातात दोन बांगड्या होत्या. कपाळावर लालचुटूक कुंकवाची लहानशी टिकली होती आणि डोळ्यांच्या पापण्यांवर चंदनाच्या खुणा दिसत होत्या. व्रजमोहनदासांना बघितल्याबरोबर तिचे डोळे हसले, ओठांवर स्मित झळकलं, गालावर खळी पडली.

"ओहो! आज तर माझ्या अंगणात प्रभू अवतरले! धन्य घडी धन्य भाग्य!" कंचनीभाई उत्साहानं म्हणाली.

उत्साह ओसंडून वाहत असलेल्या अशा तिच्या त्या चेहऱ्याकडे व्रजमोहनदास पाहत राहिले. एकाएकी त्यांच्या मनी एक प्रश्न उमटला— 'इतक्या एकाकी अवस्थेतही ह्या अशा उत्साहाचा झरा कुठून उगम पावत असेल?'

■

१

त्या वेळी व्रजमोहनदासांनी अजून कांदिवलीचा बंगला विकत घेतला नव्हता, पण 'स्वत:चं घर' बांधायचं स्वप्न बघू लागण्याइतपत स्थैर्य तर आलंच होतं. 'स्वत:चं घर' बांधायची गोष्ट निघाली; की जयाबांच्या मनात मुंबई नाही, तर स्वत:चं गाव उभं राहायचं, 'गावी अंगणाच्या आतल्या ओसरीच्या आत चार खोल्यांचं घर असावं, वर एक माडी असावी, माडीवर कौलांच्या छपराऐवजी स्लॅब भरून धाबा केलेला असावा आणि सबंध घराच्या भोवती लहान भिंत बांधून त्याला एक मोठा दिंडीदरवाजा केलेला असावा. अंगणात तुळशीची दोन रोपं आणि एक कडुलिंबाचं झाड असावं.'

स्वत:चं घर बांधण्याची गोष्ट जेव्हा केव्हा निघेल, तेव्हा जयाबांच्या डोळ्यांत हे स्वप्न दिसायचं. पण व्रजमोहनदासांच्या मनात आता स्वत:चं घर म्हणजे विरमगामला गाडी बदलून चोवीस तासांनी यायचं ते गाव नव्हतं, तर कांदिवली हेच 'गाव' होतं.

जयाबांच्या स्वप्नाची आणि स्वत:च्या स्वप्नाची बेरीज करत ते म्हणायचे— "तू बघ तर खरं वीणाची बा! कांदिवलीतच आपल्याला तू म्हणतेयस तसंच घर बांधायचं आहे. ओसरी असेल, चार खोल्या असतील, अंगणात तुळशीचं रोपही असेल आणि मोठं, दाट सावली असलेलं कडुलिंबाचं झाडही असेल. बस! आता थोडेच दिवस आहेत. स्वत:च्या घराशिवाय माणसाच्या जन्माला काय अर्थ?"

मूळजी जेठा मार्केटमध्ये त्या वेळी अजून रविवारच्या सुट्टीचा कायदा अमलात आला नव्हता. अमावस्येला कामगारांचा सुट्टीचा दिवस असायचा. व्रजमोहनदास आठवड्याचे सातही दिवस मार्केटमध्ये जायचे. अमावस्येला सुट्टीच्या दिवशी जयाबेनना बरोबर घेऊन 'फिरायला' जायचे. हे फिरायला जाणं म्हणजे एक तर एखाद्या नात्यातल्या, ओळखीच्या घरी घरगुती कामासाठी जायचं असायचं किंवा मग मुंबादेवी, महालक्ष्मी किंवा बाबुलनाथच्या दर्शनाला जायचं असायचं. हां, ह्यात एक अपवाद होता.

व्रजमोहनदासांना नाटकं बघायची खूप आवड होती. चंपागल्लीच्या घरात राहत होते, तेव्हापासनं ही चटक त्यांना लागली होती. दर रविवारी ते मार्केटला जायचे खरे, पण दुपारनंतर कुठल्या ना कुठल्या नाटकमंडळीचा नवा 'खेळ' बघायला अचूक पोचायचे. जे नाटक त्यांना आवडेल, ते बघायला जयाबांना घेऊन ते दुसऱ्यांदा जायचे. हे दुसऱ्यांदा जाणं म्हणजे जयाबांसाठी वेगळ्या तऱ्हेचं 'फिरायला जाणं' असायचं.

मूक चित्रपटांचं युग नुकतंच संपलं होतं आणि बोलपट हे झपाट्यानं मनोरंजनाचं माध्यम होऊ लागले होते. अशा ह्या काळात मुंबईचे शेटिये मँचेस्टरमधल्या धोतरांच्या निऱ्या काळजीपूर्वक चापून चोपून बसवून, वर छप्पन इंची डगला आणि काळी टोपी घालून रविवारी दुपारी काळबादेवीच्या भांगवाडीत देशी नाटक समाजाच्या नाटकाला किंवा पील हाउसवरच्या व्हिक्टोरिया थिएटरमध्ये लक्ष्मीकांत नाटक समाजाच्या नाटकाला किंवा रॉयल थिएटरमध्ये चाललेल्या आर्यनैतिक नाटक समाजाची नाटकं बघायला गर्दी करायचे.

श्यामाबाई आणि मास्टर नानजी ह्यांचं युग संपत आलं होतं, मोतीबाई आणि कासमभाईच्या युगाची रंगमंचावर सुरुवात होत होती.

नाटकाला अजून 'शो' म्हणायला लागले नव्हते, 'खेळ' म्हणत असत; ज्या दिवशी नवा 'खेळ' सुरू व्हायचा, त्या दिवशी चार आणे (आताचे पंचवीस पैसे) आठ आणे, बारा आणे किंवा एक रुपयाची तिकिटं घेऊन सगळे आपापल्या जागी येऊन बसायचे.

थिएटरमध्ये आत जाण्याआधीच हिंगाची किंवा हळदीची जाहिरात असलेला पुठ्ठ्याचा लहान हात-पंखा आणि नाटकातल्या गाण्यांची वही घेऊन हे रसिक आणि जाणकार प्रेक्षक खेळांचा आनंद लुटण्यासाठी आतुर होऊन बसायचे. आपापल्या खुर्चीवर बसून एका हातानं त्या पुठ्ठ्याच्या पंख्यानं वारा घेत असायचे आणि दुसरीकडे हातानं ती गाणी पाठ व्हावीत, म्हणून पुस्तिकेवर नजर टाकत असायचे.

बस! अशा ह्या दिवसांमध्येच व्रजमोहनदासांना ह्या नाटकांचं वेड लागलं होतं. चंपागल्लीत राहत होते, तोपर्यंत शनिवारी रात्री जो 'खेळ' असायचा, तो बघायलाही

कधीकधी जायचे. कधीतरी नवं नाटकही शनिवारी रात्री असायचं, पण बहुतेक वेळा नवं नाटक रविवारी दुपारी व्हायचं आणि जुनं नाटक शनिवारी रात्री व्हायचं.

रंगमंचावर फक्त पुरुष नटच कामं करायचे, ते दिवस आता संपले होते आणि आता स्टेजवर नट्याही दिसायच्या. नट आणि नट्या हे अजून 'अभिनेता' किंवा 'अभिनेत्री' झाले नव्हते, 'कलाकार' हा शब्द त्यांच्यासाठी वापरला जाण्याचे दिवस तर अजून खूप दूर होते.

श्यामाबाईंचे दिवस नव्या नवलाईचे दिवस होते. कारण मँचेस्टरच्या मिल्समधली धोतरं नेसणाऱ्या ह्या लोकांनी अजून स्त्रीला स्टेजवर गाताना-नाचताना पाहिली नव्हती. पण मोतीबाईच्या आगमनाबरोबर स्टेजचं वातावरणच जणू बदलून गेलं होतं. आता स्त्रीचं काम करणाऱ्या पुरुष नटाची कोणी कल्पनाही करू शकत नव्हतं.

शनिवारी रात्री व्रजमोहनदास नाटक बघायला जायचे, तेव्हा बरेचदा जयाबांनाही बरोबर घेऊन जायचे. रात्री नऊ वाजता सुरू होणारा खेळ मध्यरात्रीपर्यंत चालायचा. मधे एकच नाही, तर दोन दोन इंटरव्हल्स असायची आणि गाणं जेव्हा संपायचं, तेव्हा प्रेक्षक फक्त टाळ्या वाजवून गप्प बसायचे नाहीत. 'वन्समोर' द्यायचे, वन्समोअरला तेव्हा 'वनस्मोर' म्हटलं जायचं आणि वनस्मोरच बरोबर शब्द आहे, असं प्रेक्षकांना प्रामाणिकपणानं वाटायचं.

श्यामाबाई असो की चुनीलाल दुर्गादास असो, कासमभाई असो की मोतीबाई, बापू नायक असो की कंचनीबाई; यांपैकी कुणीही गाणं म्हणता म्हणता विषाचा पेला गटागटा पिऊन टाकून, धाडदिशी स्टेजवर पडून मृत्युवश होत व्हायचे; तेव्हा गुणज्ञ रसिक प्रेक्षक 'वनस्मोर', 'वनस्मोर' असा मोठ्यामोठ्यानं आग्रह सुरू करत; म्हणून मग मृत्यू पावलेलं ते पात्र स्टेजवर उठून उभं राहून पुन्हा तेच गाणं म्हणू लागायचं आणि स्टेजच्या समोर हार्मोनियम-तबला घेऊन बसलेला 'ऑर्केस्ट्रा' ही पुन्हा कामाला लागायचा.

असं असलं तरी, कितीतरी वन्समोर होऊन नाटक संपेल तेव्हा मध्यरात्र व्हायला आलेली असायची किंवा होऊन गेलेली असायची!

आणि तरीही व्रजमोहनदास आणि त्यांच्यासारखेच आणखी कितीतरी रसिक, थकवा न जाणवता, चौपाटीवर मोकळ्या हवेत फिरत फिरत घरी पोचायचे तेव्हा तांबडं फुटलेलं असायचं; पण कोणाला थकवा जाणवायचा नाही किंवा भीती वाटायची नाही.

जयाबा बरोबर असायच्या, तेव्हा मध्यरात्री खारे दाणे नाहीतर सुक्या भेळीचे पुडे विकत घेऊन पतिपत्नी असेच रमतगमत घरी जायचे. खून तर सोडाच, लबाडी किंवा लूटमार होऊ शकेल, असं कोणाच्या मनातही यायचं नाही.

कांदिवलीला राहायला आल्यावर शनिवार रात्रीच्या खेळाला जाणं व्रजमोहनदासांनी

बंद केलं होतं. रविवारच्या खेळाला मात्र ते पूर्वीसारखे जायचे.

चंपागल्लीत राहत होते, तोपर्यंत व्रजमोहनदास चार आण्याचं तिकीट घेऊन नाटक बघायचे. मग त्यांनी वरच्या क्लासची आठ आण्याची तिकिटं घ्यायला सुरुवात केली.

कांदिवलीला राहायला आल्यानंतर ते एक रुपयाचं पहिल्या-दुसऱ्या रांगेतलं तिकीट घ्यायचे. ह्या पहिल्या-दुसऱ्या रांगेत बसून गाण्याला हाताने ताल धरणारे किंवा संवादांना दाद द्यायचे किंवा डोकं हलवणारे प्रेक्षक आणि रंगमंचावरील पात्रं ह्यांच्यात साहजिकच एक तऱ्हेची ओळख होऊन जायची. ह्यातल्या काही प्रेक्षकांसाठी तर ही नाट्यगृहं आणि नाट्यगृहं म्हणजे नाटकमंडळी स्वतःच्या घर किंवा पेढीइतकीच परिचित होऊन जायची.

नाट्यगृहाच्या दरवाजाजवळ उभा राहणारा खारेदाणेवाला किंवा चणाजोरगरमच्या पुड्या बांधून देणारा भैय्यासुद्धा नेहमीच्या प्रेक्षकांना ''काय शेठ! गेल्या रविवारी आला नाहीत? तुमच्यासाठी खास पुडा बांधून ठेवला होता!'' असं विचारायचा आणि असे प्रेक्षकही त्या भैय्याबरोबर जरा घरगुती गप्पा मारायचे.

लाह्या अजून लाह्याच होत्या, पॉपकॉर्न झाल्या नव्हत्या. आणि लाह्यावाला लाल किंवा पांढऱ्या ज्वारीचे दाणे शेकून गरमागरम लाह्या बनवून द्यायचा, पॉपकॉर्नहूनही जास्त चविष्ट अशा त्या लाह्यांच्या ही शेठ मंडळी सहकुटुंब फक्या मारायची.

अशा नेहमीच्या प्रेक्षकांसाठी नाटकमंडळीचे मॅनेजर खास तिकिटं राखूनही ठेवायचे आणि 'खेळा' च्या गाण्यांची पुस्तिका जर स्टॉकमध्ये नसेल, तर अशा प्रेक्षकांसाठी खुद्द मॅनेजर मिळवून आणायचे.

व्रजमोहन असे प्रेक्षक होऊन गेले होते आणि म्हणून नाटकमंडळीचे मॅनेजर किंवा चणाजोरगरम विकणाऱ्या भैय्याशी ते सुरुवातीला समोर दिसले की, ओळखणं आणि नंतर गप्पागोष्टी होण्याइतके त्यांचे संबंध जुळले होते.

नवं नाटक होणार असेल, तेव्हा माणसाला पाठवून व्रजमोहनदास आधीपासनं त्यांना हव्या असलेल्या जागेचं तिकीट मागवून ठेवायचे. नंतर नंतर तर कुठल्या रांगेत, कुठल्या खुर्चीवर बसून बघितलं की, स्टेजवर अभिनय करत असणाऱ्या नट किंवा नटीचे हावभाव जास्त परिणामकारक दिसू शकतात; ह्याचाही अंदाज आला होता, म्हणून मग होता होईल तो तेच तिकीट मिळावं, असा त्यांचा आग्रह असायचा. ह्या अशा आग्रहामुळंच एकदा त्यांची ओळख नाटकमंडळीचे मॅनेजर कनुभाईसाहेब ह्यांच्याशी झाली होती.

कनुभाईचं नाव जरी कन्हैयालाल असलं, तरी नाटकमंडळीचा स्टाफ आणि प्रेक्षक त्यांना कनुभाईसाहेबच म्हणायचे. नाटकमंडळीचे मालकही त्यांना कनुभाईसाहेब असंच मानपूर्वक म्हणायचे. नव्या नाटकाच्या नट किंवा नटीच्या एखाद्या पात्राच्या

पसंतीच्या बाबतीतही कनुभाईसाहेबांचा निर्णय अखेरचा मानला जायचा.

नाटकाच्या लेखकाला तेव्हा 'कवी' म्हणायचे. 'कवी'ला मान आणि महत्त्व देण्यासाठी कनुभाईसाहेब पात्रांच्या निवडीची चर्चा प्रथम त्यांच्याबरोबर करायचे. तसं पाहिलं तर नट आणि नट्या, मंडळीचे पगारदार नोकर असायचे. त्यामुळे जास्तीचे पैसे मिळण्याचा प्रश्न त्यांच्या बाबतीत नसायचा. पण कनुभाईसाहेबांची निवड शंभर टक्के बरोबर समजली जायची. नाटक यशस्वी, लोकप्रिय झालं; तर त्या यशाचं श्रेय लेखकाबरोबर हार्मोनियम आणि तबला वाजवणाऱ्यांना किंवा नट-नट्यांना देण्यात कनुभाई कधीच कुचराई करायचे नाहीत.

नाटकमंडळीच्या मालकांच्या हस्ते ते त्यांचा सत्कार करायचे. खेळ चालू असताना मध्यंतराच्या वेळात कनुभाई हा सत्कार करायचे, तेव्हा पहिल्या रांगांमध्ये बसलेल्या नेहमीच्या प्रेक्षकांची कदर करण्यासाठी त्यांच्याही नावाचा उल्लेख करून त्यांना मान द्यायचे. त्यांच्या ह्या वागण्यामुळेच तर नाटकमंडळीचा स्टाफ, प्रेक्षक आणि मालक सर्वांच्या मनात त्यांच्याविषयी आपुलकी होती.

त्या दिवशी व्रजमोहनदासांना त्यांच्या आवडत्या रांगेतली हवी असलेली सीट मिळाली नव्हती. व्रजमोहनदास जी सीट मिळाली तिथे बसले होते आणि गाण्यांच्या पुस्तिकेची पानं उलटत, हातातल्या पुठ्ठ्याच्या पंख्यानं वारा घेत होते.

खेळ अजून सुरू झाला नव्हता. काहीतरी कामासाठी कनुभाईसाहेब थिएटरमध्ये आले. हार्मोनियम आणि तबला स्टेजजवळ पहिल्या रांगेपाशी सज्ज होऊन बसले होते. कनुभाईसाहेबांनी त्यांच्याशी काही चर्चा केली आणि मग मागे वळून बघितलं, तर व्रजमोहनदास पहिल्या रांगेतच बसलेले होते. दोघांची दृष्टभेट झाली.

व्रजमोहनदासांनी साधारण ओळखीचं स्मित करून हात वर केला. कनुभाईसाहेब हसून त्यांच्याजवळ येऊन उभे राहिले आणि मग आपुलकीनं म्हणाले, "अरे! शेठ! तुम्ही आज ह्या सीटवर कसे काय बसलात? तुमची खुर्ची तर त्या तिकडे आहे."

व्रजमोहनदासांना हे ऐकून छान वाटलं, 'कनुभाईसाहेब त्यांना चेहरा बघून ओळखतात. एवढंच नाही, तर त्यांची आवडती सीटही त्यांना ठाऊक आहे हे लक्षात येऊन त्यांना कनुभाईंबद्दल कौतुक वाटलं. 'त्यांच्यासारखे तर कितीतरी प्रेक्षक इथे येत असतात, त्यापैकी कोण केव्हा येतं आणि कुठल्या सीटवर बसतं, ह्या गोष्टींचं सूक्ष्म निरीक्षण करणारे आणि निरीक्षण केल्यानंतर लक्षात ठेवणारे हे कनुभाई कुशल मॅनेजर असले पाहिजेत आणि त्यांना माणसांची पारखही चांगली असणार.'

"तुम्ही तर कमाल केलीत कनुभाईसाहेब!" व्रजमोहनदासांनी खुर्चीवरून उठत कनुभाईसाहेबांना म्हटलं, "तुम्हाला तर नाटक मंडळीचे मॅनेजर म्हणून आम्ही ओळखतोच, पण तुम्हीसुद्धा आम्हाला असं ओळखता...."

"शेठजी, नाटकमंडळी म्हणजे नुसती दुकानदारी नसते! अहो, पानवाला

भैय्यासुद्धा दोनदा तुम्ही त्याच्या दुकानातनं पान खाल्लंत, तर तिसऱ्यांदा तुम्हाला न विचारताच तुमच्या आवडीचं पान करून देईल. इथं तर स्टेजवरचे नट आणि नट्यासुद्धा त्यांच्या प्रेक्षकांना ओळखत असतात.''

''काय सांगताय काय?''

''खरं सांगतोय!'' कनुभाईसाहेब म्हणाले, ''कधीतरी आत या, तुमची ओळख करून देईन....''

आणि मग ही ओळख वाढत गेली.

व्रजमोहनदासांना आता त्यांच्या आवडत्या जागेसाठीचं तिकीट बुकिंग क्लार्ककडून घ्यावं लागायचं नाही. पेढीवरचा माणूस आता कनुभाईसाहेबांकडे जाऊन 'शेठजींचं तिकीट द्या,' असं सांगायचा आणि तिकीट मिळून जायचं.

जर कधी व्रजमोहनदास नाटक बघायला जाणार नसले, तरी खेळ सुरू होईपर्यंत कनुभाई त्यांची खुर्ची राखून ठेवायचे.

दुसऱ्या आठवड्याला विचारायचेही, ''गेल्या रविवारी का आला नव्हता?''

ह्या आपलेपणानं व्रजमोहनदासांना बरं वाटायचं.

कधीकधी व्रजमोहनदास लवकर येऊन पोचायचे, तेव्हा कनुभाईसाहेबांच्या ऑफिसमध्ये बसून चहापाणीही व्हायचं. हे चहापाणी चालू असताना कधीकधी स्टेजवर आपल्या रूपरंगाची आणि वाणीची जादू पसरवणारे कलाकारही यायचे.

हळूहळू ह्या कलाकारांच्या मनातही व्रजमोहनदास हे कनुभाईसाहेबांचे निकटचे आणि पहिल्या रांगेतले गुणग्राही रसिक होऊन गेले होते. त्यांच्या हसून जरा मस्तक झुकवण्यावरून हे समजायचं. कधीकधी स्टेजवरून मोकळेपणानं अभिनय करत व्रजमोहनदासांजवळ येऊन त्यांच्याकडे हात लांब करून गाण्याची एखादी ओळ किंवा संवादही म्हणायचे.

अशा वेळी प्रेक्षकांच्या मनातही व्रजमोहनदासांबद्दलचा मान वाढायचा.

त्यातच एक दिवस कंचनीबाईनं स्टेजवरून गाणं म्हणता म्हणता 'वाटडी जोवामां आयखुं वीत्युं रे वालमजी! वाटडी जोवामां आयखुं वीत्युं!' (तुझी वाट बघताबघता प्रियतमा, सारं आयुष्य सरलं.) ही ओळ दोन–दोनदा नाही, तीन-तीनदा पुन:पुन्हा म्हटली आणि तिन्ही वेळेला व्रजमोहनदासांकडेच नजर स्थिर करून हात लांब केला; तेव्हा प्रेक्षकांना व्रजमोहनदासांचा हेवा वाटला होता आणि व्रजमोहनदासांना जरी मनातनं आवडलं, तरी संकोचही वाटला होता.

ह्या कंचनीबाईमुळेच तर ह्या नाटकानं बघताबघता शंभर खेळ पूर्ण केले होते आणि प्रत्येक खेळ हाउसफुल होत होता. त्याचं यशही कंचनीबाईंचंच होतं, हे सगळे जाणून होते.

पुढच्या आठवड्यात कनुभाईसाहेबांनी आपण होऊन व्रजमोहनदासांना त्यांच्या ऑफिसमध्ये चहा प्यायला बोलावलं.

व्रजमोहनदास त्यांच्या सीटवर बसायला जातच होते, तेवढ्यात डोअरकीपरनं येऊन त्यांना म्हटलं, ''शेठ! कनुभाईसाहेब तुमची वाट पाहतायंत.''

व्रजमोहनदासांना आश्चर्य वाटलं, पण बरंही वाटलं. कनुभाईंच्या ऑफिसमध्ये जेव्हा ते पोचले, तेव्हा त्यांच्या चेहऱ्यावर संतोष होता.

चहा पितापिता कनुभाईंनी म्हटलं, ''शेठ! ह्या नाटकाच्या लाइनमध्ये मी गेली तीस वर्षं आहे. बायकांचे पार्ट पूर्वी पुरुषच करायचे; पण इतक्या वर्षांमध्ये जिच्या रोमारोमातनं अभिनय उमटत असेल, अशी एक कंचनीबाईच बघितली आहे. कंचनीबाई स्टेजवर एखाद्या पात्राचा अभिनय करत नाही. ती भूमिका ती जगते!''

आणि कनुभाईसाहेबांचं म्हणणं खरंही होतं. व्रजमोहनदासांना ह्याचा अनुभवही आला होता.

■

१०

कंचनीबाई तेव्हा कंचनीबाई तर नाहीच, नुसती कंचनीही झालेली नव्हती. ती तर अजून कमळी होती.

"कमळी? कोण कमळी?" असं गावात कोणी विचारलं, तर उत्तर देणारा फटदिशी म्हणायचा, "अरे? नाही ठाऊक? त्या भूरिया जमादाराच्या दुसऱ्या बायकोची अंगळियात मुलगी!" (पहिल्या लग्नाचं मूल आईबरोबर तिच्या दुसऱ्या सासरी येतं. त्या मुलाला अंगळियात— बोट धरून आलेलं म्हणतात.)

भूरिया जमादाराला गावात तर काय; आसपासच्या पंचक्रोशीतही कोणी ओळखत नव्हतं, असं नव्हतं. भूरिया काही त्याचं नाव नव्हतं आणि जमादार हा काही त्याचा हुद्दा नव्हता. त्याच्या जातीत कधीच कोणाचा नसेल, इतका त्याचा वर्ण गोरा होता.

अर्थात त्याच्या ह्या गोऱ्या रंगामुळे त्याच्या आईच्या वयाची माणसं सुरुवाती सुरुवातीला एकमेकात कुजबुजायचीही. "असा रंग आणि असा तोंडावळा... खरं माना किंवा नका मानू... पण हा त्याच्या बापाचा तर नाहीच, आपल्या जातीतल्याही रक्ताचा नसणार! हा तर कुठल्या तरी वरच्या... नागर बामणांच्या जातीचा...."

आणि बोलणं तिथेच थांबायचं. कारण तेव्हा संस्थानिकाचा असा एक उच्चवर्णीय कारभारी-दिवाण होता आणि भूरियाची आई त्या कारभाऱ्याच्या घरी केरवारे करायला जायची.

ते काय असेल ते असो, पण भूरिया बलदंड होता. गोऱ्या रंगाशिवाय वर बसलेल्या अनंत हस्ताच्या त्यानं त्याला फिके निळे डोळे दिले होते. त्याचं नाव ठेवण्याचा हक्काचा आनंद त्याच्या आत्याला मिळालाच नाही. (गुजरातमध्ये बाळाचं नाव आत्यानं ठेवायची पद्धत आहे.)

जन्मतःच त्याचं नाव भूरियाच (भूरा म्हणजे गोरा, भूरा म्हणजे फिका निळाही) पडून गेलं. हा भूरिया जेमतेम वीस वर्षांचा होईपर्यंत त्याच्या करण्या आणि कारस्थानांनी सगळ्या पंचक्रोशीतल्या दरबारी जमादार, फौजदार, ठाणेदार, सगळ्यांना मागे टाकलं. हा सगळ्या जमादार आणि फौजदारांच्याही वरचढ होऊन तो बसला. त्याच्या शब्दाचा धाक असायचा, लोकांना त्याच्या रागाची दहशत वाटायची. त्याच्या नावाची नाणी निघत नव्हती एवढंच, पण त्याच्या मनात येईल त्याचे पैसे तो बळकावून टाकू शकायचा.

मुलाचे पाय पाळण्यात दिसतात, तशी मुलाची एकूण लक्षणं बघून बापानं भूरिया सोळा वर्षांचा असतानाच अकरा वर्षांची एक मुलगी शोधून त्याला 'गृहस्थ' करून टाकला होता. पण भूरियाच्या नशिबानं ती वयात येऊन सासरी येण्यापूर्वीच तिचे आई आणि वडील दोघांनी महाप्रयाण केलं.

भूरियानं पत्नीबरोबर संसार सुरू तर केला आणि पाच वर्षं चालवलाही, पण नीट घडी काही बसली नाही. कोणी म्हणतं की, भूरियाच्या अवलक्षणांनी बायको त्रासून गेली; तर कोणी असंही म्हणतं की, बायको भूरियाला साजेशी नव्हतीच. कुठे सहा फूट उंच तगडा भूरिया आणि कुठे जेमतेम पाच फूट उंच, कृश, अशक्त अशी त्याची बायको!

काय असेल ते असो. भूरियानं बायकोला घरातनं हाकलून दिली एवढं खरं! घरी बायको नसल्याने भूरिया मग माजलेल्या सांडासारखा उंडारायला लागला.

ह्या माजलेल्या सांडाची नजर एकदा कमळीच्या आईवर पडली. तशी तर भूरियाची दृष्टी दुसऱ्या बऱ्याच जणींवरही पडायची आणि जिथे म्हणून नजर पडेल, तिथून त्या नजरेला कुमारी अवस्थेत मागे ओढायचं तो शिकलाच नव्हता. ह्या बाबतीतही तसंच झालं. पण इथं जरा वेगळं घडलं.

कमळीच्या आईवर ह्यापूर्वी अशा अनेक नजरा पडल्या होत्या; पण ही स्त्री अशा नजरांच्या सापासारख्या विळख्यांमधनं स्वतःला तडफडत ठेवून अस्वस्थ मनानं, पण वाचवायची.

कमळीचा बाप तीन वर्षांपूर्वी मृत्यू पावला, तेव्हा कमळी जेमतेम दीड-दोन वर्षांची होती. बापाचा चेहरा तर तिला आठवायचा नाही; पण तिच्या आईच्या भोवताली फासे टाकताना ज्या कोणा पुरुषाला ती बघायची, त्याच्या चेहऱ्यामध्ये पित्याचा चेहरा बघायचा प्रयत्न तिचं बालमन करायचं.

हा प्रयत्न एक दिवस सफल झाला. पाच वर्षांच्या कमळीला बाप मिळाला. लोक सांगायचे की, कमळीची आईसुद्धा खूप सुंदर होती. साडेपाच फूट उंची, उसळतं तारुण्य, गोरापान रंग. पायांनी ठेका देत, टाळी वाजवत, गरबा करताना ती गिरकी मारायची; तेव्हा हवासुद्धा स्तब्ध होऊन बघत राहायची, असे हावभाव आणि अंगविक्षेप असायचे तिचे!

भूरियानं अशी तिला बघितली; तेव्हा थक्क होऊन, ओठ घट्ट मिटून त्यानं मुठी वळल्या - उघडल्या. मग जास्त वेळ न घालवता त्यानं त्या एकाकी विधवा बाईचा दरवाजा ठोठावला.

कमळीची आईही त्या एकाकी आयुष्याच्या रिकाम्या भीषणतेला कंटाळली होती. तिच्या सुंदर शरीराजवळ घटकाभर घिरट्या घालून उडून जाण्यासाठी अनेक पुरुष चकरा मारायचे, हा अनुभव तीन वर्षं येऊन चुकला होता.

भूरिया जे सांगायला आला होता, त्यात घटकाभर घिरट्या घालण्याची बात नव्हती. सगळ्या गावाच्या साक्षीनं दुसरं लग्न करून तो तिला बायको म्हणून घरी आणणार होता.

कमळीच्या आईनं विचार केला– भूरियासारख्या माणसानं एकदा हात धरला; तर आसपासच्या साऱ्या मुलखात असा कोणी माई का लाल नव्हता, जो तिच्या देहाकडे डोळे वर करून बघायचीसुद्धा हिंमत करेल.

आणि भूरियाच्या देहातनं जे पौरुष ओसंडत होतं, ते तर कमळीच्या माँसारख्या उसळत्या तारुण्यातल्या स्त्री–देहालाच कळू शकेल. तिनं मनाशी ठरवलं, भूरियाबरोबर जन्म नाही काढता आला; तरी जेवढा काढता येईल, तेवढ्यानं साऱ्या जन्माचं समाधान होईल.

भूरिया ह्या नव्या पत्नीवर जीव टाकत होता, पण तिची पहिल्या लग्नाची मुलगी त्याला डोळ्यात कण गेल्यासारखी खुपत होती. त्यातही मग नव्या बायकोची नऊ दिवसांची नव्हाळी ओसरल्यावर तर तो कण त्याला काचेच्या तुकड्यासारखा वाटायला लागला.

बापाचे ऐकवणार नाहीत असे अपशब्द आणि वेळी अवेळी पाठीत बसणारे दणके कमळीला नेहमीचेच झाले आणि आईसुद्धा ह्या बापाच्या पाशात इतकी गुरफटली की, कमळीला अश्रू गाळायलाही कोणी आपलं माणूस राहिलं नाही.

एवढं कमी होतं म्हणून की काय, पाच-सहा वर्षांमध्ये भूरियाच्या घरात ह्या नव्या बायकोनं तीन मुलांना जन्म दिला. त्यामुळे कमळीची आई ही तिची एकटीची आई राहिली नाही.

कमळी अगदी एकटी पडली. तीन लहान भावंडांना सांभाळणारी 'आयाही' कमळी, वेळोवेळी आईचं बाळंतपण करणारी दाईही कमळी, वेळी–अवेळी

खविसासारख्या बापाला भाकऱ्या बडवून देणारीही कमळी आणि सकाळपासनं रात्रीपर्यंत ढीगभर घरकामात बुडून राहणारीही कमळी!

बारा-तेरा वर्षांच्या कमळीचे हात सदैव गुंतलेले असायचे.

गावच्या शाळेत थोडीशी शिकली असेल नसेल, तेवढ्यातच आईच्याच रूपाच्या खुणा अगदी तशाच्या तशा तिच्या कोवळ्या देहावर उमटू लागल्या होत्या. पैशाची नेहमी ओढाताण राहणाऱ्या भूरियाच्या डोळ्यांना बायकोच्या पहिल्या लग्नाच्या ह्या मुलीच्या सौंदर्यात पैशांचा ढीग दिसला.

कमळी जेमतेम पंधरा-सोळा वर्षांची झाली, तोवर तर ह्या बाप म्हणवणाऱ्या माणसानं तिला वटवली. एकोणपन्नासाव्या वर्षी विधुर झालेल्या एका गरजूकडनं नोटांची थप्पी घेऊन भूरियानं कमळीचं लग्न त्याच्याशी लावून दिलं.

कमळीच्या नवऱ्याचं शरीर एकोणपन्नास वर्षं जुनं झालं असलं, तरी त्याचं मन अजून बाविशीच्या पुढे सरकलं नव्हतं. त्यामुळे त्याच्या करण्या एकोणपन्नास अधिक बावीस अशा दोन्हींच्या बेरजेइतक्या होत होत्या. ह्या एकाहत्तर वर्षांचं ओझं कमळीला सहन होत नव्हतं.

भूरिया जमादाराच्या घरी ती कामाचे जे डोंगर उपसत होती; ते फुलासारखे वाटावेत, असा हा बोजा होता. पण तरीही शरीर आणि मन दोन्हीवरचं ओझं उचलायची सवय झालेली कमळी हे नवं जीवनही सहन करत राहिली.

पण पाच वर्षांनंतर कमळीचा नवरा पंचावन्न वर्षांचा झाला; तेव्हा त्याची शारीरिक स्थिती अशी झाली होती की, तो आता पासष्ट वर्षांचा दिसत होता. त्याची मानसिक स्थिती मात्र अजून तशीच्या तशीच बावीस वर्षांची राहिली होती. त्यामुळे आता ह्या पासष्ट आणि बाविसाच्या सत्याऐंशीला मात्र कमळी सहन करू शकली नाही. त्या सत्याऐंशीनं ज्या तऱ्हेचं वागणं सुरू केलं, ते वीस-बावीस वर्षांच्या कमळीला असह्य तर होतंच, पण अकल्पितही होतं. तिचा थरकाप झाला, ती भयभीत झाली, आक्रोश करू लागली, चित्कार करू लागली.

तो सत्याऐंशी आता स्वत: उपभोग घेऊ शकण्याच्या स्थितीत नव्हता. पण त्याच्या मनातल्या बावीसला विकृत आनंद देण्यासाठी त्यानं पशुवृत्तीच्या निर्लज्ज मित्रांना गोळा करून कमळीच्या रूप आणि यौवनानं भरपूर देहाची मेजवानी द्यायला सुरुवात केली. मेजवानी मिळणारे भले दुसरे असोत, तृप्ती व्हायची ह्या सत्याऐंशीची! एक घासही खाता येत नसताना तृप्ती मिळवण्याची ही नवी रीत त्यानं शोधून काढली.

मात्र त्याची ही नवी रीत कमळीला मंजूर नव्हती.

बंड करून उठणं, हे तर कमळीच्या स्वभावात नव्हतंच. जन्मली तेव्हापासनं ती कोणाची ना कोणाची आश्रितच होती. स्वतंत्र असणं म्हणजे काय ह्याची तिला

कल्पनाच नव्हती. सहन होईल तेवढं सहन करायचं आणि जेव्हा सहन करणं असह्य होईल तेव्हा....

तेव्हा दुसरं काय करायचं? पूर्वजन्माच्या कर्मांना दोष द्यायचा! आपल्या स्वत:च्या पापांना दोष द्यायचा! पण ही कर्मं आणि पापं जेव्हा आपलीच असतात, तेव्हा दुसरं करणार तरी काय? एकच पर्याय होता... आयुष्य संपवून टाकायचं आणि दुसरा जन्म द्यावा म्हणून परमात्म्याला प्रार्थना करायची.

बस! कमळीनं निर्णय घेतला. हा एकमात्र पर्याय स्वीकारण्याशिवाय आता दुसरं काहीच होऊ शकण्यासारखं नव्हतं.

रस्त्यावर मरून पडलेल्या उंदराला किंवा मांजराला चोची मारमारून चिवडणाऱ्या कावळ्यांच्या किंवा गिधाडांच्या थव्यांना इतक्या वर्षांमध्ये तिनं कितीदा तरी पाहिलं होतं. ते बघितल्याबरोबर तिला किळस यायची, शहारे यायचे, मळमळायचं, उलटी व्हायची. आता त्या मेलेल्या, कुस्करलेल्या शरीराच्या जागी स्वत: कमळीच असेल तर....

पाणी स्तब्ध होतं आणि अघोरी पंथाचे बुवाजी मंत्र म्हणून दाही दिशांना बोलवायला लागतात, अशा वेळी रात्रीच्या गाढ अंध:काराची पासोडी पांघरून कमळीनं घर सोडलं. गावाच्या बाहेर सरळ रस्ता होता आणि रस्त्याच्या टोकाला एका बंद पडलेल्या शाळेची इमारत होती. इमारत एका उंच चढावर होती आणि ह्या चढाच्या पाठीमागे एक वापरात नसलेली विहीर होती, जिला सारं गाव फुटकी हंडी म्हणायचं. इमारत आणि ही विहीर ह्यांच्या मधनं जिथनं रस्ता जायचा, तिथं एक नाला होता.

कमळी त्या नाल्याच्या बांधावर येऊन बसली. बस! आता थोडासाच अवकाश होता. ह्या बांधावरनं विहिरीत उडी मारणं अगदी सोपं होतं. एक उडी मारली की, सगळ्याचा शेवट होणार होता.

विहिरीशेजारी एक वडाचं झाड विहिरीवर वाकलेलं होतं. कितीतरी वृक्षांची मुळं विहिरीत पसरलेली होती. घुबडं आणि इतर निशाचर पक्ष्यांचे, प्राण्यांचे आवाजही ऐकू येत होते.

कमळीच्या सद्भाग्यानं म्हणा की दुर्भाग्यानं म्हणा, त्याच दिवसांमध्ये गावातल्या चौकात मांडव घालून बाहेरगावाहून आलेली एक नाटकमंडळी नव्या नव्या नाटकांचे खेळ करत होती. ही नाटकमंडळी प्रसिद्ध होती आणि कित्येक लोक तिकिटं घेऊन नाटक बघायला मांडवात चिक्कार गर्दी करायचे.

गाव अगदी लहान नव्हतं, तालुक्याचं मुख्य गाव होतं. त्यामुळे संस्थानातल्या दरबारी माणसांच्या कृपादृष्टीखाली ह्या नाटकमंडळीनं इथं मुक्काम केला होता.

नाटकमंडळींसाठी ही गोष्ट नवी नव्हती.

मुंबईसारख्या शहरात नाटकांचे खेळ झाल्यावर मग मधूनमधून गुजरात किंवा काठेवाडच्या गावांमध्ये मंडळींचा सर्व ताफा घेऊन मालक स्वत:च नाटकांचे खेळ करायला येऊन पोचायचे. नाटक मंडळींच्या व्यवसायाचाच हा एक भाग समजला जायचा.

कनुभाईसाहेबांचं वय त्या वेळी जवळजवळ पन्नाशीला आलेलं होतं आणि ह्या नाटकमंडळींचे मॅनेजर म्हणून काम करायला लागून त्यांना जवळजवळ वीस वर्षं व्हायला आली होती.

मंडळींचे मालक आणि मालकीणबाई ही दोघंही ह्या मंडळीबरोबरच हिंडायची. दरबारच्या शाळेत मंडळी उतरली होती आणि नाटकाचा प्रयोग संपल्यावर रात्री उशिरा तिथून परत फिरलेले सगळे लोक थकून–भागून पेंगुळल्या डोळ्यांनी आडवे झाले होते.

कनुभाईसाहेबांना एकाएकी बहिर्दशेला जावं लागलं म्हणून ते उठले. बाहेर ओट्यावर येऊन उभे राहिले. तिथली मध्यरात्रीची थंड हवा आणि त्या हवेबरोबर वाहत येणारा हिरव्यागार झाडीचा सुगंध त्यांना आवडला. त्यांनी खोल श्वास घेतला. उद्या सकाळी इथून जायचं होतं, आजची शेवटची रात्र होती.

कनुभाईंना वाटलं, 'मुंबईला जाऊन घराच्या चार भिंतींमध्ये कोंडून घेऊनच तर राहायचं आहे. आज थोडा वेळ इथं मोकळ्यावर फिरून ही ताजी हवा छातीत भरून का घेऊ नये?'

कनुभाई हळूहळू खाली उतरले. शाळेच्या इमारतीच्या भोवताली बांधलेली भिंत एका जागी मोडली होती. पायवाटेवरून हळूहळू पावलं टाकत भिंत तुटली होती, तिथपर्यंत कनुभाई आले.

भिंतीच्या अगदी जवळच नाला होता. त्यांचं लक्ष नाल्याकडे गेलं आणि ते चपापले. नाल्याच्या बांधावर बसून विहिरीकडे झुकणाऱ्या कमळीची पाठ कनुभाईसाहेबांना दिसत होती.

क्षणभर तर त्यांना धडकीच भरली. भूत, प्रेत, डाकीण, हडळ असे अनेक भीतिदायक विचार मनात येऊन क्षणभर त्यांच्या डोळ्यांसमोर काजवे चमकले. पुढे जाववेना का मागे जाववेना.

डोळे रोखून ते बघत राहिले. तोंडाला कोरड पडली आणि छातीत धडधडायला लागलं.

बरोबर त्याच वेळी विहिरीत उडी मारायला तयार झालेल्या कमळीनं कपडे सावरले, साडीचा खालचा भाग एखाद्या झाडाच्या फांदीत अडकू नये, म्हणून तिनं कासोटा घातला. एक जड दगड उचलून तो ती पोटाला बांधू लागली.

कनुभाईंचा थरकाप झाला.

काय होणार होतं, ते सगळं त्यांच्या लक्षात आलं.

आता एका क्षणाचाही विलंब झाला, तर त्यांच्या डोळ्यांसमोरच एक तरुण स्त्री आत्महत्या करणार होती.

आणि ती स्त्रीसुद्धा कशी?

जेमतेम वीस-बावीस वर्षांची....

गाढ अंधारातही जिच्या शरीराची त्वचा चमकत होती अशी....

कनुभाईसाहेबांच्या अंगावरचे नव्व्याण्णव लाख केस एका क्षणात उभे राहिले!

उमानंही आत्महत्याच केली होती आणि तिनं जेव्हा आत्महत्या केली, तेव्हा तिचं वयही ह्या मुलीएवढंच होतं. तीही हिच्यासारखीच दिसायची, तिनं जेव्हा आत्महत्या केली, तेव्हा जर तिथे कोणी असतं आणि तरी....

कनुभाई जास्त विचार करू शकले नाहीत. चित्त्यासारखी उडी मारून ते कमळीजवळ पोचले.

कमळीचा थरकाप झाला. कनुभाईंनी तिचा हात पकडून तिला नाल्याच्या बांधावरून खाली ओढली.

■

११

स्टेजवर होणारी नाटकं तर व्रजमोहनदासांनी अनेक बघितली होती. त्या नाटकांमध्ये रहस्य असायचं, अंगावर रोमांच उभे राहतील किंवा काटा येईल असे प्रसंग असायचे, हृदयाचे ठोके पडतानाही ऐकू येणार नाहीत असा आवेश असायचा.

कधीकधी आपण कोठे आहोत ह्याचा विसर पडेल, समाजातलं आपलं स्थान आणि प्रतिष्ठा ह्यांचा विसर पडून डोळ्यांमधून अश्रूंच्या धारा वाहू लागतील, अशा घटनाही स्टेजवर त्यांनी पाहिल्या होत्या. पण कमळीची ही कथा काही स्टेजवरचं नाटक नव्हतं; तरीही व्रजमोहनदासांना पूर्वी कधी अनुभवला नसेल, असा थरकाप आणि उत्तेजन वाटत राहिलं.

स्टेजवरच्या नाटकात तर अशी काही घटना व्हायची; तेव्हा कथेचा नायक ताबडतोब लक्षात राहतील, असे परिणामकारक संवाद बोलत असायचा किंवा मग एखादं कर्णमधुर गीत गायचा. इथं कमळीच्या कथेत असे काही संवाद नव्हते, की असं एखादं गाणंही नव्हतं. ही काही कोण्या लेखकानं लिहून काढलेली कथा नव्हती, ती तर त्या कर्त्या–करवित्यानं घडवून आणलेली व्यथा होती. कथेचे पुढचे-मागचे संदर्भ जोडता येणं शक्य आहे, पण दुःखाच्या आभाळाचं टोक कुठून मिळणार?

''आणि त्या रात्री ज्या कमळीला मी आत्महत्या करण्यापासनं वाचवली होती, तीच आजची स्टेजवरची अजोड नटी कंचनीबाई!''

कथेचा शेवट सांगावा, तसे कनुभाई संथपणे म्हणाले.

कंचनीबाईंच्या नावाची चलनी नाणी नव्हती; पण तिचं नाव असलेलं नाटक जाहीर झालं की, नाटकमंडळीच्या तिकीटबारीवर प्रेक्षक नाण्यांचा खच पाडायचे, हे व्रजमोहनदासांनी बघितलं होतं. ह्या कंचनीबाईच्या एकेक गाण्याला किंवा एकेका संवादाला चार-चार, पाच-पाच वेळा वन्समोअर मिळायचे आणि त्या वन्समोअर देणाऱ्यांमध्ये कित्येकदा व्रजमोहनदास स्वत: असायचे.

कनुभाईसाहेबांनी सांगितलेली कंचनीबाईच्या भूतकाळाची कथा ऐकून व्रजमोहनदासांच्या मनात सहानुभूती, करुणा आणि सद्भावना भरून आल्या.

''पण मला एक नाही समजलं,'' व्रजमोहनदासांनी विचारलं, ''तुम्ही ह्या कमळीला कंचनीबाई का केलं?''

''तेही तुम्हाला सांगतो शेठ!'' कनुभाईंनी दीर्घ श्वास घेतला.

''ती रात्र कृष्णपक्षाच्या अष्टमीची किंवा दशमीची होती. मध्यरात्रीचा अर्धा चंद्र आकाशात होता. दुसरा कोणी माणूस असता, तर भुताच्या भीतीनं त्याचं काळीज अर्धं झालं असतं, पण...'' कनुभाई थांबले.

''पण काय? का थांबलात कनुभाई?''

''नाही हो! आता थांबायचं काही कारण नाही शेठ! मध्यरात्रीच्या त्या अंधुक प्रकाशात कमळीचे उघडे हात आणि चेहरा चमकत होते. तिनं पोटावर दगड बांधायला कासोटा घातला, तेव्हा तिचे गुडघ्यापर्यंत उघडे पडलेले पायही चमकत होते. मला वाटलं... मला वाटलं....''

''काय वाटलं कनुभाई?''

''मला वाटलं की, माझ्या उमाचं शरीरही असंच सोन्यासारखं होतं. अगदी उमाच्याच शरीरासारखं चमकणारं....''

''उमा? कोण उमा?''

''माझी मुलगी होती शेठ! एकुलती एक मुलगी! तिची आई तर तिला जन्म दिला, तेव्हाच स्वर्गवासी झाली होती. एक तेवढी ती लेक होती. तिची आई आणि बाप होऊन मी तिला वाढवली, शिकवली, मला जमलं तेवढं सुखात तिला वाढवलं आणि मग लग्न करून दिलं.''

व्रजमोहनदासांनी बघितलं की, एवढं सांगता सांगता कनुभाईंचा कंठ दाटून आला होता. कसलाही संकोच न बाळगता धोतराचा सोगा भरून आलेल्या डोळ्यांना लावून ते पुढे बोलू लागले, ''त्या माझ्या लेकीनं लग्नानंतर दुसऱ्याच वर्षी आत्महत्या केली.''

''काय? काय सांगताय काय? ''

व्रजमोहनदासांचा थरकाप झाला.

"हो! सासर तिच्या पचनी नाही पडू शकलं. घर आणि वर दोन्ही शोधण्यात मी फसलो होतो. पोरीनं सहन करता आलं, तोपर्यंत मुकाट्या–मुकाट्यानं सहन केलं; पण कधीच माहेरची वाट धरली नाही. जेव्हा सहन होईनासं झालं; तेव्हा मला शंकाही येऊ न देता, सगळं दु:ख मनातल्या मनात दाबून ठेवून तिनं आयुष्य संपवून टाकलं. तिच्या मृत देहापाशी जेव्हा मी उभा होतो, तेव्हा प्रथमच मी बघितलं की, हे काही साधं शरीर नव्हतं. सुवर्णवर्ण होता तिचा शेठ! तिचा मृतदेहही सोन्यासारखा चमकत होता."

व्रजमोहनदास 'हुं' सुद्धा न म्हणता टक लावून पाहत राहिले.

"आणि तोच चमकणारा रंग त्या रात्री मी कमळीच्या देहावर बघितला. उमाही कमळीएवढीच होती. ज्या दिवशी तिनं आत्महत्या केली, त्या दिवशी जर कोणीतरी तिला जीव देताना बघितली असती आणि जर थांबवलं असतं, तर माझी उमाही जिवंत असती. पण उमाला आत्महत्या करताना कुणी थांबवलं नाही. आता ही एक कमळी होती. तिला वाचवता आलं तर माझ्या उमाचा जीव जिथं कुठं असेल, तिथं तिला बरं वाटेल; असा विचार करून मी कमळीला वाचवली आणि ह्या कमळीला नवं नाव दिलं 'कंचनीबाई'! तिच्या सुवर्णासारख्या कायेला मला हेच नाव योग्य वाटलं."

व्रजमोहनदासांच्या आता सगळं लक्षात आलं होतं. गेल्या एक वर्षापासनं गुजराती रंगमंचावर ज्या नाटकानं प्रचंड लोकप्रियता मिळवली होती आणि जिच्या अभिनयानं भल्याभल्यांनी तोंडात बोटं घातली होती; ती कंचनीबाई ह्या नाटकात अभिनय नव्हती करत, ती ते प्रत्यक्ष जगत होती. हे नाटक कंचनीबाईची सगळी हकिकत ऐकल्यावर कनुभाईसाहेबांनी नाटकमंडळीच्या लेखकाकडून लिहवून घेतलं होतं.

कंचनीबाईंच्या आयुष्याचीच ही कथा. कंचनीबाई जीव ओतून स्टेजवर ती कथा सांगायची.

"आणि आता एक इच्छा आहे शेठ!"

कनुभाई पुढे म्हणाले - "तुम्ही गुणांची कदर करणारे आहात, समजूतदार आहात आणि शिवाय सज्जनही आहात; म्हणून तुम्हाला एक विनंती करायची आहे."

"सांगा ना कनुभाईसाहेब! संकोच करू नका! माझ्याच्यानं होईल तेवढं मी जरूर करेन."

"रंगमंच म्हणजे कलाकार जिवंत असेल तोपर्यंतच त्याचं नाव राहतं. आता चित्रपटही बोलू लागले आहेत. हे नाटक पडद्यावर न्यायचंय. ह्याचा जर चित्रपट केला आणि त्यात जर कंचनीबाईंनीच हे पात्र साकारलं, तर ते कितीतरी वर्षं टिकून राहील.

गुजराती स्टेज... फार फार तर काही हजार माणसांपर्यंत पोचतं, पण जर हिंदी चित्रपट झाला तर त्याचे पडसाद देशभर उमटतील. कंचनीबाईच्या अभिनय नैपुण्याला वावही मिळेल.'' कनुभाई म्हणाले.

''बरोबर आहे तुमचं. मलाही बरोबर वाटतंय तुमचं म्हणणं. पण ह्यात मी काय करू शकतो ते सांगा.''

''एका निर्मात्याबरोबर चित्रपट करण्याबद्दल बोलणं पक्कं झालं आहे. त्यालाही कंचनीबाईचं अभिनयकौशल्य खूप आवडलं आहे. तसं तर सगळं जमून येतंय, पण... पण जरा पैशांची तंगी आहे. निर्मात्याचे पैसे आत्ता लगेच त्याच्या हाती येतील असे नाहीत आणि माझी एवढी ऐपत नाही, हे तर तुम्हाला माहीतच आहे.''

व्रजमोहनदासांच्या लक्षात आलं. हा प्रस्ताव त्यांना अनपेक्षित होता. जरूर तेवढे पैसे ते देऊ शकले असते; पण ज्या धंद्यात ते पूर्णपणे गुंतलेले होते, त्या धंद्यात चित्रपट-उद्योगाच्या नावाला प्रतिष्ठा नव्हती.

नाटकमंडळ्या त्यातल्या त्यात 'आपल्या' वाटायच्या, पण चित्रपटउद्योग तर अगदीच परका आणि फसवणूक होऊ शकणारा प्रदेश होता. चित्रपटांशी संबंधित माणसांबद्दल कोणाचं फार चांगलं मत नसायचं.

क्षणभर व्रजमोहनदास विचारात पडले. कनुभाई म्हणजे नखशिखान्त सज्जनता. कंचनीबाईचा अभिनय उत्तम होता.

कंचनीबाईची कारुण्यपूर्ण कथा तर कोणाचंही मन हेलावून टाकेल अशी होती.

व्रजमोहनदासांचं मन सहानुभूती आणि वास्तव ह्यांमध्ये हेलकावे घेऊ लागलं.

''मला कल्पना आहे, चित्रपटांच्या धंद्यात उतरायला तुमच्यासारखा व्यापारी माणूस पटदिशी तयार होणार नाही. पण ह्या चित्रपटात तुमचा लौकिक किंवा तुमचे पैसे दोन्ही सुरक्षित राहतील, ह्याची जबाबदारी मी घेतो. मी शब्द देतोय त्यावर भरवसा ठेवा.''

आणि व्रजमोहनदासांनी खरोखरच कनुभाईंच्या शब्दावर भरवसा ठेवला. ज्या दिवशी बोलणी पक्की झाली, त्या दिवशी कंचनीबाई व्रजमोहनदासांच्या पाया पडली.

व्रजमोहनदासांनी त्या पूर्वी कंचनीबाईला स्टेजवर तर खूपदा पाहिली होती, आता तर किंचित स्मित देण्याइतकी नजरेनं ओळखही झाली होती; परंतु सांगोपांग एखाद्या गृहिणीसारखी दिसणाऱ्या, अजिबात मेकअप न लावलेल्या कंचनीबाईनं जेव्हा व्रजमोहनदासांना वाकून नमस्कार केला, तेव्हा नकळतच व्रजमोहनदासांनी तिच्या मस्तकावर हात ठेवला.

आशीर्वाद देऊन त्यांनी हात मागे घेतला, तेव्हा डोकं वर उचलून कंचनीबाईनं व्रजमोहनदासकडे बघितलं. तिचे डोळे ओलावले होते.

अशा तऱ्हेनं व्रजमोहनदास चित्रपटउद्योगाशी जोडले गेले. चित्रपटउद्योगातली

बरीचशी माणसं तेव्हा नाझ कम्पाउण्डमध्ये ऑफिसेस काढत होती, तिथं 'अविनाश डिस्ट्रिब्यूटर्स'चं नवं ऑफिस सुरू झालं.

व्रजमोहनदासांसाठी सुरुवातीला तर थोडे पैसे, आणि तेही कनुभाईंच्या शब्दावर विश्वास ठेवून आणि कंचनीबाईबद्दल वाटणाऱ्या सहानुभूतीपायी देण्याचीच गोष्ट होती.

फार फार तर ह्या पैशातनं फारसा फायदा होणार नाही. कदाचित मुद्दलही जाईल अशीही थोडी भीती होतीच, पण कंचनीबाईची कथा ऐकल्यावर वाटलेल्या सहानुभूतीमुळं ते तेवढा धोका पत्करायला तयार झाले होते.

व्रजमोहनदासांना जी भीती होती, तसं काही झालं नाही. चित्रपट भराभर तयार होऊ लागला.

नाटकाचं यश तर गाजत होतंच, त्याचा ह्या चित्रपटासाठी वातावरण तयार व्हायला चांगला फायदा झाला.

स्टेजवरची कंचनीबाई पडद्यावर नव्या नावानं आली होती.

नवं नाव होतं कामिनी आणि हे नावही कनुभाईसाहेबांनीच दिलं होतं. 'क' नं सुरू होणाऱ्या नावांवर आता त्यांची खूपच श्रद्धा बसली होती.

वर्तमानपत्रांमध्ये कामिनीच्या नावाचा खूप बोलबाला झाला. अजूनपर्यंत व्रजमोहनदास मात्र ह्या सर्व झगमगाटात फारसे गुंतले नव्हते. त्यांच्या दृष्टीनं हे सगळं वाहत्या नदीच्या काठावर बसून पाण्याशी खेळण्यासारखं होतं. मनानं ते अजून अलिप्तच होते.

पण ही अलिप्तता फार काळ टिकली नाही. चित्रपट पूर्ण झाला, तसं त्या उद्योगातल्या बऱ्याच अग्रणींनाही व्रजमोहनदास आणि अविनाश डिस्ट्रिब्यूटर्सबद्दल आकर्षण वाटू लागलं.

व्रजमोहनदासांच्या नाझ कम्पाउण्डमधल्या ऑफिसमध्ये त्यांचं येणंजाणं होऊ लागलं.

कंचनीबाईची मुख्य भूमिका असलेला चित्रपट रुजू झाल्याबरोबर त्याचं चहूकडून खूप उत्साहानं स्वागत झालं. चित्रपटाची तिकिटं मिळवण्यासाठी रात्रभर रांगा लागू लागल्या.

चित्रपटाचे पोस्टर्स आणि जाहिरातींनी कामिनीचं नाव एका रात्रीत घरोघर माहीत झालं. ह्या सर्व दिवसांमध्ये व्रजमोहनदास मधूनमधून कंचनीबाईला भेटायचे. कनुभाईंना भेटायचे. मिळालेल्या यशाचा सर्वांनाच संतोष होता.

व्रजमोहनदासांनी गुंतवलेले पैसे भरपूर फायद्यासकट परत आले होते.

पण आता निर्मात्यांसाठी कामिनी आणि व्रजमोहनदास दोघंही महत्त्वाच्या व्यक्ती झाले होते.

सहज गंमत म्हणून जे केलं होतं, ते काम आता त्यांच्या व्यक्तिमत्त्वाचा जणू एक भागच बनून गेलं.

बघता बघता चित्रपट रजतजयंतीपर्यंत पोहचला, पंचवीस आठवडे पुरे होऊन गेले. अविनाश डिस्ट्रिब्यूटर्सच्या बॅनरखाली दुसरे चित्रपटही पडद्यावर येऊ लागले. जेव्हा चित्रपटानं रजतजयंती साजरी केली, तेव्हा त्याचा समारंभ खूप धडाक्यानं साजरा झाला.

व्रजमोहनदास पत्नी आणि दोन मुलांसह समारंभाला सुरुवातीपासनं शेवटपर्यंत उपस्थित राहिले. दिव्यांच्या झगमगाटात अनेक फोटो घेतले गेले.

उशिरानं समारंभ संपला, तेव्हा व्रजमोहनदासांनी जयाबांना आणि मुलांना कांदिवलीला पाठवून दिलं आणि स्वत: काही कामं आटपायला ऑफिसमध्ये जाऊन बसले. त्यांचा विचार असा होता; की आता सगळी आपापल्या उद्योगांना गेली की, शांतपणे थोडं काम संपवता येईल.

पण तसं झालं नाही.

दरवाजावर टकटक झालं आणि त्यांच्या डोळ्यात आश्चर्य उमटलं. दरवाजा अर्धवट उघडून कंचनीबाई तिथं उभी होती.

"आत येऊ का?"

गोड हसून कंचनीबाईनं अशा काही तऱ्हेनं विचारलं, की जणू पडद्यावर गायलं जाणारं गीत जिवंत झालं.

"अरे, कंचनीबाई! तुम्ही? या, या. तुम्हाला परवानगी थोडीच लागते?"

व्रजमोहनदाससाठी कंचनीबाईचं हे येणं अनपेक्षित आणि आश्चर्यकारक होतं.

कंचनीबाई आत आली. आज ती गृहिणीसारखी नाही, अभिनेत्रीसारखी दिसत होती. चेहऱ्यावर तेज होतं आणि कपडे तसंच स्वरूप चमकत होतं.

आत येऊन ती व्रजमोहनदासांच्या लवून पाया पडली आणि म्हणाली, "तुमचे आशीर्वाद घ्यायला आले आहे शेठ! आज मी जी काही आहे, त्याचं यश तुम्हाला आहे."

पण ह्या वेळी व्रजमोहनदास तिच्या डोक्यावर हात ठेवू शकले नाहीत. आता ही स्त्री 'कमळी' च्या खूप पुढे निघून गेली होती.

तिचा रुबाब आणि तिच्या शरीराची संपन्नता अशी काही दिसत होती, की व्रजमोहनदासांनी तिच्या डोक्यावर हात न ठेवताच म्हटलं, "कंचनीबाई, यशाचं श्रेय ईश्वराला द्या. तुमच्या अंगी गुण होते, म्हणून ते चमकले."

कंचनीबाईंनी जणू व्रजमोहनदासांचं बोलणं ऐकलंच नसावं, तसं शरीर कमरेतनं वाकवून मस्तक झुकलेलंच ठेवलं.

मग ती हळूच म्हणाली, "शेठ! आज आशीर्वाद द्यायला माझ्या डोक्यावर

तुमचा हात नाही ठेवणार? मी तो अधिकार गमावला आहे का?''

व्रजमोहनदास स्तब्ध झाले.

त्यांनी हात लांब करून कंचनीबाईच्या मस्तकावर ठेवला.

कंचनीबाई जणू आशीर्वादांच्या अमृताचा थेंब न् थेंब आत्मसात करावा तशी थोडा वेळ तशीच उभी राहिली. मग ताठ होऊन स्मितवदनानं म्हणाली, ''कनुभाईसाहेबांपासनं थिएटरच्या डोअरकीपरपर्यंत सगळ्यांनी माझं अभिनंदन केलं.''

''तुमची लायकीच आहे तशी.''

''आणि तरी तुम्ही मला ह्या यशाबद्दल काही बक्षीस नाही दिलं.''

''बक्षीस? ''

व्रजमोहनदासांना आश्चर्य वाटलं.

''कंचनीबाई, सांगा! आज मी काय बक्षीस देऊ तुम्हाला?''

■

१२

"बक्षीस असं उभं ठेवूनच द्याल, का मला बसायला तरी सांगाल?" कंचनीबाई आज जणू विशेष आनंदी मन:स्थितीत होती.

"ओहो! माझ्या लक्षातच नाही आलं." व्रजमोहनदासांनी जरा ओशाळून म्हटलं, "बसा, आरामात बसा!"

आणि मग पुढे म्हणाले, "खरं सांगायचं तर परमात्म्यानंच तुम्हाला असं बक्षीस दिलं आहे, की माणसांकडनं मिळणाऱ्या बक्षिसाची आता काही जरूरच नाही!"

"असं म्हणून सटकून तर नाही जायचं ना शेठ?" कंचनीबाई हसून म्हणाली. "परमात्मा त्याचं बक्षीस स्वत:च्या हातानं देत नाही. कुठल्या तरी पोस्टमनकरवी पाठवतो. बस! आज तुम्ही त्या परमात्म्याचे पोस्टमन होऊन मला बक्षीस द्या."

व्रजमोहनदास आनंद, आश्चर्य, गूढभाव अशा मिश्र भावनांनी बघत राहिले. कंचनीबाई हे काही घोकलेले संवाद बोलत नव्हती, कुणा संवादलेखकानं किंवा नाट्यलेखकानं लिहून दिलेले शब्द अभिनय करत म्हणत नव्हती. हे तर तिचे स्वत:चे शब्द होते आणि शिवाय त्यात अभिनय कुठेही नव्हता. एवढ्या दिवसांमध्ये व्रजमोहनदास कंचनीबाईचं हे नवंच रूप बघत होते.

"परमात्म्याचा पोस्टमन बनण्याचं भाग्यही क्वचितच एखाद्याला साऱ्या आयुष्यात केव्हातरीच मिळतं."

व्रजमोहनदास म्हणाले, ''ही संधी तर माझ्यासाठीही खूप मोलाची आहे.''

''मी तुमच्याहून वयानं खूप लहान आहे. लहानांना 'तुम्ही' म्हणण्याची आपल्यामध्ये प्रथा नाही. ह्या प्रथेचं तुम्ही पालन करा. तुम्ही मला 'तुम्ही - तुम्ही' म्हणता, तेव्हा मला अवघडल्यासारखं होतं. आजपासून - आत्तापासूनच माझं हे अवघडलेपण दूर करण्याचं बक्षीस तुम्ही मला द्या.'' उजव्या हाताचा पंजा टेबलावर उताणा ठेवत कंचनीबाई म्हणाली.

''अरे, अरे! हे तुम्ही काय बोलताय कंचनीबाई?''

व्रजमोहनदासांना हे मनातनं आवडलं तर होतं, पण खुद्द कंचनीबाईनं असं म्हणणं अगदी अनपेक्षित होतं. ''तुम्ही आता स्टेजवरची सामान्य नटी नाही आहात, आता तर सबंध हिंदुस्थानात घरोघरी तुमचं नाव पोचलं आहे.''

''विसरलात? ते नाव तर तुम्हीच पोचवलंय. कनुभाईसाहेबांनी हे नाव ठेवलं, आणि तुम्ही हे नाव घरोघर पोचवलं.''

''ते तर निमित्त आहे कंचनीबाई! तुमच्यात सत्त्व नसतंच तर....''

''पुन्हा तेच बोललात?''

उजव्या हाताचा पंजा तसाच उताणा ठेवून कंचनीबाई म्हणाली, ''मी जाणून आहे शेठ! नट किंवा नटी स्टेजवर असोत की पडद्यावर, त्यांना 'तुम्ही' फक्त प्रत्यक्ष बोलतानाच म्हटलं जातं; त्यांच्या पाठीमागे मात्र कितीही मोठा नट किंवा नटी असो, त्याच्याबद्दल लहान-मोठे सगळे तुच्छ एकेरीनंच बोलतात. आमच्या आयुष्यातली ही विचित्र वस्तुस्थिती आपल्याला सगळ्यांनाच ठाऊक आहे. बस, तुम्ही माझा अपवाद करा, जाहीरपणे असो की खासगीत; मी तुमच्यासाठी 'तुम्ही' नाही, फक्त 'तू' च असावी!'' बोलता–बोलता कंचनीबाई एकदम भावुक झाली.

व्रजमोहनदास काही बोलू शकले नाहीत. त्यांनी हळूहळू आपला हात लांब करून कंचनीबाईच्या उघड्या पंजावर ठेवला.

''कंचनीबाई! तू जिंकलीस, मी हरलो!''

''विश्वास ठेवा शेठ! तुम्हाला हरवून कंचनीबाई कधीही जिंकणार नाही.''

शेठचा हात आपल्या मुठीत क्षणभर ठेवून तिनं सोडून दिला. व्रजमोहनदास पुढे काही बोलणार किंवा विचार करणार, त्यापूर्वीच ती उभी राहिली.

डोळ्यांच्या कोपऱ्यातला मेकअप किंचित ओला झाला होता, तो तिनं बोट फिरवून नीट केला आणि मग म्हणाली, ''खूप उशीर झालाय शेठ! मी निघते आता. जास्त उशीर झाला, तर मग इथनं व्हिक्टोरिया मिळायला त्रास होईल. तुम्हाला तर ठाऊकच आहे, की आता अशा वेषभूषेत बस किंवा ट्रॅममध्ये जाणं अवघड व्हायला लागलंय.''

''जरा थांब कंचनीबाई,'' शेठ म्हणाले, ''नाहीतरी मला आता स्टेशनवर जायला व्हिक्टोरिया करायचीच आहे. मीच तुला तुझ्या घरी सोडून जाईन.''

कंचनीबाईनं हो-नाही केलं नाही, विनाकारण विनय दाखवला नाही. मुंबईत स्थायिक झाल्यावर कनुभाईसाहेबांनीच तिला चर्नीरोड विस्तारात दोन खोल्या आणि लहानसं स्वयंपाकघर असलेली एक जागा भाड्यानं मिळवून दिली होती. सुरुवातीला तर कंचनीबाई एकटीच तिथं राहायची. पण गुजराती स्टेजवर ती जसजशी जास्त कामात अडकू लागली, तसतशी तिला घरकाम आणि इतर बारीक-सारीक कामांसाठी मदतीची जरूर वाटू लागली.

कनुभाईंनी नाटकमंडळीतच एक्स्ट्रा काम करणाऱ्या एका मुलीला कंचनीबाईंच्या सोबतीला राहण्याची व्यवस्था करून दिली. ही मुलगीही एकटीच होती आणि मुंबईत तिलाही राहायला जागा नव्हती. आता ह्या भाड्याच्या घरात ह्या दोघी बायका बरोबर राहत होत्या. आत्तापर्यंत कंचनीबाई नाटकांसाठी जायची-यायची, ती बस किंवा ट्रॅममधूनच.

गुजराती स्टेजवर तिचं नाव आणि चेहरा परिचित झाल्यावर कधीकधी असं व्हायचं की, बस किंवा ट्रॅममध्ये तिला कोणीतरी ओळखायचं आणि असं ओळखलं, म्हणजे मग ते माणूस तिच्याकडे बघतच राहायचं. फार फार तर ओझरतं स्मित करायचं. डोळ्यांमध्ये एक अनाकलनीय भाव प्रकट व्हायचा. आसपास उभ्या असलेल्या किंवा बसलेल्यांच्या कानात कुजबुजून त्यांच्या लक्षात आणून दिलं जायचं. ह्याहून फारसं जास्त नट किंवा नटीबद्दलचं वेड अजून पसरलं नव्हतं.

पण कंचनीबाईनं चित्रपटात प्रवेश केला आणि चित्रपट इतका यशस्वी झाला की, त्यानंतर बस-ट्रॅमनं जाणं अवघड होऊन बसलं. आडवेळी, आणि त्यातही जर कोणी बरोबर असलं आणि मेकअप केला नसला, तर बस-ट्रॅममधून जायला फार त्रास व्हायचा नाही. त्याखेरीज आताशा ती बहुतेक व्हिक्टोरियाचाच उपयोग करायची. व्हिक्टोरियातनं जायला तिला आवडायचंही.

कंचनीबाई जेव्हा कमळी होती, तेव्हा भूरिया जमादाराच्या घरी एक घोडीही होती. कमळी लहान असताना कधीकधी त्या घोडीवर बसलीही होती. मोटारीसारख्या वाहनात कंचनाबाईंना कधीकधी नवखं–नवखं वाटायचं. व्हिक्टोरियाला जोडलेल्या घोड्याला बघून तिला कुठेतरी आपलेपणा वाटायचा. मनातली ही गोष्ट तिनं कोणाला सांगितली नव्हती; पण ती जेव्हा जेव्हा व्हिक्टोरियात बसायची, तेव्हा तेव्हा तिच्या मनात रोमांच उठायचे आणि तसे रोमांच उठल्यानं बरंही वाटायचं.

कनुभाईसाहेबांनी गेल्या आठवड्यातच कंचनीबाईला सुचवलं होतं, ''कंचनीबाई, तू आता एक मोटार घे. असं जाणं-येणं आता तुला जमणार नाही.''

''नाही हो कनुभाईसाहेब! व्हिक्टोरियात बसण्याची इतकी मजा येते ना....''

''ही मजा फार दिवस नाही चालणार. लोकांची टोळकी तुझ्या मागे लागतील. दिवस बदलत चाललेत. आता शूटिंगसाठी तुला वेगवेगळ्या जागी जावं लागतं. मी

एक सेकंडहँड गाडी तुझ्यासाठी बघूनही ठेवलीय....''

कनुभाईंचं म्हणणं बरोबर होतं. कंचनीबाईला ते कळत होतं. आता एखाद्या गाडीचा खर्च परवडेल एवढी कमाई होत होती. एखादा विश्वासू ड्रायव्हर असला, तर मग एकटीनं येण्या-जाण्याचीही भीती राहणार नव्हती.

पण अजून ही गोष्ट अमलात आली नव्हती.

कंचनीबाईचं घर इतक्या दिवसात व्रजमोहनदासांनी कधी बघितलं नव्हतं. तिच्या राहण्याच्या जागेबद्दल पूर्वी बोलणं झालं होतं खरं, पण आजपर्यंत व्रजमोहनदासांनी कधी विचारलंही नव्हतं किंवा कंचनीबाईनंही कधीही शेठना आपल्या घरी बोलावलं नव्हतं.

आज प्रथमच दोघं जण बरोबर व्हिक्टोरियाच्या गादी असलेल्या बैठकीवर बसले, तेव्हा दोघांच्याही मनात काहीतरी न कळू शकणारी भावना निर्माण झाली होती.

व्रजमोहनदासांना कंचनीबाईच्या आयुष्याबद्दल अगदी बारीकसारीक माहिती होती. त्यामुळे ते ह्याचा विचार करत होते, की मृत्यूच्या जबड्यातनं ह्या स्त्रीनं जी उडी मारली, त्यात परमात्म्याची किती कृपा म्हणावी आणि त्या विचारानं त्यांच्या अंगावर रोमांच उठत होते.

समज आल्या वयापासनं व्रजमोहनदास जयाबांखेरीज दुसऱ्या कुठल्याही स्त्रीच्या इतक्या जवळ ह्यापूर्वी कधी बसले नव्हते. त्यामुळे असं जवळ बसण्याचे रोमांचही त्यांच्या लक्षात येण्यापूर्वीच त्या रोमांचामध्ये मिसळत होते.

इकडे कंचनीबाईचं मनही परमात्म्याच्या कृपेनं भारून गेलेलंच होतं, त्यात आपलं अस्तित्व विसरायला लावणाऱ्या भावनाही दुथडी भरून वाहत होत्या.

"आता ह्या गाडीवाल्याला कुठे जायचं हे तुलाच सांगावं लागेल.'' शेठ म्हणाले.

"ठाऊक आहे मला शेठ. तुम्ही कधीच माझ्या घरी आलेला नाहीत, म्हणून तर असं झालंय. पण आज आणखी एक बक्षीसही द्या. गाड्या अंगणात येताच आहात, तर घटकाभर थांबून चहा-नाश्ताही करून जा... मला खूप आवडेल.''

कंचनीबाई अशा तऱ्हेनं बोलली, की व्रजमोहनदास नाही म्हणू शकले नाहीत. चौपाटी बँडस्टँडजवळ एक वळण घेऊन गाडी एका लहान गल्लीत आली. एका जुन्या दगडी तीन मजली इमारतीजवळ बग्गी उभी राहिली.

व्रजमोहनदासांच्या मूक संमतीनंच कंचनीबाईला इतका आनंद झाला होता की, तो आनंद तिच्या चालण्यावरूनही कळत होता.

पहिल्या मजल्यावर असलेल्या फ्लॅटमध्ये व्रजमोहनदास आले. खोली विशेष मोठी नव्हती, सजावटही फार किमती नव्हती. एक पलंग, एक टेबल, दोन खुर्च्या,

एक साधा सोफा... फरशीवर कार्पेट अंथरलं होतं. भिंतीवर एक पेंटिंग होतं.

व्रजमोहनदास सोफ्यावर बसले. कंचनीबाईच्या सोबतीला राहणारी सविता पेला भरून पाणी घेऊन आली. कंचनीबाई कपडे बदलायला आत गेली. सवितानं खोलीच्या कोपऱ्यात असलेल्या देवाच्या मूर्तीसमोर उदबत्ती लावली. हवेत सुगंध पसरला. शेठ त्या सुगंधाचा आनंद घेत होते. तेवढ्यात कंचनीबाई स्वत:च चहा-नाश्ता घेऊन खोलीत आली.

''अगं कंचनीबाई! आता तू तर रूपेरी पडद्यावरची मोठी अभिनेत्री कामिनी झाली आहेस. तू आता असली कामं करायची नाहीत...'' व्रजमोहनदास थट्टेनं म्हणाले.

''दक्षिणा देऊन ब्राह्मणाकडनं मंत्रोच्चार करून ग्रहशांती करून घेता येते, पण आत्मशांतीसाठी तर स्वत:च पूजा करावी लागते.'' कंचनीबाई म्हणाली.

व्रजमोहनदास मुग्ध होऊन बघत राहिले होते. कंचनीबाई आता अगदी साध्यासुध्या गृहिणीसारखीच दिसत होती. काही थाटमाट नाही, अभिनय नाही, जाणूनबुजून कृत्रिम वागणं नाही. कपडेही अगदी साधे आणि नीटनेटके घातलेले होते. गळ्यात एक लहानशी साखळी, हातात दोन बांगड्या आणि कपाळाला कुंकू... ह्याशिवाय कोणतेही दागिने नाहीत.

चहा–नाश्ता संपवून व्रजमोहनदासांनी घड्याळाकडे बघितलं, आणि म्हणाले, ''मी आता निघतो कंचनीबाई! खूप उशीर होतोय आणि शिवाय आज तू मोठा धोका पत्करलायंस.''

''धोका? कसला धोका? मला किती बरं वाटलं, ह्याची तुम्हाला कदाचित कल्पना नाही येणार. कमळीच्या आयुष्यात आज रात्र नाही पडली... उजाडलं आहे.''

''तू आता रूपेरी पडद्यावरची प्रसिद्ध व्यक्ती आहेस. तुझं येणं-जाणं आणि तुझ्या घरी येणाऱ्या–जाणाऱ्या पुरुषांवर चलाख पत्रकारांचं लक्ष असणारच. उद्या कोणी असंही छापून टाकेल, की कामिनीच्या घरी रात्री....''

''शेठ! कैरी आणि कांद्यातला फरक न कळण्याइतकी भोळी मी आता राहिलेली नाही.'' एवढं बोलून नजर दुसरीकडे वळवत ती म्हणाली, ''ज्या दिवशी पहिल्या प्रथम तुमचा हात माझ्या मस्तकावर ठेवला गेला, त्या दिवशी जी भावना मी अनुभवली होती....''

''काय बोलतेयंस तू?''

''खरं सांगतेय! समजायला लागलं तेव्हापासनं बापाला बघितलं नाही. नशिबात भाऊही नव्हता. जबरदस्तीनं जो माणूस नवरा म्हणून नशिबी आला, त्यानं माझ्या आयुष्याचा सत्यानाश केला. पुरुषाच्या स्पर्शामध्ये एका स्त्रीला जे काही प्राप्त होऊ शकतं, ते सगळं मला त्या दिवशी तुमचा हात मस्तकावर ठेवलात तेव्हा मिळालं होतं.''

“कंचनीबाई!” शेठ चमकले.

“गैरसमज करून घेऊ नका शेठ! पण आज असं वाटतंय की, काळ्या खडकाच्या तुकड्यासारख्या झालेल्या हृदयाला विरघळावंसंच वाटत असलं, तर विरघळवूनच टाकते. हा सगळा थाट, रुबाब, झगमगाट किती पोकळ असतं, ह्याचाही अनुभव मला येऊन चुकला आहे. लोक मोहून जाऊन गर्दी तर करतात, कीर्तीही मिळते; पण कंचनीबाईचं आपलं माणूस व्हायला कोणी तयार नाही. कारण सगळ्यांच्या दृष्टीनं कामिनी म्हणा की कंचनीबाई म्हणा... एका बनावटी जगातली बनावटी बाई आहे. तिला बघून शिट्टी मारली तरी चालते, तिच्यासमोर हात नाचवून ‘हाय हाय’ करता येतं, तिचे फोटो कापून अल्बममध्ये ठेवावेत; पण तिला आपल्या घरी बोलवायचं नसतं, असं समारंभामध्ये भाषणं करून तोंड भरून कलेची स्तुती करणाऱ्यांनाही वाटतं....”

“कंचनी....”

“आणि म्हणूनच तुमच्या स्पर्शात त्या दिवशी जी विरक्ती आणि सख्य जाणवलं होतं, तो अनुभव माझ्यासाठी नवा होता... बस! कमळीच्या आयुष्यात आता जणू एकच इच्छा आहे....” कंचनीबाई व्रजमोहनदासांच्या डोळ्यांकडे सरळ बघत म्हणाली.

खोलीत संपूर्ण शांतता पसरली.

“तुमच्या मांडीवर डोकं ठेवून झोपून जाऊ दे शेठ! कमळी एकही दिवस गाढ झोपली नाही. कंचनीबाई झाली तेव्हाही नाही... कामिनी झाल्यावरही नाही... आज तिला गाढ झोपण्याचं सुख घेऊ द्या....” म्हणत कंचनीबाईनं डोकं खाली केलं.

व्रजमोहनदास विवश झाले. त्यांनी हात जरा लांब केला, कंचनीबाईच्या मस्तकावर पुन्हा हात ठेवला. कंचनीबाईनं शरीर झोकून दिलं. व्रजमोहनदासांच्या पायांवर डोकं टेकवून तिनं डोळे मिटून घेतले.

व्रजमोहनदास जणू सगळंच विसरून गेले. हळूहळू त्यांचा हात कंचनीबाईच्या मस्तकावर आणि चेहऱ्यावर फिरत राहिला. त्यांना वाटलं की, इतकं निवांत त्यांना कधीच वाटलं नव्हतं. जयाबांबरोबरही नाही आणि वीणा किंवा अविनाशशी मजेत खेळत असायचे तेव्हाही नाही. असं का झालं?

कंचनीबाई तर गाढ झोपून गेली होती.

■

१३

कितीतरी दिवस व्रजमोहनदास खूपच द्विधा मन:स्थितीत होते. एक-दोनदा तर जयाबांनी विचारलंसुद्धा.... 'अलीकडे तुम्ही कसल्या काळजीत आहात का काय?' पण हा प्रश्न ऐकून तर व्रजमोहनदासांची द्विधा मन:स्थिती आणखीच वाढली होती.

पतीच्या फक्त चेहऱ्यावरूनच त्याच्या मनाची उलघाल कळणाऱ्या ह्या साध्यासुध्या आणि साध्वी स्त्रीबरोबर आपण द्रोह करत आहोत, ही गोष्ट त्यांच्या मनातनं काही केल्या जात नव्हती. वरचेवर वाटायचं की, वीणा आणि अविनाशसारख्या दोन निष्पाप लहान मुलांसमक्षही ते काही पाप करत होते. ते अपराधी होते... फक्त जयाबांचेच नाही, वीणा आणि अविनाशचेही!

पण दुसऱ्याच क्षणी, त्या रात्री एका क्षणात त्यांच्या पायांवर डोकं टेकून गाढ झोपून गेलेल्या कंचनीबाईचा चेहरा त्यांच्या डोळ्यांसमोर तरळायचा. त्या चेहऱ्यावर साऱ्या जन्माच्या चिंता, दु:खांचं शमन झाल्याची जी निश्चित शांती होती; तशी शांती तर त्यांनी जयाबांच्या चेहऱ्यावर कधीही बघितली नव्हती. इतक्या दीर्घ परिचयाच्या काळात त्यांनी कधी कंचनीबाईबद्दल काही वाईट विचार तरी केला होता?

कंचनीबाई तर सोडा, इतक्या वर्षांमध्ये त्यांनी कुठल्याही स्त्रीबद्दल कधी असा विचारच केला नव्हता. कधीतरी कुठेतरी असलं बोलणं व्हायचं, तेव्हासुद्धा व्रजमोहनदासांचा थरकाप तरी व्हायचा किंवा ते विरक्त भावाने उठून निघून जायचे. त्या रात्री जे काही

झालं, त्याबद्दल ते दोषी होते असं त्यांना वाटायचं; पण मग लगेच कंचनीबाईच्या आयुष्यात त्या रात्रीनंतर आलेली जी प्रसन्नता त्यांनी पाहिली होती, ती समजण्यापलीकडची वाटायची.

एकदा तर कनुभाईसाहेबांनीही हसून आश्चर्यानं म्हटलं होतं, "शेठ! तुम्ही बघितलंत? ह्या बाईचा कलाकार जीव तिला मिळालेल्या ह्या यशानं कसा उमलून आला आहे? त्या दिवशी जर ही मेली असती, तर आपल्या सगळ्यांचं केवढं मोठं नुकसान झालं असतं."

तिच्या त्या प्रसन्नतेचं कारण कनुभाईंना वेगळंच वाटत होतं. कनुभाईंच्या कल्पनेला व्रजमोहनदासांनी काही विरोध केला नाही, पण सत्य त्यांना ठाऊक होतं.

कंचनीबाई आता गुजराती रंगमंचापेक्षा जास्त वेळ हिंदी चित्रपटांना नायिका कामिनी म्हणून देत होती. तिच्या यशामुळे नवेनवे चित्रपट तिच्याकडे आपोआपच येत होते. आता ती ट्रॅम किंवा बस तर लांब राहिली, व्हिक्टोरियातूनही जाऊ-येऊ शकत नव्हती.

कनुभाईसाहेबांनी तिला गाडी घेऊन दिली होती. चर्नीरोडचं घर आता लहान पडत होतं, पण शहराच्या मध्यभागी असल्यानं तिनं आग्रहानं तेच ठेवलं होतं. तिच्या चित्रपटांनी तिला पैसे आणि कीर्ती दोन्ही भरपूर मिळवून दिले होते आणि ह्या सर्व चित्रपटांचं वितरण अविनाश डिस्ट्रिब्यूटर्सतर्फेच व्हायचं, असा अलिखित नियमही चित्रपट-उद्योगात होऊन गेला होता.

मांजराच्या पावलांनी हरणासारख्या उड्या मारत काळ चालला होता आणि तेवढ्या काळात वीणाचं लग्न होऊन गेलं होतं, अविनाशचं शिक्षण पूर्ण झालं होतं.

ए. व्रजमोहनदास ॲण्ड कंपनी मूळजी जेठा मार्केटमधनं बाहेर पडून धोबीतलाव भागात पॅरडाइज कॉम्प्लेक्समध्ये स्थलांतरित झाली. अविनाश आता वडिलांच्या व्यवसायात गुंतून सर्व कामांमध्ये तरबेज झाला होता, मात्र तेव्हाच व्रजमोहनदासांनी एक निश्चय केला होता— काय वाटेल ते झालं, तरी अविनाशला ह्या चित्रपट-उद्योगापासनं दूरच ठेवायचं. ते स्वतः तर ह्या उद्योगात विशेष काही कारण नसताना— केवळ योगायोगानंच येऊन पोचले होते, यशस्वी झाले होते, ही गोष्ट वेगळी होती; पण ह्या यशाबरोबरच जे अनुभव त्यांना आले होते, ते अनुभव त्यांना विसरायचे नव्हते.

नाटकमंडळींची नाटकं आणि हे चित्रपट आता फार भराभर नवं स्वरूप धारण करू लागले होते आणि त्यांच्यासारखा अलिप्त राहणारा माणूसही क्षणार्धात ओला झाला. ओला झाला एवढंच नाही, गळ्यापर्यंत बुडाला; तर मग आता वेगानं बदलणाऱ्या दिवसांमध्ये अविनाशसारखा तरुण अलिप्त कसा राहू शकेल? ते स्वतः तर गळ्यापर्यंत बुडल्यावरही एक तऱ्हेची अलिप्तता टिकवून धरू शकले होते.

कंचनीबाईशिवाय कोणाच्याहीकडे नजर वर करून इतक्या वर्षांमध्ये त्यांनी कधी बघितलं नाही. ह्या कंचनीबाईनंही कधी कसली अपेक्षा ठेवली नव्हती. एवढंच नाही, कधी कोणाही बरोबर वाकड्या–तिकड्या अफवाही उठल्या नव्हत्या.

अशा परिस्थितीत अविनाशसाखा तरुण जर यशस्वी व्यावसायिक म्हणूनच ह्या धंद्यात शिरला, तर त्याला सोलून खायला गिधाडांचे थवे इथं टपलेलेच होते, हे व्रजमोहनदास समजून चुकले होते. पैशांसाठी ही गिधाडं हल्ला करतील, हे तर समजण्यासारखं होतं, पण चारित्र्याचा चुथडा करून संतुष्ट होणारेही इथं कमी नव्हते आणि कळत–नकळत अविनाश ह्या शिकाऱ्यांच्या हातात सापडू शकत होता. त्यामुळेच याबाबतीत थोडाही धोका पत्करायला व्रजमोहनदास तयार नव्हते.

ह्यातनं एक मार्ग होता– अविनाशला मेसर्स ए. व्रजमोहनदास ॲण्ड कंपनीच्या कामातच गुंतवायचं. तिथं त्यानं चुका केल्या तरी हरकत नाही, त्या चुकांनी फार फार तर थोडं आर्थिक नुकसान झालं असतं.... ते नुकसान भरून काढता येईल असं होतं. व्रजमोहनदासांची त्याला तयारी होती; पण एकदा का नाझ कम्पाउण्डमधल्या झगमगाटाच्या दुनियेत अविनाश अडकला, तर मग जे नुकसान भोगावं लागलं असतं, त्यासाठी ते अजिबात तयार नव्हते.

त्यांनी तिथली परिस्थिती ओळखली- समजली होती, त्यातनं ते गेले होते; पण त्यांच्यासारखा मनुष्य इतक्या वर्षांच्या सुखी कौटुंबिक जीवनानंतरही तो विरघळवून टाकणारा क्षण जर टाळू शकला नव्हता, तर तरुण मुलाची मानसिक शक्ती ती किती? ते तर तो क्षणही संपन्न करू शकले होते, कारण तो क्षण निर्माण करणारी कंचनीबाईसारखी असामान्य स्त्री होती. जे असामान्य असतं, ते सामान्य नियमांमध्ये बसवता येत नाही.

सुरुवातीच्या दिवसांमध्ये अविनाशला वडिलांचा हा निर्णय खूप विचित्र वाटायचा. मनातनं चित्रपटउद्योगाच्या झगमगाटाचं त्याला आकर्षणही होतं. पण जसजसं ए. व्रजमोहनदास ॲण्ड कंपनीच्या वाढत चाललेल्या कारभारात त्याला स्वातंत्र्य मिळत गेलं, तसतसा तो त्यातच जास्त लक्ष घालू लागला. त्यानंतर तर एका दृष्टीनं त्याला ती व्यवस्थाच सोयीची वाटू लागली होती.

वडील जर व्यवसाय करताना सदैव त्याच्या समोरच असते, तर त्याच्या स्वातंत्र्यावर किंवा व्यक्तिगत विकासावर नक्कीच थोडा अंकुश येणारच. पण ह्या व्यवस्थेमुळे व्रजमोहनदास हळूहळू जास्त वेळ नाझ कम्पाउण्डच्या ऑफिसमध्येच घालवू लागले आणि ते अविनाशलाही अनुकूल वाटू लागलं होतं.

अविनाश डिस्ट्रिब्युटर्सच्या कारभारात लक्ष घालण्याच्या त्याच्या सुरुवातीच्या प्रयासांना व्रजमोहनदासांनी मुळीच उत्तेजन दिलं नव्हतं. एवढंच नाही, तर जेव्हा काहीही तर्कशुद्ध कारण देता आलं नाही; तेव्हा स्वत:च्या स्वभावाविरुद्ध जाऊनही

त्यांनी मुलाला सांगून टाकलं होतं, "कितीतरी घटनांचा अर्थ फक्त काळच समजावू शकतो बाळ! हा माझा निर्णय आहे. योग्य वाटला तरी आणि चुकीचा वाटला तरी तुला तो मानावा लागेल."

झालं! बोलणं तिथेच संपलं. वडिलांचा स्वभाव असा होता, की जास्त वाद घालायला वावच नव्हता, हे मुलाला समजून चुकलं होतं. त्याच्या वडिलांच्या स्वभावातला हा एक विचित्रपणा होता, असं जाणून त्यानं त्या वागण्याचा स्वीकारही करून टाकला होता.

कंचनीबाई तिच्या पूर्वायुष्यात कमळी असताना कशी दिसत असेल, हे व्रजमोहनदासांना कनुभाईसाहेबांच्या तोंडूनच ऐकून माहीत होतं. कंचनीबाई म्हणून स्टेज गाजवत असलेल्या स्त्रीला त्यांनी बघितली होती. त्यानंतर कामिनी नावानं रूपेरी पडद्यावर तेजस्वी अभिनेत्री म्हणून तिचं रूपही त्यांनी बघितलं होतं.

ह्या सगळ्याशिवाय त्या दिवशी रात्री त्यांच्या पायांवर डोकं टेकवून ज्या समाधानानं ती गाढ झोपून गेली होती, ते रूपही त्यांनी पाहिलं होतं. कंचनीबाईच्या ह्या वेगवेगळ्या रूपांमध्येही व्रजमोहनदासांनी कधी कल्पनाही केली नव्हती, अशी एक घटना त्या दिवसांमध्ये घडली.

कामिनी म्हणून कंचनीबाई जेव्हा सूर्यासारखी तळपत होती, तेव्हाच एक दिवस तिनं व्रजमोहनदासांना सांगितलं होतं,

"खूप दिवसांपासून माझं मन अस्वस्थ आहे शेठ! आज तो भार हलका करावासा वाटतोय."

"अशी काय गोष्ट आहे कंचनीबाई? आता तर हलकं फूल झालेल्या मनानं जगायचे आणि आनंदात राहायचे तुझे दिवस आहेत. तुझ्या नावावर पैशांची रास पडतेय आणि लोकांना तुझ्या नावाचं वेड लागलं आहे."

"ते वेड मला माहीत आहे आणि त्याचं खरं स्वरूपही माहीत आहे. म्हणूनच मला ओझं वाटंतय, ते मला मनावरून उतरवायचं आहे."

"पण झालंय काय ते तर सांग."

"मला आता ह्या सगळ्यातनं मोकळं व्हायचंय." कंचनीबाई स्थिर नजरेनं म्हणाली.

"म्हणजे? काय म्हणायचंय काय तुला?"

"मी तुम्हाला पहिल्या दिवशीच सांगितलं होतं शेठ! की कंचनीबाई असो की कामिनी असो... ती कमळी होती तेव्हाही एकाकी होती आणि आत्ताही एकटीच आहे."

"असं का म्हणतेयंस कंचनी?"

"राग मानू नका शेठ!" कंचनीबाई व्रजमोहनदासांच्या जवळ सरकून हळू

आवाजात म्हणाली, ''कनुभाईसाहेब आणि तुम्ही ह्या दोघांनी जर मला हात दिला नसतात, तर कमळीचा केव्हाच अपमृत्यू झाला असता. कमळी एक भयंकर आयुष्य जगत होती. कंचनीबाई किंवा कामिनी जे आयुष्य जगते आहे, त्यात कमळीच्या आयुष्यातली भयाणता नाही. पण एकटेपणा तर होता तसाच आहे. मी आता कोणाचीही जयाबा बनू शकणार नाही. एखाद्या अविनाश किंवा वीणाची आई बनू शकणार नाही. जे लोक कामिनीच्या नावाचा जयजयकार करतात किंवा हायहाय करून टर उडवतात, त्यांच्यातलं कोणीही तिच्या जीवनात येऊ शकणार नाही. आयुष्य जणू वांझ, निष्फळ असल्यासारखं वाटतं. ही निष्फळतेची भावना घालवायला हे बनावटी, चमचमणारं आयुष्य सोडून थोडं खरोखरीचं एकाकी आयुष्य जगावंसं वाटतंय. मला आज्ञा द्या शेठ! इथून पुढे मी कुठलाही नवा चित्रपट स्वीकारणार नाही. जे आहे ते पुरेसं आहे, बस! संपून जाऊ दे इथंच सगळं....'' कंचनीबाई एक–एक अक्षर सावकाश पण स्पष्ट, भक्कम स्वरात बोलत गेली.

व्रजमोहनदास स्तब्ध झाले.

''तू... तू हे काय बोलते आहेस कंचनी?''

थोड्या वेळानं जरा शांत होऊन व्रजमोहनदास म्हणाले, ''तू हे सगळं सोडून कुठे जाशील? काय करशील?''

''मी कुठेही जाणार नाही. जावंसं वाटलं तरी जाण्यासारखी दुसरी जागा मला आहे तरी कुठे? आणि... आणि....''

कंचनीबाई व्रजमोहनदासांच्या अगदी जवळ सरकून भावपूर्ण आवाजात म्हणाली, ''हा झगमगाट सोडून एकटीनं जगावंसं वाटतंय, ह्याचा अर्थ असा होत नाही, की मी तुमच्याशिवाय राहू शकेन.''

व्रजमोहनदास आणखीच दिङ्मूढ झाले. ''खरंच सांगतेय!''

कंचनीबाई म्हणाली, ''मला आता ह्या बनावटी दुनियेपासनं आणि अभिनयाच्या आयुष्यापासनं दूर जाऊन शांतपणे खरंखुरं जगायचीच मनापासनं इच्छा आहे. माझ्या त्या खऱ्याखुऱ्या आयुष्यात तुम्ही नसलात तर दुसरं असणारच कोण?''

''ह्याचा अर्थ समजतोय तुला?''

''हो! ह्याचा अर्थ मी स्वतःच मनोमन समजून घेतलाय. मुंबईपासनं फार दूर नाही, अशा एखाद्या जागी घर मिळवून मी आणि सविता दोघी जणी एकत्र राहू आणि त्या नव्या जागी बाल्कनीत उभी राहून मी तुम्ही येण्याची वाट पाहीन.''

''कंचनी....''

''मला खात्री आहे... तुम्ही तिथं यालच....''

कंचनीनं डोळे मिटले.

कितीतरी वेळ तिनं डोळे उघडलेच नाहीत. व्रजमोहनदासांना वाटलं, 'त्या

रात्रीसारखी आजही कंचनी एवढं बोलून झोपून गेली की काय?'

मुंबईच्या अफाट विस्ताराच्या नजीकच नव्या मुंबईचं आयोजन तेव्हा व्हायला सुरुवात झाली होती. ह्या विस्ताराचा अजून पूर्ण विकास झाला नव्हता, पण विकास करून घेण्यासाठी तो कंबर कसत होता.

व्रजमोहनदासांनीच कंचनीबाईला राहण्यासाठी एक जागा इथं मिळवली.

'कंचनीबाई इथून पुढे नवे चित्रपट हाती घेणार नाही आणि क्षेत्रसंन्यास घेईल,' असं जाहीर झालं; तेव्हा चित्रपट-उद्योगक्षेत्रात चांगलीच खळबळ उडाली. ह्या अभिनेत्रीला डोळ्यांसमोर ठेवून मनोमन एखाद्या चित्रपटाचा विचार करत असलेले कितीतरी निर्माते हताश होऊन गेले.

कंचनीबाईसमोर ती मागेल तेवढे पैसे देऊ असे प्रस्तावही आले, पण तिनं तिचा निर्णय बदलला नाही. अनेक प्रश्नांच्या उत्तरादाखल काही कारण सांगितलं नाही.

खुद्द कनुभाईसाहेबांनाही तिनं एवढंच सांगितलं, ''बस! खूप झालं आता! जगण्याजोगं होतं तेवढं जगून घेतलं. आता जे काही बाकी राहिलं असेल, ते जसं व्हायचं असेल तसं पूर्ण होऊ दे.''

सत्य एकट्या व्रजमोहनदासांना माहीत होतं.

कंचनीबाईनं ज्या अलिप्तपणानं निवृत्तीचा निर्णय घेतला होता, त्यानं तेही स्तब्ध झाले होते खरे; पण नंतर त्यांनाही कंचनीबाईचा हा निर्णय दूरदर्शीपणाचा आणि योग्य वाटत होता.

त्यांनीही मनोमन एक निर्णय घेतला– चित्रपट-उद्योगात त्यांचा प्रवेश तर कंचनीबाईमुळेच झाला होता. आता जर ते कारणच राहिलं नव्हतं, तर त्यांनी तरी हा मेसर्स अविनाश डिस्ट्रिब्यूटर्सचा कारभार कशासाठी चालवावा? नाहीतरी ह्या कारभारात अविनाशला तर येऊ दिलेला नव्हता, मग त्यांनी कशाला आता त्यात आणखी गुंतून घेत राहायचं?

अविनाश त्याच्या व्यवसायात चांगला स्थिरावला होता आणि त्यांनी स्वत: आता कामं आवरती घेण्याचा काळ जवळ येऊन पोचला होता, मग कंचनीबाई जे म्हणत होती, त्याचा अंमल त्यांनी स्वत:ही का करू नये?

कामिनीच्या अभिनयाचं तेज पांघरणारे चित्रपट थोड्याच महिन्यांमध्ये प्रकाशित झाले.

कंचनीबाईच्या निवृत्ती जाहीर करण्याचंही भांडवल करू बघणाऱ्या निर्मात्यांनी तिच्या निवृत्तीचं वृत्त मोठ्या जाहिरातींच्या स्वरूपात देऊन चित्रपट प्रकाशित केले.

प्रेक्षकही जणू काही कंचनीबाईच्या निवृत्तीनं देशाच्या आणि जगाच्या इतिहासाचं एक पर्व पुरं होणार असावं, तसे वेड्यासारखे तिकिटांसाठी तुटून पडले.

व्रजमोहनदासांनी काहीही जाहिरात केली नाही, पण त्यानंतर नवे चित्रपट

त्यांच्या बॅनरखाली प्रदर्शित करण्याची जबाबदारी कमी करायला सुरुवात केली.

नाझ कम्पाउण्डशी थोडी मानसिक गुंतवणूक राहिली होती, म्हणून व्रजमोहनदास ऑफिसमध्ये जायचे, जरा वेळ थांबायचे आणि मग धोबीतलावच्या ऑफिसमध्ये निघून जायचे. जे काही काम हाती घेतलेलं होतं, ते आवरत आणत होते.

धोबीतलाववरच्या ऑफिसमधलं काम तर पहिल्यापासूनच अविनाश सांभाळत होता, तेव्हा व्रजमोहनदास जवळजवळ निवृत्तीदशेलाच येऊन पोचले होते.

कंचनीबाई नवी मुंबईत नव्यानं विकत घेतलेल्या जागी राहायला निघून गेली होती. व्रजमोहनदास तिला मधूनमधून भेटायला जायचे आणि थोडा वेळ तिथं थांबून परत फिरायचे. तिथं घालवलेल्या वेळात शब्दांपेक्षा जास्त बोलकं मौन खोलीत पसरायचं.

दोघांच्याही वागण्यात एक सावधगिरी, एक जागरुकता आणि शब्दात सांगता न येणारी आकांक्षा होती आणि तरीही हे सगळं कुठेच शब्दांमध्ये व्यक्त होऊन त्याचं अवमूल्यन व्हायचं नाही.

अशा ह्या वाहत चाललेल्या प्रवाहात जणू एकाएकी काठावरून एखादी शिळा नाही, सबंध खडकच तुटून पडला. प्रवाह नुसता डचमळला नाही, दोन्ही किनारे ओलांडून सगळीकडे पसरला. काठावरचा आणि तळाशी साठलेला चिखल स्वच्छ पाणी गढूळ करून बाहेर आला.

व्रजमोहनदासांनी ब्रीफकेसवर हात फिरवला. ब्रीफकेसमध्ये ठेवलेली कागदपत्रं जणू थरथरली.

■

१४

पडद्याशिवायच एखादा चित्रपट बघत असावं, तशी व्रजमोहनदासांनी काही क्षणांमध्ये जणू कितीतरी वर्षं उलटताना बघितली. काय काय आणि किती किती घडून गेलं त्या वर्षांमध्ये!

कोणाचे तरी आश्रित म्हणून ज्या चाळीच्या व्हरांड्यात सुरुवातीला ते रात्री झोपायचे, त्याच चाळीला लागून त्या चाळीहूनही मोठ्या अशा बंगल्याचे ते मालक झाले होते.

कुठेही डोळे वर करून बघण्याचं स्वप्नातसुद्धा नव्हतं, तिथे आता एक खूप खासगी आयुष्य जणू त्यांच्या अस्तित्वाचा भाग बनून गेलं होतं. डोक्यावर काळेभोर केस होते, तिथे आता चांगलंच टक्कल पडलं होतं. त्यांच्या ओठांवर स्मित उमटलं.

पण व्रजमोहनदास बहात्तर वर्षांच्या वयालाही ज्याला वृद्धावस्था म्हणतात, त्या स्थितीपासनं जणू दूरच राहिले होते. तसं पाहिलं तर तीस वर्षांचे असतानाही त्यांची छाप पन्नास वर्षांचे असावेत तशी पडायची आणि पन्नास वर्षांचे असताना लोकांना त्यांची काम करण्याची ताकद तीस वर्षांच्या तरुणासारखी वाटायची. बहात्तराव्या वर्षी जवळजवळ निवृत्त झाल्यासारखे होते हे खरं, पण आयुष्यातल्या कुठल्याही कामांमधनं ते अलिप्त झाले नव्हते. त्यांची कामामधली रुची अजून तितकीच शाबूत

होती, शाबूत आहे आणि कधी संपणारही नाही अशा; त्यांच्या ह्या अक्षयपात्राला अविनाशनं नुसतं छिद्रच नव्हतं पाडलं, त्या पात्राचा तळच जणू काढून घेतला होता.

ज्या दिवशी अविनाशनं रूपाच्या नावानं फ्लॅट घेतला आणि वडिलांना सांगितलं की, ते पैसे तर त्यानं व्यवसायात कमावलेल्या पैशांमधनं, त्याच्या खात्यातनं काढले होते; त्याच दिवशी आणि त्याच क्षणी त्या अक्षयपात्रातला सगळा रस जणू एकदम सांडून गेला होता.

व्रजमोहनदासांच्या संपूर्ण अस्तित्वाला जणू जागोजागी ओरखडे पडले होते. त्या ओरखड्यांमधनं वाहणारं रक्त कोणी बघितलं नव्हतं, कारण कोणाला ते दिसू देणं हे व्रजमोहनदासांच्या स्वभावातच नव्हतं. ह्या एकाच ठोकरीनं त्यांना वाटू लागलं की, ते एका मोठ्या भ्रमात होते.

बहात्तर वर्षांचं वय झालं होतं. एवढंच नाही, ते आता स्थानभ्रष्टही झाले होते. जे स्थान केंद्रस्थानी आहे असं त्यांना वाटत होतं, ते स्थान तर भिंतीशी ढकललं गेलं होतं. त्यांच्या शरीराचाच एक भाग, अशा त्यांच्या मुलानं वडिलांना ह्या स्थानी ठेवून दिलं होतं.

सुरुवातीचा मानसिक त्रास जरा कमी झाल्यावर त्यांनी मनोमन निश्चय केला होता, की 'बस! आता खूप झालं. नाहीतरी आपण जवळजवळ निवृत्त झाल्यासारखंच आयुष्य जगत आहोत, तर मग सगळ्यांसाठी वाटणारी मायाही आवरून का घेऊ नये?' आणि माया आवरत घेण्याच्या प्रक्रियेतनंच मेसर्स अविनाश डिस्ट्रिब्यूटर्सचा व्याप बंद करण्याचा त्यांचा निश्चय झाला होता.

अविनाश डिस्ट्रिब्यूटर्सचा व्यवसाय हा काही त्यांनी स्वत:साठी किंवा स्वत:च्या कुटुंबासाठी वाढवलेला व्याप नव्हता. जांभई द्यायला तोंड उघडावं आणि तोंडात बत्तासा पडावा, तसं हे झालं होतं.

कनुभाईसाहेबांच्या शब्दांवर विश्वास ठेवून, कंचनीबाईबद्दल वाटलेल्या सहानुभूतीमुळे प्रेरणा मिळूनच ह्या अगदी अनोळखी जमिनीवर त्यांनी कुतूहलानं पाय ठेवला होता. हा पाय ठेवून एक ओझरता अनुभव घेऊन तिथनं परत फिरण्याचीच बाब होती. पण झालं होतं त्याहून अगदी उलटच. परत फिरणं तर लांब राहिलं, पण व्रजमोहनदास कळत–नकळत पुढे पुढेच जात राहिले.

खूप खूप काही होत गेलं– सगळंच अनोळखी आणि अनपेक्षित, थेट अविनाशनं पेडर रोडवर घेतलेल्या फ्लॅटपर्यंतच्या सर्व घटना!

'जे स्वत:साठी नव्हतं, ते स्वत:चंही नव्हतं. मग ते चंपागल्लीतलं घर असो, की अविनाश डिस्ट्रिब्यूटर्सचा इतक्या वर्षांत भरभराटीला आलेला व्यवसाय असो, ह्या संपत्ती आणि मायेच्या पाशातनं मुक्त व्हायचं असेल, तर ती ज्याची असेल त्याला परत देऊन टाकली पाहिजे.'

चंपागल्लीतल्या घराचे तीन लाख रुपये ज्याप्रमाणे त्यांनी त्या पैशांच्या खऱ्या मालकिणीच्या हवाली केले होते; त्याचप्रमाणे ह्या अविनाश डिस्ट्रिब्यूटर्सची संपत्तीही जिच्यामुळे मिळाली होती, तिच्या हवाली करण्यातच न्याय होता.

तसं पाहिलं, तर कंचनीबाईच्या बाबतीत त्यांची तशीच जबाबदारी होती; जशा तऱ्हेची जबाबदारी त्यांनी जयाबा, अविनाश आणि वीणाच्या बाबतीत पार पाडली होती. जयाबा किंवा अविनाश–वीणाबद्दलची जबाबदारी उघड होती, सर्वांनाच ठाऊक होती. कंचनीबाईबद्दलची जबाबदारी अदृश्य होती. कुठल्याही कायदेशीर किंवा सामाजिक दृष्टीनं विचार करून ती ठरवता येईल अशी नव्हती; पण म्हणून काही तिचं अस्तित्व नाहीसं होत नव्हतं.

व्रजमोहनदासांनी लगेचच निर्णय घेतला होता— 'बस! हा धंदा बंद करून आलेले सर्व पैसे कंचनीबाईच्या स्वाधीन करून टाकायचे.'

कंचनीबाईची जीवनपद्धती फार खर्चिक नव्हती, हे व्रजमोहनदासांना माहीत होतं. ज्या काळात तिनं चित्रपटउद्योगातनं निवृत्ती घेतली; त्या काळात कलाकार काही लाख तर सोडाच, हजारोसुद्धा कमावत नव्हते.

कितीतरी कलाकार तर फिल्म कंपनीच्या पगारदार नोकरांसारखेच असायचे. झगमगाट आणि रुबाब, दबदबा तर असायचा; पण पैशांची तंगीही ह्या कलाकारांना सहन करावी लागायची.

जर मिळवलेले पैसे योग्य तऱ्हेनं वापरले नाहीत, तर थोड्याच काळात ह्या कलाकारांच्या घरीही स्वयंपाकाची भांडीसुद्धा रिकामी पडून राहतील असे दिवस येण्यासारखी परिस्थिती व्हायची. अशा परिस्थितीत कंचनीबाई निवृत्त झाली, तेव्हा तिच्याकडे थोडेफार पैसे साठवलेले होते हे खरं; पण ती तर तेव्हाही तरुण म्हणता येईल अशीच होती.

आजही प्रौढ वयातसुद्धा तिनं शरीरस्वास्थ्य सांभाळलं होतं. तिची बचत अजून किती वर्षं पुरेल हे सांगणं अवघड होतं. ते स्वत: आता कदाचित फार वर्षं नसतीलही आणि तेव्हा एकटी पडलेली कंचनीबाई.... ह्या विचारानं व्रजमोहनदासांची मन:स्थिती चक्रव्यूहात अडकल्यासारखी गोंधळलेली व्हायची. जी वर्षं जगून झाली होती, त्यामध्ये पापाची सावली होती का, हे त्यांचं त्यांनाही निश्चितपणे ठरवता येत नव्हतं.

परंतु शेवटी त्यांनी जो निर्णय घेतला होता, तोच अमलात आणला. मेसर्स अविनाश डिस्ट्रिब्यूटर्सचा धंदा त्याच्या सर्व मालमत्तेसकट त्यांनी विकून टाकला आणि कालच त्या सौद्यावर शेवटचे सहीशिक्के करून, सर्व संबंधित कागदपत्रं वकिलाला सोपवली होती. त्या कागदपत्रांच्या आधारे वकिलांनी जी नवी कागदपत्रं तयार केली होती, ती म्हणजे अविनाश डिस्ट्रिब्यूटर्सच्या विक्रीतनं मिळालेल्या सर्व

रकमेचे हक्क कंचनीबाईला दिले असल्याचं अधिकारपत्र होतं. ते अधिकारपत्रं, तसंच इतर सर्व दस्तऐवज घेऊनच व्रजमोहनदास आज कंचनीबाईच्या घरी आले होते. जसे त्या दिवशी मुलुंडला पत्र्याच्या चाळीतल्या खोलीत ते तीन लाख त्यांनी त्यांच्या खऱ्या मालकिणीला देऊन टाकले होते, तशाच शांत मनानं आणि अलिप्तपणानं आज हे सर्व कागद कंचनीबाईच्या हातात सोपवून द्यायचे होते.

बस! त्यांना आता सुटायचं होतं, ह्यातनं मुक्त व्हायचं होतं, अगदी मुक्त! भावनांच्या बंधनात राहूनही जणू त्यांना मुक्तीचा आनंद हवा होता, विरक्तीतलं स्वातंत्र्य!

पुन्हा एकदा त्यांनी ब्रीफकेसवर हात फिरवला.

"ओहोहो! आज तर माझ्या अंगणात प्रभू अवतरले! आज सोन्याचा सूर्य उगवला की काय?"

कंचनीबाई पुन्हा एकदा जरा मोठ्यानं म्हणाली, तेव्हाच व्रजमोहनदासांची तंद्री मोडली. ब्रीफकेसवर फिरत असलेली बोटं थांबली.

"कशाचा एवढा विचार करत होतात शेठ?" म्हणत कंचनीबाई त्यांच्या समोरच्या सोफ्यावर बसली.

"कुठे हरवला होतात ते तर सांगा."

"पडद्यावरून जशी कामिनी हरवली, तसा मीही कुठेतरी हरवून जायची तयारीच करतो आहे कंचनीबाई!" व्रजमोहनदास शांतपणे जरा हसून म्हणाले.

"कामिनीला तर काही नावच नव्हतं, तेव्हा निनावी माणसाचं असणं काय आणि हरवून जाणं काय? कामिनीसारखे असे नखरे तुम्हाला नाहीत करता येणार."

"आज समजतंय कंचनी! ते नखरे नव्हते, तेच बरोबर होतं. नाव असो की नसो, हरवणं आणि तेही योग्य वेळी हरवून जाणं, ह्यातच शहाणपण आहे. तू ते शहाणपण लहान वयात दाखवू शकलीस. ती अक्कलदाढ यायला मला बहात्तर वर्षं लागली."

"असं समजणार नाही असं का बोलताय शेठ?" कंचनीबाईचा आवाज गंभीर झाला.

"अशासाठी, की एक न समजण्यासारखीच गोष्ट तुला सांगायला आज आलो आहे."

"तुम्ही जे काही सांगाल, ते समजून घेण्याची मला जरूरही नाही. तुम्हाला तर माहीतच आहे, तुम्ही काही म्हणावं, एवढंच मला पुरेसं आहे." कंचनीबाई संतुष्ट आवाजात म्हणाली.

"तुझं हे बोलणंच मला इतकी वर्षं झाली तरी आजपर्यंत समजलेलं नाही."

"काही हरकत नाही. तुम्हाला ते समजणारही नाही." कंचनीबाई हसून म्हणाली,

“ते समजण्यासारखं काळीज परमेश्वर कोणालाही न देवो, अशीच माझी प्रार्थना आहे.”

व्रजमोहनदास काही बोलले नाहीत, गप्प झाले. टक लावून कंचनीबाईकडे बघत राहिले. जणू काहीच झालं नसावं, तशी कंचनीबाई ओठांवर स्मितहास्य कायम ठेवून जशीच्या तशी बसून राहिली.

व्रजमोहनदासांनी हलकेच ब्रीफकेस उघडली. एका प्लास्टिक बॅगेत ठेवलेले कागद बाहेर काढले आणि मधल्या टीपॉयवर ठेवता ठेवता म्हणाले, “कंचनीबाई! मला बहात्तर पूर्ण झाली....”

“तुमच्या वयाची मला वरचेवर आठवण कशासाठी करून देता शेठ? मला तर माझ्या वाढदिवसाची तारीखही माहीत नाही. त्यामुळे मी तुम्हाला माझं वयही सांगू शकत नाही. जिचा वाढदिवस माहीत नाही, अशी मी तुम्हाला दुसरं काय सांगू शकणार?”

कंचनीबाईचा आवाज एकदम गदगदला.

“आज तू काही सांगायचं नाहीस. नाहीतरी तू कुठे काही सांगतेसच? आज तर तू फक्त ऐकायचंच आहेस.” कंचनीबाईच्या आवाजातली आर्द्रता चेहऱ्यावर उमटण्यापूर्वीच हलकंसं स्मित करून व्रजमोहनदास म्हणाले.

टीपॉयवर पडलेला एक कागद उघडून मग ते म्हणाले, “मेसर्स अविनाश डिस्ट्रिब्यूटर्सची पेढी मी बंद केली आहे. धंदा आणि जागा सगळंच विकून टाकून मी त्यातनं मोकळा झालो आहे. हे कागद त्या विक्रीच्या दस्तऐवजाचे आहेत, आणि... आणि....” शेठ जरा थबकले.

“का थांबलात शेठ? तुम्ही मोकळे झालात हे मला आवडलं. नाहीतरी ती कंपनी तुम्ही आताशा नावालाच चालवत होतात.”

“ती कंपनी जिच्यासाठी चालू केली होती आणि जिच्या नशिबाचं ती फळ होती, तिला हे कागद सुपूर्त करून आता मला पूर्णपणे ऋणमुक्त व्हायचंय.” हातातले कागद कंचनीबाईसमोर धरून व्रजमोहनदास म्हणाले.

“ऋण?” कंचनीबाई आश्चर्यानं बघत राहिली. “ह्या कागदांचा ऋणाशी काय संबंध?”

“आहे कंचनीबाई! खूप संबंध आहे! मेसर्स अविनाश डिस्ट्रिब्यूटर्स हा तुझ्या नशिबाचा भाग होता. आज तुझ्या नशिबाच्या परिणामाचे हे कागद मी तुला सोपवत आहे. त्या कंपनीच्या विक्रीनंतर जी काही रक्कम मिळाली आहे, तिची मालकीण इथनं पुढे तू आहेस. ह्या कागदांमध्ये हे विक्रीचे कागद आहेत, बँकेचे हिशोब आहेत. हे मालकीहक्काचे कागद आहेत. जे तुझं आहे, तेच तुझ्याकडे परत सोपवतोय.” व्रजमोहनदास भरून आलेल्या आवाजात म्हणाले.

कंचनीबाई दिङ्मूढ झाली. हे सगळं तिच्या कल्पनेपलीकडचं होतं.

"तुम्ही - तुम्ही - हे काय बोलताय शेठ?" थोड्या वेळानं ती जेमतेम एवढे शब्द तुटक तुटक बोलू शकली.

"खरं ते सांगतोय. हा काही आपल्या संबंधांचा अंत नाही. हा तर आपल्या संबंधांचा जेवढा होऊ शकतो, तेवढा छोटासा व्यावहारिक स्वीकार आहे. घे, कंचनीबाई, घे! कितीतरी वर्षांपूर्वी तुझं एक म्हणणं मी ऐकलं होतं, आज माझं हे म्हणणं स्वीकारून तू त्याची परतफेड करून टाक कंचनी." व्रजमोहनदासांचे ओठ जरा थरथरले.

काहीही न बोलता कंचनीबाई उठली आणि व्रजमोहनदासांच्या जवळ येऊन बसली. शेठच्या हातातले कागद तिनं स्वत:च्या हातात घेतले आणि मग त्यांचा हात पकडून म्हणाली, "रुपयांमध्येच जर ऋण मोजता आलं असतं, तर कामिनी पुन्हा कंचनीबाई झालीच नसती. ऋणमुक्ती - तुम्ही ह्या कागदांवर सही शिक्का करून ती मिळवाल, पण... पण... मी ह्या एवढ्या मोठ्या ओझ्यातनं कुठल्या जन्मी सुटेन, हे सांगाल शेठ?" कंचनीबाईचा आवाज उमटेना.

व्रजमोहनदासांच्या हातावर तिनं मस्तक टेकवलं.

"तुम्ही - तुम्ही - देवमाणूस आहात. माझी सगळी दुर्भाग्यं तुम्ही मिळाल्यावर परमसौभाग्यं होऊन गेली आहेत. मला... मला... माफ करा शेठ! मी तुमचं पवित्र आयुष्य अपवित्र गोष्टीनं विटाळलं...." कंचनीबाई रडू लागली.

व्रजमोहनदासांनी काहीही न बोलता तिच्या मस्तकावर हात ठेवला.

"तुला अपवित्र कोण म्हणेल कंचनीबाई?" व्रजमोहनदास तिचं मस्तक कुरवाळत म्हणाले.

"जे झालं त्यातही काही ईश्वरी संकेतच असेल असं समज. मनावर कुठलंही दडपण ठेवू नको. जगातल्या लाखो, करोडो माणसांमध्ये कोण, कोणाला आणि केव्हा भेटतं; हे समजण्यापलीकडचं आहे. भेटणं किंवा दूर जाणं दोन्हीपैकी एकही गोष्ट आपल्या हातात नसते. आपण प्यादी असतो. खेळ पुरा होतो, तेव्हा ती प्यादी गोळा करून परत टोपलीत ठेवली जातात."

पण कंचनीबाई रडत राहिली... रडतच राहिली... पुढे एक शब्दही न बोलता व्रजमोहनदास तिचं डोकं कुरवाळत राहिले. कुरवाळत राहिले... कुरवाळत राहिले.

किती वेळ हे मौन असंच राहिलं कोण जाणे - पण बऱ्याच वेळानं व्रजमोहनदासांनी बघितलं– कंचनीबाई आता रडत नव्हती, सोफ्याच्या पाठीवर डोकं टेकून ती गाढ झोपून गेली होती.

अधिकारपत्राचे कागद छतावरच्या फिरणाऱ्या पंख्याच्या हवेनं उडून विस्कटले होते आणि कंचनीबाईच्या गालावरचे अश्रू सुकून गेले होते. व्रजमोहनदासांचा एक

हात कंचनीबाईच्या हातात होता आणि दुसरा हात तिच्या मस्तकावर होता.

व्रजमोहनदास कांदिवलीला परत पोचले, तेव्हा खूप उशीर झाला होता, रात्रीचा गडद अंधार पडला होता. आजूबाजूची वर्दळ कमी झाली होती, पण बंगल्याच्या पोर्चजवळ जयाबा जागत बसल्या होत्या.

व्रजमोहनदासांनी दुरूनच पत्नीला बघितलं, तसं त्यांना गुन्हेगारासारखं वाटलं. तो भाव चेहऱ्यावरून कळू नये म्हणून त्यांनी चेहऱ्यावर हात फिरवला आणि मग आत आले.

"फार उशीर झाला?" जयाबांनी सचिंत आवाजात विचारलं, "ड्रायव्हर तर केव्हाच गाडी ठेवून गेला...."

"हं..." एवढंच म्हणून व्रजमोहनदास खोलीत आले. त्यांना थकल्यासारखं वाटत होतं.

"तुम्हाला उगीच काळजी करायला लावली. वीणाच्या बा! तुम्ही जेवून घेतलंत ना?"

"एकटं एकटं जेवायचं त्याला काय अन्न म्हणायचं? ते तर धूळ खाल्ल्यासारखं! चला, हात तोंड धुवून घ्या, ताट वाढते."

जयाबांनी स्वयंपाकघराकडे जायला पाठ फिरवली आणि मग काहीतरी आठवल्याने नवऱ्याकडे तोंड करून म्हणाल्या, "अरे! मी तर विसरलेच! अविनाशचा दोनदा फोन येऊन गेला, म्हणत होता की तुम्ही ऑफिसमध्येही नव्हतात. तुम्ही फोन करा त्याला."

टोपी खुंटीला अडकवायला लांबवलेला व्रजमोहनदासांचा हात भिंतीला टेकलेला तसाच राहिला.

मग जराशानं विचारलं, "काही विशेष काम होतं?"

"काही बोलला नाही, पण तुम्ही आधी जेवून घ्या. आता तर खूप उशीर झालाय, कदाचित तो झोपलाही असेल."

जयाबा स्वत:शीच बोलत स्वयंपाकघरात निघून गेल्या.

■

१५

दुसऱ्या दिवशी सकाळी व्रजमोहनदास चहाचे घोट घेत ताज्या वर्तमानपत्रातले मथळेच बघत होते, तेवढ्यात टेलिफोन वाजला.

व्रजमोहनदासांनी वृत्तपत्राचं पान बाजूला सरकवून रिसीव्हर कानाला लावला.

अविनाश बोलत होता. व्रजमोहनदासांना वाटलंच होतं, त्याचा फोन असणार.

"बापूजी!" अविनाश एक शब्द बोलून थांबला.

"बोल बेटा!" व्रजमोहनदास शांतपणे म्हणाले.

"काल तुम्ही नाझ कम्पाउण्डमधल्या ऑफिसमध्ये नव्हता?"

"दुपारनंतर ऑफिसमधनं निघालो."

"रात्री घरीही खूप उशिरा आलात!"

"हा बेटा, रात्रीही उशीर झाला!"

"काही विशेष होतं बापूजी?"

"विशेष होतंही आणि नव्हतंही, पण तू काल एकावर एक दोनदा फोन केलेस. काही विशेष काम होतं भाई?"

"आज तुम्ही पॅरडाइज कॉम्प्लेक्सच्या ऑफिसमध्ये आलात तर थोडं विचारायचं होतं– नाझ कम्पाउण्डमधल्या ऑफिसमधनं संध्याकाळी...."

"नाझ कम्पाउण्डमधल्या ऑफिसमध्ये मी आता जाणार नाहीये बेटा! ते ऑफिस

विकून टाकलंय आणि धंदा बंद केलाय.'' व्रजमोहनदास अगदी अलिप्तपणे म्हणाले.

''हे काय सांगताय काय तुम्ही बापूजी? तुम्ही एवढी मोक्याची जागा विकून टाकली? आणि एवढा छान चालणारा धंदा बंद केला? असं का म्हणून केलं तुम्ही? आणि तेही मला न सांगता....'' अविनाशच्या आवाजात चीड जाणवली.

''चिडू नको बेटा!'' त्याचं चिडणं लक्षात घेऊन व्रजमोहनदास म्हणाले, ''ते सगळं ज्याच्या नशिबाचं होतं, त्याला परत देऊन टाकलं.''

''ज्याच्या नशिबाचं म्हणजे कोणाच्या नशिबाचं बापूजी? तुम्हाला झालंय तरी काय? माझ्या कानावर आल्याच होत्या ह्या गोष्टी, तुम्ही मला अंदाजही दिला नाहीत.'' अविनाश जास्त चिडत चालला होता.

व्रजमोहनदासांचं वागणं इतकं समजण्यापलीकडचं तर कधीच नव्हतं वाटलं त्याला.

''वेळ येईल तेव्हा सगळं समजेल भाई! काळाहून मोठा शिक्षक दुसरा कोणी नाही. धीर धर, तुझ्या नशिबाचं तर तुझ्याजवळ आहेच.''

अविनाश क्षणभर स्तब्ध झाला.

''तुम्ही म्हणत असलात, तर आज रात्री मी कांदिवलीला येतो.''

''घर तुझंच आहे बेटा! तुम्ही सगळे आलात तर मला आनंदच होईल.''

''बापूजी! तुम्ही सरळ का सांगत नाही की....''

इथं अविनाश अडखळला. त्याला काय म्हणायचं होतं, तेच त्याला समजेना!

''हे बघ भाई!'' व्रजमोहनदासांनी बोलणं आवरतं घेत म्हटलं, ''तीस वर्षं मी चित्रपट वितरणाचा धंदा केला. चाळीस वर्षं मूळजी जेठा मार्केटमधलं दुकान सांभाळलं. पन्नास वर्षं नोकरी आणि व्यवसाय केले. साठ वर्षं पैसे मिळवण्यासाठी कष्ट केले आहेत. आता हे सगळं ज्याचं आहे, त्याला सोपवून देण्यातच कल्याण आहे. कष्ट, कटकटी सोडून द्यायचे आहेत. आता इथून पुढे पॅरडाइजमधल्या आपल्या ऑफिसमध्येही रोज येणार नाही. अधूनमधून तो जुना उंबरा पुजायला येत जाईन. तेवढा जीव अजून त्या उंबऱ्यावर आहे. जमलं तर तोही हळूहळू सोडून देईन. धंद्यातले सगळेच बारकावे तुला आता माझ्यापेक्षाही जास्त ठाऊक आहेत. प्रतीपही आता समजता, मोठा झालाय. वर्षा-दोन वर्षांत तुझ्या साथीला उभा राहील. परमेश्वरानं खूप दिलं आहे, मन कधी लहान ठेवू नको बेटा.'' बरंच बोलून झाल्यानंतर व्रजमोहनदासांनी थांबून खोल श्वास घेतला.

अविनाशला वाटलं की, आता बापूजींबरोबर तो काय बोलू शकणार होता?

त्यानं ऐकून घेतलं आणि मग मुकाट्यानं रिसीव्हर ठेवून दिला. टेलिफोन पुन्हा निर्जीव झाला.

व्रजमोहनदासांना अविनाशची ही प्रतिक्रिया अपेक्षितच होती. दरवाजाजवळ

उभ्या राहून, लक्ष लावून पितापुत्रांचा संवाद ऐकत असलेल्या जयाबा दोन पावलं पुढे होऊन पतीजवळ आल्या.

व्रजमोहनदासांच्या लक्षात आलं— पत्नीला सगळं समजलं होतं.

"वीणाच्या बा! बरं झालं तुम्ही हे बोलणं ऐकलंत. मला नव्यानं पुन्हा तुम्हाला सांगायला नको." व्रजमोहनदास म्हणाले.

"मला तर एवढंच लक्षात आलं, की इथून पुढे तुम्ही मुंबईला जायची धावपळ रोज करणार नाही." जयाबा म्हणाल्या.

व्रजमोहनदासांचं मन दुभंगलं.

'किती भलीभोळी आणि साधीसुधी होती ही स्त्री! जे काय झालं त्यात तिच्या दृष्टीनं महत्त्वाचा मुद्दा एकच होता – इथून पुढे पतीला आराम मिळेल!'

त्यांना वाटलं, त्यांनी ह्या स्त्रीचा अपमान केला होता.

त्या अपराधी वाटण्यानं त्यांच्या चेहऱ्यावर विषाद उमटला.

एकदा वाटलं, कंचनीबाईबद्दलचं सगळंच पत्नीला प्रामाणिकपणानं सांगून ते मोकळे होतील तर किती बरं होईल!

पण ते सगळं ऐकल्यावरही जयाबा तर असंच म्हणणार - "ते जे काय असेल ते असेल, मला काय त्यातलं कळतंय? तुम्ही जे कराल त्यात कोणावर अन्याय करणारच नाही."

एका दृष्टीनं बघितलं तर व्रजमोहनदासांनी कुठे काही अन्याय केला होता? जयाबांचा सरळ स्वभाव आणि त्यांच्यावरचा विश्वास, कंचनीबाईचा सरळ स्वभाव आणि त्यांच्यावरच्या विश्वासापेक्षा वेगळे कुठे होते? कंचनीबाईच्या आयुष्यात तर कधी उजाडलंच नव्हतं.

जन्मल्यापासूनच तिच्या पाठीवर तर टळटळतं ऊनच होतं. तशा धगधगीत तापलेल्या रस्त्यावर अनवाणी प्रवास करता करता कुठेतरी शीतल छाया बघून झाडाखाली उभी राहिली, तर त्यात तिची काय चूक? त्याला पाप कसं म्हणायचं? आणि तसंच, त्या वृक्षालाही दोषी कसं ठरवता येईल?

"का? कसल्या विचारात बुडलायंत?" जयाबांनीच पतीला हलवत विचारलं.

"तुम्ही फार भोळ्या आहात वीणाच्या बा!" व्रजमोहनदास जास्त काही बोलले नाहीत.

"मला दुसरं काय हवं? तुम्ही तब्येत सांभाळा आणि शांतपणे आता मांडी ठोकून बसा. मुलंही त्यांच्या त्यांच्या घरी सुखानं राहू देत आणि... आणि मी भरल्या कपाळानं डोळे मिटावेत."

"तसं तर बोलूच नका हं!" व्रजमोहनदास हसून म्हणाले, "तुम्ही गेलात तर असा झकास चहा मला कोण करून देईल? आणि नाहीतरी मुंबईला आधी मी आलो

होतो आणि मग तुम्हाला घेऊन आलो होतो, हे आठवतंय ना? बस, तसंच वरतीसुद्धा आधी मी जाईन आणि मग तुम्हाला बोलावून घेईन. समजलं की नाही?''

जयाबा त्यांच्याकडे बघत राहिल्या. आयुष्याच्या संध्याकाळी जणू सकाळ होत होती.

बरेच दिवस अविनाश अस्वस्थ राहिला. त्यानंतर अधूनमधून भेटणं झालं; पण झाली गोष्ट जणू घडलीच नसावी, तसा दोघांपैकी एकानंही त्याचा उच्चारही केला नाही.

सुरुवातीला एक दिवसाआड येणाऱ्या व्रजमोहनदासांनी मग आठवड्यातंन दोनदा येणं सुरू केलं आणि नंतरनंतर तर ते आठवड्यातनं एकदाच ऑफिसमध्ये जाऊ लागले. त्यानंतर तर त्यांचं ऑफिसला जाणं त्याहूनही अनियमित झालं. कधीतरी मुंबईला यायचे, ते पॅरडाइज कॉम्प्लेक्सच्या ऑफिसात जाण्याऐवजी मूळजी जेठा मार्केटच्या जुन्या दुकानात जाऊन त्याच जुन्या गादीवर तक्क्याला टेकून घटकाभर बसायचे. गजबजलेल्या त्या मार्केटमध्येही त्यांच्या वयाची माणसं आता खूप कमी होती.

अविनाशला मनातनं खात्री होती की, वडिलांच्या ह्या समजू न शकणाऱ्या वागण्याचं कारण त्यांची वीणाबद्दल असलेली ओढ आणि ममताच असणार. त्या दिवशी वीणानं आणि तिच्या नवऱ्यानं व्रजमोहनदासांना मृत्युपत्र करण्याबद्दल जे म्हटलं होतं, ते अविनाश अजून विसरला नव्हता.

व्रजमोहनदासांनी वीणाच्या नवऱ्याला ज्या तऱ्हेनं हिशोबाच्या वहीत नोंद न करता पैसे दिले होते, तेही अविनाशच्या लक्षात होतं.

त्याला वाटलं, 'नाझ कम्पाउण्डमधला व्यवसाय बंद केल्यावर जे लाखो रुपये मिळाले असतील, ते व्रजमोहनदासांनी नक्कीच वीणाच्या बँकेतल्या खात्यातच जमा केले असतील!'

बहुतकरून तर वीणाही त्याच्या स्वत:सारखीच स्वत:चे बेत करत असेल; आणि त्यानं स्वत: जसा पेडर रोडवरचा फ्लॅट स्वत:च्या एकट्याच्या मालकीचा करण्याचा विचार केला, तसाच त्याचा बदला घ्यायला पित्याच्या भावना आणि भोळेपणाचा गैरफायदा घेऊन....

पण तो स्वत: तर कितीतरी वर्षांपासून रक्त आटवून, घाम गाळून काम करत होता. 'वीणाला असं करायचा काय अधिकार होता? ती जर अशीच बापूजींना बहकवायचं काम करत राहिली, तर मग दोन-चार वर्षांत कदाचित कांदिवलीचा बंगलाही बळकावून बसेल.'

वीणाचा त्याला कमालीचा राग आला. 'तिचा हा लबाड डाव आपल्या लक्षात आलाय, हे तिला कळलंच पाहिजे. प्रतीप आता मोठा झालाय, उद्या पूर्वीचंही लग्न

करावं लागेल, रुपयाची किंमत घसरत चाललीय, वेळच्या वेळी काहीतरी केलंच पाहिजे.'

अशी एक संधी त्याला अनायासेच मिळाली.

जयाबांची तब्येत जरा बरी नाही, असं खुद्द व्रजमोहनदासांनीच त्याला फोनवर सांगितलं होतं. त्या दिवशी अविनाश जयाबांना भेटायला न कळवताच पोचला.

कांदिवलीच्या बंगल्यावर त्याची गाडी पोचली, तेव्हा बाहेर पोर्चमध्येच त्याला वीणा उभी असलेली दिसली. त्याला अचानक आलेला बघून वीणाला खूप आनंद झाला.

पायऱ्यांवरून तिच्या वयाला शोभणार नाहीत अशा उड्या मारतच ती अविनाशजवळ येऊन हसत-हसत म्हणाली, ''आलास भाई माझ्या! तू शंभर वर्षं जगणार बघ! बा आत्ताच तुझी आठवण काढत होती.''

अविनाश काही बोलला नाही. वीणाचं हसणं त्याला अत्यंत ढोंगीपणाचं वाटलं. जरा हसल्यासारखं करून तो घरात शिरला. जयाबा आरामखुर्चीत बसल्या होत्या.

व्रजमोहनदासही मुलाला बघून प्रसन्न झाले.

खूप दिवसांनी दोघं मुलं आईवडिलांजवळ एकत्र आली होती, हे लक्षात येऊन जयाबा म्हणाल्या, ''वा:! किती छान झालं तूही आलास. ह्या बंगल्यात खूप दिवसांनी आपण चौघं एकत्र जमलो.''

''तू केव्हा आलीस वीणा?'' अविनाशनं विचारलं.

''मी तर कालच आलेय. बाला भेटायला आले होते, पण बा म्हणाली, तू दोन दिवस राहा. मलाही वाटलं, बाला बरं वाटेल....''

''आणि तुलाही....'' अविनाश जरा कडवट सुरात म्हणाला.

''हो तर! मलाही का नाही आवडणार?'' अविनाशच्या आवाजातला कडवटपणा मुळीचच लक्षात न येऊन वीणा म्हणाली, ''तुला तर ठाऊकच आहे ना भाई, मी ह्या बंगल्यात किती तरी दिवस राहिली आहे.''

''म्हणूनच तुला ह्या बंगल्यात कायम राहता येईल अशी व्यवस्था करतेयस.'' अविनाशनं शेवटी बोलूनच टाकलं.

''म्हणजे? मला समजलं नाही भाई?''

''काही समजत नसल्यासारखं दाखवण्याचा प्रयत्न कशाला करतेयंस वीणाबेन?'' अविनाश तसाच कडवटपणानं म्हणाला, ''नाझ कम्पाउण्डचा धंदा बापूजींना बंद करायला लावून तू जे कारस्थान केलयंस, ते मला ठाऊक नाही असं नाही.''

''अविनाश!'' एका कोपऱ्यात बसून शांतपणे बोलणं ऐकत असलेले व्रजमोहनदास प्रथमच जरा मोठ्या आवाजात मधेच म्हणाले.

''बापूजी! आज तुम्ही मला थांबवू नका.'' अविनाश ओठ घट्ट दाबत भक्कमपणानं

म्हणाला, ''नाझ कम्पाउण्डच्या धंद्यातले पैसे पदरात पाडून घेतल्यावर आता ही तुमची लाडकी लेक ह्या बंगल्यावर नजर ठेवून बसलीय. सगळं समजतंय मला.''

''चूप बस अविनाश!'' व्रजमोहनदास उठून उभे झाले. ''हे काय झालंय काय तुला? काय बोलतोयस तू त्याचं भान तरी आहे तुला?''

''मला आजपर्यंत भान नव्हतं, पण आता ते आलंय.'' अविनाश रागानं म्हणाला.

''अरे मूर्ख मुला! तुझ्या डोक्यात इतके वाईट, घाणेरडे विचार आले कुठून? तुला जे वाटतंय ते धादांत खोटं आहे.'' व्रजमोहनदास म्हणाले.

''तर मग खरी गोष्ट काय आहे?''

''ते तुला जाणून घ्यायची जरूर नाही बेटा! सत्याचा स्पर्श नेहमीच मृदू नसतो.''

व्रजमोहनदास पुन्हा आपल्या जागी बसले, त्यांचा आवाजही खाली आला. मुलाच्या प्रश्नाचं काय उत्तर ते देऊ शकणार होते?

■

१६

संध्याकाळी अविनाश जेव्हा घरी परत आला, तेव्हाही तो क्षुब्धच होता. बापूजी खरं काय ते सांगत नव्हते, ह्यावरूनच वीणाचं कारस्थान सिद्ध होत होतं; असं त्याला वाटत होतं. नाहीतर बापूजींनी त्याच्यापासनं लपवलं पाहिजे, असं दुसरं काय असणार?

हे खरं, की पेडर रोडवरचा फ्लॅट बापूजींना न सांगताच त्यानं रूपाच्या नावानं घेतला होता. त्यामुळे बापूजी नाराज झाले होते, पण आता तर अविनाशला वाटत होतं, की बापूजींनी नाराज होणंही वीणाच्याच चढवण्यामुळं असावं. तो ह्या समृद्धीचा आणि व्यवसायाचा कायदेशीर आणि नैतिक दोन्ही तऱ्हेनं एकमात्र वारसदार होता. तरीही बापूजींची त्याच्यावर का नाराजगी होती, हे त्याला समजत नव्हतं.

'पेडर रोडवरचा फ्लॅट आपल्या एकट्याच्या नावानं घेण्यानं बापूजींची नाराजी सहन करावी लागली होती, पण आता कळत होतं, की तसं करणंच योग्य होतं.'

त्याची जबाबदारी काही फक्त बापूजींपुरतीच नव्हती, बापूजींपेक्षाही जास्त प्रतीप आणि पूर्वीच्या बाबतीत होती.

'उद्या उठून जर त्यांचं काही बरंवाईट झालं, तर बापूजींच्या चांगुलपणाचा गैरफायदा घेऊन ही वीणा 'आत्या' तर प्रतीप आणि पूर्वीला निराधारच करून टाकेल!'

अविनाशनं मनाशी पक्की गाठ बांधली– इथून पुढे प्रत्येक व्यवहारात, देण्याघेण्यात त्याला जास्त सावध राहण्यावाचून गत्यंतर नव्हतं.

त्यानंतरचे काही दिवस तो खूपच अस्वस्थ होता. त्या दिवसांमध्ये व्रजमोहनदास दोन–तीनदा ऑफिसमध्ये आले होते खरे, पण फारसं काही बोलणं वगैरे झालं नव्हतं. थोडा वेळ स्टाफच्या माणसांबरोबर थोडंसं औपचारिक बोलून ते परत गेले होते.

अविनाश तसा तर जवळजवळ रोज कांदिवलीला फोन करून खुशाली विचारायचा; पण त्या बोलण्यात आता सहजपणा किंवा आपलेपणापेक्षा औपचारिकता आणि शिष्टाचारच जास्त असायचे, हे उघड गुपित होतं.

काहीतरी करायला हवं, असं त्याला सारखं वाटत होतं; पण काय करावं ते सुचत नव्हतं.

धंद्याच्या कुठल्याही बाबतीत व्रजमोहनदास प्रश्न विचारून पंचायती करत नसत हे खरं. मनात आलं तर ते हजार प्रश्न विचारून व्यवसायाची सूत्रं पुन्हा स्वतःच्या हातातही घेऊ शकत होते हेही खरं, पण असा काहीही संकेत त्यांनी दिला नव्हता.

पूर्वी तर कधीकधी एखाद्या मोठ्या सौद्यात लक्ष घालायचे किंवा मार्गदर्शनही करायचे. अर्थात त्यांच्या सल्ल्याप्रमाणेच अविनाशनं धंद्याचे व्यवहार करावेत, असा आग्रह तर त्यांनी कधीच धरला नव्हता. आता तर तितपत ओझरतं लक्षही घालायचे नाहीत. असं असलं तरी व्यवसायाच्या लाखो रुपयांच्या व्यवहाराचा आणि इतरत्र गुंतवलेल्या संपत्तीचा संबंध होता, त्या सर्वांमध्ये व्रजमोहनदास कायदेशीर रीतीनं महत्त्वाचं माणूस होतेच; हे नाकारता येत नव्हतं.

उद्या उठून त्यांचं काही बरंवाईट झालं तर....

पण दुसरं करता तरी काय येणार? कितीतरी गुंतवणुकी त्यानं प्रतीप आणि पूर्वीच्या नावावर करून टाकल्या होत्या. व्यवसायाच्या नव्या कामांमध्ये ही दोन नवी नावंही आता महत्त्वाची झाली होती. पण ते तर नव्या कामांचं झालं, जुन्या कामांमध्ये तर अजूनही व्रजमोहनदास आणि त्याचप्रमाणे वीणाही होतीच.

स्वतःच्या मनाच्या ह्या अस्वस्थतेबद्दल एक दिवस तो सहजच पत्नीजवळ बोलला. तसं तर रूपाला हे सगळं माहीत होतंच आणि कौटुंबिक व्यवहारांमध्ये जी दरी निर्माण झाली होती त्याचं गांभीर्य ती चांगलंच समजत होती. शिवाय कायदाच्या किंवा व्यावसायिक बाबींचा जो गुंता असायचा, तोही समजून घेण्याइतकी जाण तिच्यात आली होती.

पतिपत्नी जेव्हा ह्या समस्येवर चर्चा करत होते, तेव्हा त्यांच्या बोलण्यातनं जे व्हायला नको होतं, असं काहीतरी होऊन गेल्याची व्यथाही प्रगट होत होती. जे काही घडलं होतं, त्यापासनं आता मागे फिरणं शक्य नव्हतं; पण आता भविष्यकाळात

जास्त गंभीर नुकसान होऊ नये, ह्यासाठी काही करता येईल असंही नव्हतं; ह्याबद्दलची असहायता दोघं एकमेकांजवळ बोलून दाखवत होते.

डॅडी आणि मम्मीचं बोलणं दिवाणखान्याच्या एका कोपऱ्यात बसून टीव्ही बघत असलेला प्रतीपही ऐकत होता. खरं तर तो टीव्हीवरच्या पॉप म्युझिकच्या कार्यक्रमात रंगला होता; पण अचानक त्याच्या कानांवर जे शब्द पडले, त्यामुळे तो चमकला होता.

दादा आणि डॅडींमध्ये काहीतरी बेबनाव झाला होता, हे त्याला ठाऊक होतं आणि त्या बेबनावाचा अर्थही आता त्याला बरोबर समजत होता. थोडा वेळ तो चुपचाप डॅडी–ममींचं चिंतायुक्त बोलणं ऐकत राहिला आणि मग प्रथमच टीव्ही बंद करून त्यानं चेहरा त्यांच्याकडे वळवला.

''डॅडी! एक गोष्ट सांगू?'' त्यानं हळूच विचारलं.

''सांग ना बेटा!'' अविनाश मृदूपणे म्हणाला.

''दादांची जी काही मिळकत आहे, तिचे तुम्ही आणि वीणाआत्या कायद्यानं वारस आहात, हिंदू कायद्याप्रमाणे....''

प्रतीप लॉ कॉलेजच्या पहिल्या वर्षात शिकत होता.

''तो कायदा मला माहीत आहे बेटा! पण आपल्या समाजात मुलींनी वडिलांच्या मिळकतीवर हक्क मागणं हे बरं दिसत नाही, असं समजलं जातं.''

''ते खरं, पण जर दादा त्यांच्या लाइफटाइममध्येच वीणाआत्याच्या नावानं प्रॉपर्टी करून टाकतील, तर तुम्ही काय करू शकणार?'' प्रतीपनं महत्त्वाचा प्रश्न विचारला.

अविनाश चमकला. अशा कुठल्या प्रश्नाची त्याला मुलाकडून अपेक्षा नव्हती. त्याला वाटलं, 'आपल्या मुलाला खूपच समजायला लागलं आहे!'

''काही नाही करता येणार बेटा!'' आणि मग पुढे म्हणाला, ''पण दादा असं करणारच नाहीत.''

''का करणार नाहीत? जर तुम्ही टाइमली ॲक्शन घेतली नाहीत, तर यू विल बी द लूझर!''

अविनाशला वाटलं, प्रतीपच्या म्हणण्यात तथ्य होतं. तसं असलं, तरी पण करू काय शकणार?

''तू काळजी करू नको प्रतीप! आय ॲम हिअर टु लुक आफ्टर दीज अफेअर्स....''

''तुमच्या लक्षात येत नाहीये डॅडी!'' प्रतीप उठून उभा राहत म्हणाला.

अविनाश आणि रूपा दोघंही दिङ्मूढ झाले. प्रतीप हे काय म्हणत होता?

अविनाशच्या लक्षात येत नाहीये, असं प्रतीप बोललाच कसं?

"डॅडी! डोण्ट टेक इट इल!" प्रतीप जवळ येऊन म्हणाला. "बिझनेस अॅण्ड सेन्टिमेन्ट्स ह्या दोन गोष्टी एकत्र असू शकत नाहीत. तुम्हाला काहीतरी ठोस निर्णय करावाच लागेल. तुम्ही जर काही गोष्टी मिळवू शकाल ह्याची खात्री नसेल; तर ते समोरच्यालाही मिळणार नाही, असं तर तुम्हाला केलंच पाहिजे!"

"पण ते कसं शक्य होणार? तुला म्हणायचंय काय?" अविनाश मनातनं गोंधळला. प्रतीपचं हे रूप तर अगदीच नवं होतं.

"तुम्ही दादांना एक लीगल नोटिस द्या आणि त्याच वेळी वर्तमानपत्रांमध्ये डिसप्ले जाहिरात द्या; की दादांची मिळकत जर कोणी विकत घेतली किंवा ट्रान्स्फर केली, तर ती व्यक्ती तसं अॅट देअर ओन रिस्क अॅण्ड रिस्पॉन्सिबिलिटी करेल."

"प्रतीप!" अविनाशला धक्काच बसला.

व्रजमोहनदासांना लीगल नोटिस देण्याचा विचार तरी तो कसा करू शकतो?

"असं केलं, तर सगळी ट्रॅन्झॅक्शन्स बंद होतील. वीणाआत्याच काय, दुसरं कोणीही मग त्यात पडणार नाही. कोर्टाची कार्यवाही तर होईल तेव्हा होईल, पण सगळं एवढं गुंतागुंतीचं होईल, की कोणाला काही करताच येणार नाही. अॅण्ड दॅट इज एक्झॅक्टली व्हॉट वुई वॉन्ट!" प्रतीप विजयी सुरात म्हणाला.

"प्रतीप! डोण्ट बी सिली!" जराशानं अविनाश म्हणाला, "दादांशी असं वागणं बरोबर नाही."

"व्हाय नॉट? तुम्हाला असं नसेल करता येणार तर फरगेट इट!" प्रतीप बेपर्वाईनं म्हणाला.

अविनाशजवळ ह्याचं काही उत्तर नव्हतं. तो गप्प झाला.

त्या रात्री रूपा अविनाशला म्हणाली, "मला वाटतं प्रतीपला आता व्यवसायात गुंतवायला लागा."

"आजच्या बोलण्यानंतर मलाही असंच वाटतंय, की प्रतीपला खूप भराभर समजायला लागलंय. आत्तापासूनच जर धंद्यात थोडं थोडं लक्ष घातलं, तर पाच वर्षांमध्ये तयार होऊन जाईल."

अविनाशला वाटलं की, पत्नी त्याच्या मनातलंच बोलली होती.

दुसऱ्या आठवड्यापासनं प्रतीपही ऑफिसमध्ये जाऊ लागला. कॉलेज सकाळी असायचं. दुपारनंतर तो बहुतेक घरी असायचा किंवा मग मित्रांबरोबर बाहेर हिंडत असायचा. आता तो दुपारचा वेळ ऑफिसात घालवायला लागला.

ह्यापूर्वी अधूनमधून तो ऑफिसमध्ये जायचा; पण केव्हातरी ऑफिसात जाणं आणि त्याच ऑफिसमध्ये ऑफिसच्या कामासाठी तासन्‌तास घालवणं, ह्यातला फरक लगेचच त्याच्या लक्षात आला. अविनाशची केबिन वेगळी होती आणि शेजारी व्रजमोहनदासांची खोलीही होती. ही खोली आता जास्त करून बंदच असायची.

थोरल्या शेठच्या सांगण्यावरून आणि कित्येक वर्षांच्या चालू असलेल्या नियमाप्रमाणे रोज ह्या खोलीत असलेल्या श्रीनाथजीच्या तसबिरीजवळ उदबत्ती लावली जायची आणि ताज्या फुलांचा हार घातला जायचा. फर्निचर विशेष काही नव्हतं. एक कपाट होतं आणि दोन गाद्या अंथरलेल्या असायच्या. टेकून बसण्यासाठी तक्के होते.

थोड्याच दिवसात प्रतीपच्या लक्षात आलं, की ह्या खोलीचा वापर होत नव्हता. एवढंच नाही, तर एकूणच सबंध ऑफिसची सजावट आणि रचनाही खूप जुन्या पद्धतीची होती. त्याला बसायला दिलेली जागाही त्याच्या दर्जाला आणि इतमामाला शोभेशी नव्हती, असं त्याला वाटलं. थोड्याच दिवसांमध्ये तो कंटाळला.

त्यानं अविनाशला सांगितलं, "डॅडी! दादांची ही खोली नेहमी बंदच पडलेली असते. त्या खोलीत माझं केबिन करू?"

अविनाश चमकला. व्रजमोहनदास खूप कमीदा यायचे हे खरं होतं, पण तरी त्यांच्या खोलीची प्रतीपसाठी केबिन करून टाकण्याचा विचार धक्कादायक होता, असं त्याला वाटलं.

असं कसं करता येईल? आणि नाहीतरी आत्तापासनं प्रतीपला वेगळ्या केबिनची जरूर तरी काय होती?

"असं नाही करता येणार भाई. दादा येतात तेव्हा त्यांना वेगळी जागा हवी."

"दॅट इज शिअर वेस्ट!" प्रतीपनं खांदे उडवले.

"दीड–दोनशे फूट असलेल्या ह्या जागेची किंमत आजच्या बाजारभावानं किती होईल ते ठाऊक आहे तुम्हाला डॅडी? त्याचा उपयोग करून टर्नओव्हर वाढवला, तर प्रॉडक्टिव्हिटी आणि प्रॉफिटेबिलिटी दोन्ही...."

"ते मला माहीत आहे, पण हे दादांना सांगणं शक्य नाही."

"व्हाय नॉट? बिझनेस इज बिझनेस!" प्रतीप जोशात म्हणाला, "बिझनेसची पहिली अट 'सेन्टिमेन्ट्स बाहेर ठेवून या' ही असते. दादा ह्या बिझनेसचे पार्टनर आहेत आणि एक पार्टनर म्हणून त्यांचंही कर्तव्य आहे, की कंपनीची प्रॉडक्टिव्हिटी वाढवायला सहकार्य करणं."

"प्रतीप!" अविनाशचा आवाज जरा वर गेला, "धिस सिम्पली कॅन नॉट बी डन... दॅट्स ऑल!"

"ओके! जशी तुमची मर्जी! पण तुम्ही बिझनेसला जस्टिस करत नाही आहात... आय मस्ट से...."

तेवढ्यापुरतं तर बोलणं तिथंच थांबलं.

प्रतीप रोज बारा–एक वाजता ऑफिसमध्ये यायचा, चारच्या सुमाराला निघून जायचा. अविनाश रात्री आठनंतरच घरी जायचा. तो घरी पोचायचा, तेव्हा पूर्वी

टीव्हीसमोर एकाग्रतेनं प्रोग्रॅम बघत बसलेली असायची.

टीव्हीचं आगमन तेव्हा नुकतंच झालेलं होतं आणि त्याचं आकर्षण अजून थोडंही कमी झालेलं नव्हतं. प्रतीप त्याच्या खोलीत असायचा किंवा अजून आलेलाच नसायचा.

एक दिवस त्यानं रूपाला विचारलंसुद्धा, "प्रतीप ऑफिसमधून रोज चार वाजता निघून जातो. रात्री आठ-नऊ वाजता घरी येतो. मधले इतके तास तो कुठे जातो, काय करतो, हे तुला ठाऊक आहे?"

"मी त्याला एक-दोनदा विचारलं होतं. कसल्या तरी म्युझिकच्या प्रोजेक्टमध्ये तो गुंतलेला आहे, असं सांगत होता."

"म्युझिक प्रोजेक्ट? हे आणखी काय आता?" अविनाशला आश्चर्य वाटलं.

"ते तर तुम्हीच त्याला विचारा."

प्रतीप अजून आला नव्हता. अविनाश त्याच्या खोलीत डोकावला. खूप दिवसांनी त्यानं ह्या खोलीत नजर टाकली होती. तो बघतच राहिला. मग हळूहळू आत गेला.

भिंतीवर पॉप म्युझिक गाणाऱ्या गायकांची दोन–तीन मोठाली चित्रं चिकटवली होती. अगदी तोकड्या कपड्यांमध्ये एक स्त्री एका पुरुषाबरोबर बीभत्स म्हणता येईल, अशा पोझमध्ये म्युझिकच्या साथीवर नाचत होती आणि दुसऱ्या एका चित्रात स्टेजवर बेभान धुंद अवस्थेत कितीतरी स्त्री-पुरुष नाचत होते....

■

१७

फार जलद गतीनं बदलत चाललेल्या युगातला प्रतीप हा तरुण आहे आणि कालपर्यंत नवा, आधुनिक वाटणारा जमाना आज अगदी जुनाट होतो आहे, हे आता अविनाशच्याही लक्षात यायला लागलं होतं. पेडर रोडवरचा नवा फ्लॅटही आता जुना झाला होता. तिथं राहायला आले, तेव्हा प्रथम तर त्याला वाटलं होतं की, व्रजमोहनदासांना राग आला होता. हळूहळू हा राग कमीही होईल; पण इतका काळ लोटल्यानंतर आता त्याच्या लक्षात आलं होतं, की व्रजमोहनदासांना राग नव्हता आला, त्यांना विषादानं घेरलं होतं.

प्रथमपासूनच त्यांच्या स्वभावात आसक्ती कमीच होती, आता उरल्यासुरल्या आसक्तीचं स्थानही विरक्तीनं घेतलं होतं. प्रतीप आणि पूर्वीबद्दल वाटणारी मायाही त्यांनी जणू झटकून टाकली होती. फक्त काही वर्षांपूर्वीपर्यंत निवृत्तीनंतरची उरलेली वर्षं प्रतीप आणि पूर्वीबरोबर कांदिवलीच्या बंगल्यात बागेत खेळण्याच्या स्वप्नाला सुख मानणारे व्रजमोहनदास आता जणू पार अलिप्त झाले होते. व्यवसायातनं तर आधीपासूनच त्यांनी मन हळूहळू काढून घ्यायला सुरुवात केली होती, पण आता तर त्या दिशेला बघणंही जणू त्यांनी बंद केलं होतं.

कंपन्यांचा कारभार अविनाश कसा चालवत होता, ह्याबद्दल त्यांनी अलीकडे कधी चौकशीही केली नव्हती. अविनाशनं कधीतरी त्यांना एखाद्या गोष्टीबद्दल

माहिती सांगितली, तर जणू एखाद्या तिऱ्हाईत व्यक्तीबद्दलचं बोलणं चाललं असावं तसं ते ऐकून घ्यायचे.

अविनाश त्यांचं मत विचारायचा, तेव्हा त्यांना त्या क्षणी जे वाटेल ते कोणताही आडपडदा न ठेवता स्पष्टपणे सांगून टाकायचे आणि मग दुसऱ्याच क्षणी ती घटना विसरूनही जायचे.

प्रतीप जेव्हा ऑफिसमध्ये जायला लागला, तेव्हा व्रजमोहनदासांनी त्याला जवळ बसवून एवढंच सांगितलं होतं, ''हे बघ बेटा! हे ऑफिस चालतंय, म्हणून आपल्या घरातलं स्वयंपाकघर चालतंय. स्वयंपाकघरातल्या अग्नीवर अन्न शिजत राहणं हे महत्त्वाचं आहे. त्या अग्नीनं भाजू नये ह्याकडे लक्ष ठेवावं. स्वयंपाकघरातली चूल ज्यामुळं पेटते, ते ऑफिस हे आपल्या अन्नाचं मंदिर आहे. ह्या मंदिराची मर्यादा कधी विसरू नको. तेवढं केलंस तर त्या मंदिरातला देव तुझं भलं केल्याशिवाय राहणार नाही. जा, ऊठ! श्रीनाथजीच्या पाया पडून कामाला लाग. श्रीनाथजी बाबा तुझं कल्याणच करेल.''

बस! एवढंच बोलणं आणि एवढीच शिकवण. त्यानंतर व्रजमोहनदासांनी केव्हाही प्रतीपच्या कामाविषयी प्रतीपलाही विचारलं नाही आणि अविनाशलाही नाही. नाहीतरी वार्धक्य त्यांना आता जाणवायला लागलं होतं, त्यामुळे मुंबईला येणं तर ते शक्यतो टाळायचंच.

सणावाराला अविनाश, रूपा, प्रतीप आणि पूर्वी सगळे कांदिवलीला जाऊन यायचे खरे; पण आता अलीकडे प्रतीपला आणि पूर्वीला कांदिवली फार 'दूर' वाटायला लागलं होतं.

कधीतरी अविनाश कांदिवलीला चक्कर मारून यायची गोष्ट काढायचा, तेव्हा प्रतीप आणि पूर्वी दोघंही एकमतानं सांगून टाकायचे, ''डॅडी! कांदिवलीला जायचं म्हणजे शिअर वेस्ट ऑफ टाइम होतो. दादा-दादींना तसंही कुठं काही काम असतं? त्यांच्याहीकडे गाडी तर आहेच. आपण जायचे-यायचे मिळून तीन तास ड्राइव्ह करायचं, त्यापेक्षा इज इट नॉट बेटर दॅट त्यांनीच इकडे यावं? आपल्याला भेटू शकतील.''

मग अविनाश त्यांना फार आग्रह करायचा नाही. तो एकटाच जाऊन यायचा. कधीकधी रूपा बरोबर असायची, कधी नसायचीही. प्रतीप आणि पूर्वीला असं वाटणं अविनाश समजू शकत होता. त्यांच्या मते कांदिवलीला जाणं 'दूर' तर होतंच. वेस्ट ऑफ टाइम पण होतं.

अविनाशच्या मतेही कांदिवली 'दूर' तर झालं होतंच, पण तिकडे जाणं अजून त्याच्या मते वेस्ट ऑफ टाइम झालं नव्हतं. प्रतीप आणि पूर्वीचं मत दादा-दादी इकडे आले तर भेटता येईल, अशा दृष्टीचं होतं.

अविनाशची स्वत:ची दृष्टी व्रजमोहनदास किंवा जयाबांना भेटता येईल, अशी असायची. ह्या दोन दृष्टिकोनांमधला फरक तो त्याच्या मुलांना समजावून सांगू शकणार नव्हता, एवढं तर आता त्याच्याही लक्षात आलं होतं.

अशातच एक-दोन घटना अशा घडल्या की, अविनाश चिडला आणि रूपाच्याही मनात विषाद दाटून आला. ज्या फ्लॅटमध्ये राहायला येऊन आता ते जुने झाले होते, त्याच इमारतीच्या तळमजल्यावर राहणाऱ्या एका कुटुंबातल्या एका व्यक्तीचं निधन झालं. त्यानंतर दुसऱ्या दिवशी इमारतीच्या आवारातच त्या कुटुंबानं मृत्यू पावलेल्या माणसासाठी प्रार्थनासभा किंवा अशा स्वरूपाचा काही कार्यक्रम ठेवला होता.

शोकग्रस्त चेहरे आणि शोकसूचक वस्त्रांमध्ये बरीच मंडळी तिथे गोळा झाली होती. योगायोग असा की, त्याच दिवशी आणि त्याच वेळी पूर्वीनं आणि तिच्या मैत्रिणींनी तिच्या घरी पार्टी द्यायची ठरवली होती.

पार्टी तशी लहानच असणार होती. त्यामुळे अविनाश आणि रूपा दोघांनीही मुलीला संमतीही दिली होती. बरोबर त्याच वेळी ही अनपेक्षित शोकजनक घटना घडली, म्हणून रूपानं पूर्वीला त्या दिवशीपुरती पार्टी स्थगित कर, असं सांगितलं.

पार्टी असणार होती फ्लॅटमध्येच; पण रंगीबेरंगी कपडे घालून सर्व जणी जाणार येणार, मोठमोठ्यानं हसणार, बोलणार, गाणी-संगीत ह्यांचे आवाजही बाहेर ऐकू येणार. ही सभ्य वागणूक, शिष्टाचार नाही. एवढंच नाही, तर ही मृत्यू घटना शेजाऱ्याच्या घरीच झालेली आहे, तेव्हा त्या वेळी त्यांच्या दु:खात औपचारिक का होईना सहभागी होण्याऐवजी अशी पार्टी ठेवणं हे सौजन्याचं लक्षण नाही; असं वाटून रूपानं मुलीला सांगितलं, ''पूर्वी, पार्टी तर एखाद्या आठवड्यानंतरही ठेवता येईल. जे मृत्यू पावले, ते आपले शेजारी होते.''

''सो व्हॉट?'' पूर्वीनं खांदे उडवले. ''मी तर त्यांना ओळखतसुद्धा नाही.''

''आपल्या खालच्याच फ्लॅटमध्ये राहत होते खन्ना अंकल....''

''खन्ना अंकल? त्यांचं नाव तर वाचलंय मी जाता–येता फ्लॅटच्या नेमप्लेटवर.''

पूर्वी म्हणाली, ''पण ही मस्ट बी ॲन एजेड मॅन.''

''तसं तर नाही म्हणता येणार. सत्तावन वर्षांचे होते.''

''म्हणजे जवळजवळ साठच म्हण ना मम्मी! साठ वर्षांचा म्हातारा मेला, तर त्यात रडारड ती काय करायची? आणि अशा रडारडीत विसाव्या वर्षी तू आम्हाला भाग घ्यायला सांगतेयस, दॅट इज नॉट फेअर! आमचं वय रडारड करायचं नाही.''

''पूर्वी!'' रूपाचा आवाज चढला. ''हे काय बोलतेयस तू? मरणाचं दु:ख तर कुठल्याही वयात करावं. जरा सारासार विचार कर.''

''ह्यात अविचार – अविवेक कुठून आला मम्मी? आम्ही स्वीट सेव्हन्टीन्समध्ये आहोत. खन्ना अंकल साठ वर्षांचे होते. फार फार तर तू म्हणत असलीस, तर

त्यांच्या प्रार्थनासभेत जाऊन त्यांच्या फोटोजवळ फुलं ठेवून येऊ; पण आमचा शेड्यूल्ड प्रोग्रॅम अपसेट नाही करायचा. लाइफ मस्ट गो ऑन.''

''चूप बस पूर्वी! ही पार्टी होणार नाही.''

''ओह नो मम्मी!'' पूर्वी तोंड फुगवून बसली.

पार्टी तर मग नाही झाली आणि पूर्वी त्या दिवशी जेवलीही नाही, पण रूपा आणि अविनाश दोघंही पूर्वीचं बोलणं ऐकून स्तंभित झाले होते.

सत्तावन वर्षांच्या वयाला माणूस 'म्हातारा' समजला जात होता. एवढंच नाही तर तो मरण्यायोग्य वयाचाही मानला जात होता आणि पूर्वीचा सूर तर असा होता, की त्यानं मरणं हेच चांगलं. ह्या वागण्या-बोलण्यातल्या सूचितार्थानं दोघंही खिन्न झाली होती.

अविनाशला पन्नास पूर्ण व्हायला आली होती आणि रूपाही काही फार मागे नव्हती.

पूर्वीच्या सूचित अर्थाप्रमाणे आणखी पाच-एक वर्षांनी त्यांच्या मुलांच्या दृष्टीनं ती दोघंही 'म्हातारी' होणार होती. एवढंच नाही, मरण्यायोग्यही होणार होती, हे माहीत होणं त्यांच्यासाठी अगदीच नवं होतं.

पूर्वीचे हे विचार त्यांना दोघांना पोळून काढत होते. इतकी वर्षं इथे राहिल्यावर पूर्वीच्या दृष्टीनं 'खन्ना अंकल' फक्त नेमप्लेटवरचं एक नावच होते, हे लक्षात आल्यानं अविनाशला खूप धक्काही बसला होता आणि आश्चर्यही वाटलं होतं.

'पण पूर्वीला अजून समज आलेली नाही, ती अजून लहान आहे, वर्षं जातील तशी ती शहाणी होईल,' असं मनाचं समाधान करून घेऊन अविनाशनं तो प्रसंगच विसरून जायचा प्रयत्न केला होता. अर्थात विसरून जाणं फारसं जमलं नव्हतं. त्यातच प्रतीपचा लॉ कॉलेजच्या परीक्षेचा निकाल लागला आणि तो नापास झाला.

प्रतीप अभ्यासात फार चांगला कधी नव्हताच, पण त्याचं हे अपयश अविनाशला अनपेक्षित होतं. ऑफिसमध्येही तो फार वेळ थांबायचा नाही आणि जो थोडा वेळ असायचा, त्यातही मित्रांचं जाणं-येणं आणि टेलिफोनवर लांबलांब गप्पा जारत चालायच्या.

अविनाशच्या हे लक्षात आलं होतं आणि त्यानं स्वतःची नापसंती प्रतीपला बोलून दाखवलीही होती.

''हे बघ बेटा! कामाच्या वेळी सर्व लक्ष कामात घालायचं. मित्रांबरोबर गप्पागोष्टी, गाठीभेटी हे सगळं कामाच्या वेळेशिवायच्या वेळातच शोभतात.'' तो म्हणाला होता.

''पप्पा! माझे मित्र आवडत नाहीत तुम्हाला?'' प्रतीपनं लगेच उलट विचारलं.

''तुझ्या मित्रांबद्दल माझी काही तक्रार नाही. मला एवढंच म्हणायचंय की, कामाच्या वेळात सगळं लक्ष कामामध्ये केंद्रित केलं पाहिजे.''

"आय नो पप्पा! माझ्या मित्रांबरोबर मी धंद्याच्या डेव्हलपमेंटबद्दलच चर्चा करत असतो."

त्यानंतर अविनाशनं वाद घातला नव्हता. पण प्रतीप जेव्हा परीक्षेत नापास झाला, तेव्हा त्याच्या मनात बरेच दिवस धुमसत असलेली नाराजी रागाच्या रूपानं बाहेर पडली, "प्रतीप! तू धंद्यातही लक्ष घातलं नाहीस आणि अभ्यासातही घातलं नाहीस."

"तुम्ही कशावरून असं म्हणताय पप्पा?" प्रतीपनं न समजल्याचा आव आणत विचारलं.

"परीक्षेत तू नापास झालास. आपल्या व्यवसायात कायद्यांचे गुंते दिवसेंदिवस वाढत चाललेत. मला वाटलं होतं तू वकील होशील."

"वकील होण्यात मला रुची नाही. वकील झालो, तरी मला वकिली थोडीच करायचीय? मला तर व्यवसायच करायचाय पप्पा! यू नो माय इंटरेस्ट."

"तुझं अभ्यासात लक्ष लागत नसेल, तर तू पूर्ण वेळ व्यवसायासाठी दिला पाहिजेस."

"एक्झॅक्टली! मी व्यवसायाचंच प्लॅनिंग करतो आहे."

"मी तर तुला कधीही असं प्लॅनिंग करताना बघितलं नाही."

"मला सांगा, पप्पा...! शिकून सवरून वकिली करू, की तुम्ही उभ्या केलेल्या धंद्यात लक्ष घालू? ह्या दोन्हीचं शेवटी टार्गेट तर एकच आहे ना? मनी अॅण्ड ओन्ली मनी. शेवटी पैसे कमावणं हेच इम्पॉर्टण्ट आहे, बरोबर ना?"

"म्हणजे तुला म्हणायचंय तरी काय?" अविनाश जरा गोंधळला.

"दादांनी आणि तुम्ही चाळीस वर्षं धंदा करून जेवढी कमाई केली आहे, तेवढी कमाई मी पाच वर्षांत करू शकेन. आमचं प्लॅनिंग परफेक्ट आहे. आम्ही मित्रांनी रॅप सिंगिंगचा ऑर्केस्ट्रा आणि ट्रूप तयार केला आहे. इन्टरनॅशनल फेम मिस रूबी कासानी साम्बा आणि मेरिंग्वे ट्युनिंगबरोबर आम्ही टाय-अप अॅरेन्जमेंट करतो आहोत. तुम्ही जर पाच एक लाखांची मदत केली, तर एकाच शोमध्ये तुमचे पाच लाख परत मिळतील आणि आमच्या शोसाठी मुंबईचे लोक वेडे होऊन जातील. प्लीज पप्पा, तुम्ही एवढी मदत करा!"

प्रतीप लाडात येत म्हणाला.

अविनाश वेंधळ्यासारखा बघत राहिला.

■

१८

"तुमच्या लक्षात नाही आलं पप्पा!" प्रतीप उत्साहानं बोलत होता.

"युरोप आणि अमेरिकेत तर लोकांना ह्या सुरांचं वेड लागलंय. यू सी पप्पा, माणसाच्या मनात जो रेप-फेनॉमिना असतो, त्याला म्युझिकच्या ट्यूनमध्ये...."

"मला तुझं बोलणंच काही समजत नाहीये. तू काय बोलतोयस, ह्याची काही शुद्ध आहे तुला?" अविनाशनं दचकून विचारलं.

"ओह! पप्पा, ट्राय टू अंडरस्टँड! बलात्काराची वृत्ती माणसामध्ये आदिकाळापासून आहेच, त्या वृत्तीला एक्सप्लॉइट करून हे म्युझिक तयार करण्यात आलं आहे, जे वाजायला लागलं की, मनुष्याला भान राहत नाही."

"असले शोज नाही करायचे आपल्याला. असले पैसे नकोत आपल्याला."

"पैसे नकोयंत?" आता दचकायची पाळी प्रतीपची होती. तो जणू काही अविनाशच्या समजशक्तीवर हसला.

"तुम्ही काय बोलताय? पैशांसाठी तर आपण सगळे काम करतो."

"हो, पण ह्या अशा पैशांसाठी नाही."

"पैसे असे किंवा तसे काही नसतात पप्पा! पैसे केवळ पैसेच असतात. त्यांना असे किंवा तसे आपण बनवतो. प्लीज पप्पा! तुम्ही मला को-ऑपरेशन द्या! मुंबईत जर आम्ही हा शो करू शकलो, तर देशात सगळीकडे आमच्या नावाची जादू पसरेल. पैशांची रास

पडेल आपल्या घरात....'' प्रतीप स्वप्न बघत असल्यासारखा म्हणाला.

''ज्या धंद्यात आपल्याला फारसं समजत नसेल, त्या धंद्यात धोका पत्करू नये. आपला हा धंदा सांभाळण्यातच तुझं हित आहे.''

''पप्पा!'' प्रतीपनं गंभीरपणे विचारलं, ''तुम्ही ह्या धंद्यात काम करायला लागलात, त्या आधी ह्या धंद्यातलं तुम्हाला काय समजत होतं?''

''माझ्याजवळ दादांच्या अनुभवाचं भांडवल होतं.''

''आणि दादांनी धंदा सुरू केला, तेव्हा त्यांच्याजवळ कोणाच्या अनुभवाचं भांडवल होतं?'' प्रतीपनं तिरकस प्रश्न विचारला.

''तो काळ वेगळा होता.''

युगानुयुगं प्रत्येक पिता तर्क समाप्त झाला, की जे उत्तर देत आला आहे, तेच उत्तर अविनाशनं दिलं.

''ओ! नो पप्पा!'' प्रतीपनं नापसंती व्यक्त करत म्हटलं, ''जर काळ बदलला असेल, तर धंदा करायची दृष्टीही बदलली पाहिजे, असं तुम्हाला नाही वाटत?''

''तू जे म्हणतोयंस ते मला पटत नाहीये.'' अविनाशनं बोलणं संपवत म्हटलं.

''माझ्या मित्राला - मोन्टूला तुम्ही ओळखता ना पप्पा? मोन्टू वॉज अब्रॉड फॉर फाइव इयर्स, त्यानं हे सगळं बघितलंय. तो तुम्हाला सगळं समजावून सांगेल. मी त्याला उद्या बोलावेन.''

अविनाश ह्या मोन्टूला ओळखत होता. ओळख अशी फारशी नव्हती, पण प्रतीपचा मित्र म्हणून तो अधूनमधून ऑफिसमध्ये आणि घरीही यायचा. प्रतीपपेक्षा चांगला पाच वर्षांनी तरी मोठा होता आणि मधली काही वर्षं अभ्यासाच्या निमित्तानं कुठेतरी परदेशातही राहिला होता, एवढं अविनाशला ठाऊक होतं. त्याने अभ्यास पूर्ण केला नव्हता आणि सगळं अर्धवट सोडून परत आला होता.

ह्या मोन्टूला भेटायची अविनाशची फारशी इच्छा नव्हती. प्रतीपनं ज्या तऱ्हेनं त्याला पैसापुराणाचं माहात्म्य ऐकवलं होतं, त्यामुळे तो जास्तच खिन्न झाला होता.

त्या रात्री त्यानं आपली खिन्नता रूपाजवळही बोलून दाखवली. माणसांमध्ये असलेल्या बलात्कारवृत्तीला 'एक्सप्लॉइट' करून पैसे मिळवण्याची मुलाची कल्पना दोघांसाठीही पूर्णपणे अनपेक्षित होती.

एवढंच नाही, त्या वृत्तीला अगदी सहजपणे साधन मानून त्याची चर्चा आपल्या पित्याबरोबर करण्यातही प्रतीपला काहीही संकोच वाटला नव्हता, ह्या वस्तुस्थितीनं पतिपत्नी दोघाही जणांना मनोमन संकोच, शरम वाटत होती.

मोन्टूला बोलावण्याचं प्रतीप म्हणाला होता, त्याच्याकडे अविनाशनं फारसं लक्ष दिलं नव्हतं. दुसऱ्या दिवशी हा मोन्टू त्याच्याकडे आला, तेव्हा कुठे त्याला ते आठवलं. ह्या वेळी खूपच दिवसांनी तो मोन्टूला बघत होता.

मोन्टूचा बांधा कृश होता. उंच आणि बारीक मोन्टूनं एकदम घट्ट ट्राउझर्स आणि त्या मानानं सैल म्हणता येईल असा टी शर्ट घातला होता. त्याचे केस डोक्याच्या आकाराच्या मानानं खूप वाढलेले, गुंता झालेले आणि खांद्यापर्यंत पोचतील एवढे लांब होते. केसांना तेल शेवटी केव्हा लावलं असेल, असा प्रश्न पडावा, इतके ते कोरडे आणि रखरखीत दिसत होते. पिवळ्या रंगाच्या ट्राउझर्स आणि हिरव्या रंगाच्या टी शर्टवर हे रखरखीत पण काळे कुळकुळीत केस ह्या सगळ्याचं एक विचित्र मिश्रण तयार होत होतं.

''गुड इव्हिनिंग अंकल!'' आत आल्याबरोबर कमरेतून जरा वाकून, अर्धे दात दिसतील असं हसत-हसत मोन्टू म्हणाला.

अविनाश बघतच राहिला.

मोन्टूच्या मागेच प्रतीप उभा होता. अविनाशच्या चेहऱ्यावर नापसंती स्पष्ट उमटली.

''तुमच्या ह्या रूमचं डिझाईन वण्डरफुल आहे, अंकल!'' मोन्टू पुढे येत म्हणाला. एवढं बोलता-बोलता त्यानं चेहरा आणि कंबर दोन्हींना एक झटका दिला. तो अविनाशच्या लक्षात आला.

''तुमची व्हिजन आर्टिस्टिक आहे. आय मस्ट कॉन्ग्रॅच्युलेट यू!''

अविनाशच्या चेहऱ्यावरची नापसंती तीव्र होत गेली, 'हा मोन्टू ह्या खोलीत काही पहिल्यांदा नव्हता आला, ह्यापूर्वी आलाच होता, पण ह्याबद्दल कधी काही बोलला नव्हता.'

आजच हे डिझाइन, व्हिजन आणि आर्ट, हे सगळं ह्याला एकाएकी कसं काय आठवलं?'

''बस, भाई!'' त्याचं काही बोलणं ऐकलंच नाही असं दाखवत अविनाशनं डोकं हलवून निर्देश करत म्हटलं.

मोन्टू अविनाशच्या समोर बसला. प्रतीपही त्याच्या जवळच बसला.

''अंकल, मी पाच वर्षं कॉन्टिनेन्टमध्ये राहिलो आहे. मधे दोनदा स्टेट्सलाही जाऊन आलो. इतकं वण्डरफुल आर्टिस्टिक डिझाईन मी कुठेही बघितलं नाही.'' खांदे उडवत मोन्टू म्हणाला.

अविनाशनं काही प्रतिक्रिया दाखवली नाही, मात्र ओठांवर ओझरतं स्मित उमटलं. त्याचे डोळे बारीक झाले.

''प्रतीप म्हणत होता, त्याच्या कुटुंबात म्युझिक ही ट्रॅडिशन आहे. म्युझिक त्याचं फॅमिली हेरिटेज आहे.''

अविनाशला एकाच वेळी हसायलाही येत होतं आणि रडायलाही! त्याला ह्या म्युझिकच्या वारशाचं बोलणं अजिबात समजलंच नाही. मोन्टू हे कुठल्या वारशाबद्दल बोलत होता?

''लक्षात नाही आलं अंकल?'' मोन्टू ताठ होत म्हणाला.

चेहऱ्यावर मोठ्ठं हसू आणत त्यानं सांगितलं, ''प्रतीप म्हणत होता त्याचे ग्रॅन्डपा आणि ग्रॅन्डमासुद्धा रोज गॉड— आय मीन ठाकोरजीजवळ (श्रीकृष्ण) म्युझिक....''

अविनाश आता हसणं लपवू शकला नाही. कोडं उलगडलं होतं. व्रजमोहनदास आणि जयाबा वैष्णव लोकांचा हवेली पंथ पाळायचे आणि त्या पंथाच्या ठाकोरजीच्या पूजनात हवेली संगीताला जे महत्त्व होतं, त्याचा स्वीकार कांदिवलीच्या देवघरात झाला होता. त्या हवेली संगीताचे सूर कांदिवलीच्या बंगल्यात मधूनमधून ऐकू येत असत. कधीतरी हवेली संगीताचा एखादा जाहीर कार्यक्रम कुठे व्हायचा, तेव्हाही व्रजमोहनदास सहकुटुंब जायचे.

एवढंच नाही, तर देशी नाटक समाजाच्या किंवा दुसऱ्याही नाटक-मंडळींच्या नाटकांमधल्या गाण्यांच्या रेकॉर्डही खूपदा घरी ऐकल्या जायच्या. ग्रामोफोनवर वाजणाऱ्या ह्या रेकॉर्ड्स नंतर जुन्या झाल्या होत्या आणि टेपरेकॉर्डर्सही घरी आले होते. ह्या गीतांना हा मोन्टू संगीताचा कौटुंबिक वारसा म्हणत होता.

मोन्टूला ही माहिती प्रतीपकडूनच मिळाली होती, ह्यात तर शंकाच नव्हती. दादांच्या ह्या हवेली संगीताला आणि नाटकांमधल्या गाण्यांना प्रतीप आता त्याच्या 'रॅप-साँग' च्या शोशी जोडायला बघत होता, हे समजल्यावर मात्र अविनाशला हसू आवरलं नाही.

''अंकल!'' अविनाशच्या चेहऱ्यावरचं वक्रहास्य जणू त्यानं पाहिलंच नसावं, तसा पुन्हा एकदा शरीराला हिसका देत मोन्टूनं हात लांब करत म्हटलं, ''रॅप-शोसाठी माझ्याकडे तीन-चार प्रपोजल्स आली होती, पण मी प्रतीपलाच पार्टनर म्हणून पसंत केलाय; ह्याचं कारण त्याच्यामध्ये म्युझिकचे जे संस्कार आहेत, तेच आहे. अशा जाणकार माणसाबरोबर काम करण्यातही मजा येते. बिलीव्ह मी अंकल! मी पॅरिसमध्ये लोकांना ह्या रूबीच्या ट्यूनिंग आणि रॅप-डान्सवर वेडं होताना बघितलं आहे. बर्लिन - फ्रॅन्कफर्ट - न्यूयॉर्क - वॉशिंग्टनच काय, आता तर टोकियोसुद्धा ह्या शोसाठी वेडं झालं आहे.

''इंडियामध्ये रूबीला आणण्यासाठी मोठाले लोक टपून बसलेले आहेत, पण यू सी अंकल! मी जेव्हा पॅरिसमध्ये होतो, तेव्हा रूबीच्या कॉन्टॅक्टमध्ये होतो. रूबीच्या सुरुवातीच्या फॅन्सपैकी मी एक आहे, हे रूबीला माहीत आहे. त्यामुळे माझ्याशिवाय ती कोणाला ओब्लाइज नाही करणार... बस! फक्त पाच लाख रुपयांचा प्रश्न आहे!

''पाच लाख रुपये मी आधीच इनव्हेस्ट केले आहेत. आता फक्त ॲग्रीमेंट साइन झालं, की टोकन अमाउंट द्यायची. इंडियाला यायचं एअर फेअर. जवळजवळ चाळीस आर्टिस्ट्सची टीम आहे. हा सबंध शो बर्फावरही करतात. आय मीन...

बर्फाचंच स्टेज... बर्फाचंच डेकोरेशन... कॉस्च्यूम्सही बर्फाचेच... हळूहळू ते सगळं विरघळत जातं, मग रॅप-साँग आणि डान्सच्या स्टेप्स, अंकल! ढीग पडतील पैशाचे. आय प्रॉमिस यू– मी हे सगळं डोळ्यांनी बघितलं आहे.'' बोलता–बोलता उत्तेजित होऊन मोन्टू उठून उभा राहिला.

अविनाशला काही समजण्याच्या किंवा तो काही बोलण्याच्या आधीच त्यानं खिशातून कागदांची एक थप्पी बाहेर काढली. ते कागद अविनाशच्या समोर धरून अंगात आल्यासारखा कापत–कापत तो म्हणाला, ''लुक हियर अंकल! सगळा प्रोजेक्ट परफेक्ट आहे. पब्लिक टेन्डन्सीचा हा चार्ट जगातल्या टॉप बिहेव्हियरल सायन्टिस्ट्सनी बनवला आहे. त्याप्रमाणे हिंदुस्थानातल्या लोकांमध्ये सेक्सचं जे सप्रेशन आहे, त्याचा विचार केला तर रॅप-शोला इथं वण्डरफुल रिस्पॉन्स मिळेल. हे ग्राफ्स बघा... कॉन्टिनेन्टच्या लोकांचं लाइकिंग... डिसलाइकिंग आणि एज ग्रुपप्रमाणे हा ग्राफही आपल्या प्रपोजलसाठी शुअर-सक्सेस आहे. शिवाय हे स्टॅटिस्टिकल रिपोर्टसुद्धा....''

''बस, बस! खूप झालं!''

अविनाश इतक्या वेळानंतर प्रथमच बोलला, ''तुझा हा चार्ट, ग्राफ्स, स्टॅटिस्टिक्स सगळ्यांत एका मूलभूत गोष्टीचा विसर पडतोय.''

''ते काय आणखी अंकल?'' पुन्हा एकदा अंगाला झटका देत मोन्टूनं विचारलं.

''तुमचा शो बघायला लोक येतीलच, असं समजून चालून तुम्ही गणितं मांडताय.....''

''ते गणित बरोबर आहे अंकल! त्यात तर काही शंकाच नाही. रेप इज द मोस्ट थ्रिलिंग एक्सपीरियन्स!''

''शट अप!'' अविनाश उठून उभा राहिला.

''तुझा किंवा प्रतीपचा जन्म अशा कुठल्या थ्रिलिंग एक्सपीरियन्समधून झालेला नाही, बेवकूफ! गेट आउट!'' तो जोरानं ओरडला. तेवढं बोलता–बोलता त्याचं शरीर कापत होतं.

मोन्टू आणि प्रतीप दचकून उठून उभे राहिले. दोघांच्या चेहऱ्यांवर स्तंभित भाव होता.

■

१९

अविनाशच्या बदललेल्या मन:स्थितीचा काही अर्थ प्रतीप आणि मोन्टू यांना समजायच्या आधीच स्वत: अविनाशच खोलीतनं बाहेर निघून गेला. मोन्टूला 'गेट-आउट' म्हणणारा अविनाश स्वत:च दुसऱ्याच क्षणी 'गेट-आउट' झाला, ही घटना प्रतीप आणि मोन्टूला आणखी गोंधळात टाकणारी होती. केव्हापासून मोन्टूचं बोलणं ऐकत असलेल्या अविनाशला, त्यालाही कळत नव्हतं— अशा तऱ्हेनं मनात कसंतरी होऊन अतिशय अस्वस्थ वाटायला लागलं होतं. त्यातही शिवाय मोन्टूच्या हावभावांमुळे त्याला एक प्रकारची किळस येत होती. 'असल्या मोन्टूबरोबर आपला मुलगा प्रतीप कसा काय इतकी जवळीक साधून व्यवसायाचं आयोजन करत होता,' हे अविनाशच्या मनाला न कळू शकणारं कोडंच होतं.

झट्दिशी बाहेर पडून तो बाथरूममध्ये घुसला. कितीतरी वेळ त्यानं तोंडावर पाणी मारलं. दात घासून–घासून चुळा भरल्या. बाहेर येऊन एक ग्लास थंड पाणी प्यायला. मग कुठे त्याला जरा बरं वाटलं. तो पुन्हा आपल्या खोलीत आला. खोली रिकामी होती. प्रतीप आणि मोन्टू निघून गेले होते.

अविनाशची हरकत संगीताच्या कार्यक्रमांना नव्हती. कांदिवलीत किंवा दुसरीकडे कोठे हवेली संगीताचे कार्यक्रम कधीकधी आयोजित केले जायचे, तेव्हा व्रजमोहनदास जरूर असेल तेवढी रक्कम उदार हातानं द्यायचेही.

हवेली संगीतातच काही संगीताची इतिश्री होत नाही, हेही अविनाशला माहीत होतं आणि म्हणून कंठ्य संगीत किंवा वाद्य संगीताच्या कार्यक्रमांनाही तो कधीकधी जायचा. शास्त्रीय संगीतात मात्र त्याला काही समजायचं नाही, पण सतार किंवा शहनाईचे मोठाले कार्यक्रम व्हायचे आणि मंद्र किंवा तार सप्तकात सूर छेडले जायचे, ते तो ऐकायचा आणि जेव्हा हे पूर्ण होत आलंय असं वाटायचं, तेव्हा एकाएकी उंच जाणाऱ्या सुरांनी टाळ्या वाजवू लागणारे प्रेक्षकही त्यानं पाहिले होते.

त्यावरून त्याला एवढं नक्की समजलं होतं, की हे सूर म्हणजे नुसता आवाज नव्हता, एक विशिष्ट भाषा होती आणि ती भाषा समजणारा एक समाजातला वर्गही होता. त्याला स्वत:ला मात्र ती भाषा समजत नव्हती, एवढं त्याला समजून चुकलं होतं.

रात्री प्रतीप त्याच्या खोलीतनं बाहेर आला नाही. साधारणपणे रात्रीचं जेवण झाल्यावर दिवाणखान्यात बसून तो पूर्वी किंवा रूपाबरोबर तास–दोन तास गप्पा मारायचा. आज तो बाहेर आला नाही.

पूर्वीनं त्याला हाका मारल्या, तरी त्यानं काही उत्तर दिलं नाही. रूपानं ह्या गोष्टीकडे फारसं लक्ष दिलं नाही. पण नंतर उशिरा अविनाशनंच आज जे घडलं होतं, ते सगळं रूपाला सांगितलं. रूपाही जरा वेळ काळजीत पडली, पण मग तिनं मृदू आवाजात म्हटलं, "हे पहा, आता जमाना बदललाय...."

"आपल्या जमान्यातही बा-बापूजी असंच म्हणायचे ते आठवतंय मला...." अविनाश कडवट स्वरात म्हणाला.

"तरीही आता ह्या गोष्टीचा स्वीकार केल्याशिवाय चालणार नाही, की बा-बापूजी नशीबवान होते, की त्यांना आपल्यासारखी मुलं मिळाली. आपण कदाचित इतके भाग्यवानही नाही."

"म्हणजे? काय म्हणायचंय तुला?"

"हेच, की मुलाला जर स्वतंत्र धंदा करायचा असेल, तर करू द्यावा. जबरदस्तीनं तुमच्याबरोबर ऑफिसमध्ये ठेवलंत, तर त्यात ना त्याचं कल्याण होईल ना ऑफिसचं."

"पण पाच लाख रुपये...."

"मोठी रक्कम आहे हे तर मला समजतंय, पण मुलाची किंमत पाच लाखांपेक्षा जास्त आहे, हे तर तुम्हीही कबूल कराल ना?"

अविनाश गप्प झाला. त्याचं मन विचारांच्या गर्तेत अडकलं होतं.

दुसऱ्या दिवशी अविनाशनं बघितलं, तर प्रतीप रोजच्यासारखा ऑफिसात आला नव्हता. अविनाशच्या मनात विषाद दाटून आला. कोण जाणे का, आज वरचेवर त्याचं लक्ष अजूनही रिकाम्या असलेल्या व्रजमोहनदासांच्या खोलीकडे जात होतं.

बरेच दिवसांपासून व्रजमोहनदासांनी ऑफिसमध्ये येणं बंद केलं होतं, पण

त्यांच्या बैठकीची ती खोली अविनाशनं अजूनही जशीच्या तशीच ठेवली होती. ऑफिसमधला स्टाफ वाढला होता, कामही वाढलं होतं आणि त्यामुळं जागाही अपुरी पडत होती.

प्रतीपनं तर मधूनमधून त्या रिकाम्या जागेत स्वत:ची केबिन करण्याबद्दल किंवा त्याच्यासाठी दुसरी केबिन करण्याबद्दल म्हटलंच होतं; पण कोण जाणे का, व्रजमोहनदास जर कधी इच्छा झाली आणि अचानकच ऑफिसमध्ये चक्कर मारायला आले, तर त्यांना ती रिकामी खोली बघूनच प्रसन्न वाटलं असतं, त्या खोलीचा वेगळा काही उपयोग होताना बघून ते काही बोलणार नसतं ह्याची अविनाशला खात्री होती. पण त्यांची खोली अविनाशनं जशीच्या तशी ठेवली होती, हे बघून त्यांना बरं वाटेल, अशा भावनेनं अविनाशनं ती खोली तशीच्या तशीच राहू दिली होती. एवढंच नाही, ती खोली जणू रोजच्या वापरात असल्याप्रमाणेच तिची सफाई व्हायची, श्रीनाथजीच्या तसबिरीला रोज ताज्या फुलांचा हार घातला जायचा, उदबत्ती लावली जायची. ही पद्धत व्रजमोहनदासांनी सुरू केली होती. अविनाशनं काही नेमक्या कारणाशिवाय ती तशीच चालू ठेवली होती.

संध्याकाळी उशिरा, ऑफिसची बहुतेक सर्व माणसं घरी गेली होती; तेव्हा प्रतीप ऑफिसमध्ये आला.

अविनाशला त्याच्या केबिनच्या काचेच्या पार्टिशनमधनं दिसलं. त्यानं प्रतीपला बोलावून घेतलं.

"आज ऑफिसमध्ये इतक्या उशिरा का आलास बेटा? घरून तर तू केव्हाचा निघाला होतास." पित्यानं चिंतेनं चौकशी केली.

मुलगा काही बोलला नाही. वडिलांच्या समोरच्या खुर्चीचा हात पकडून उभा राहिला

"उभा का आहेस बेटा? बस ना." अविनाश म्हणाला. प्रतीप एकदम आज्ञाधारक झाला आणि सावकाश समोरच्या खुर्चीवर बसला.

"पप्पा...." बसल्या क्षणी त्यानं मान ताठ केली. त्याचा आवाज अगदी वेगळा होता. अविनाशला नवल वाटलं.

"काय म्हणायचंय तुला?"

"तुम्ही - तुम्ही माझ्या मित्राचा अपमान केलात. तुम्ही त्याला 'गेट-आउट' म्हणालात. धिस इज टू मच! मोन्टू माझा मित्र आहे. तुम्ही त्याला ओळखता. ही वॉज इन्व्हायटेड हिअर टु सी यू आणि तुम्ही माझ्याच घरात माझ्या फ्रेण्डला बाहेर जायला सांगितलंत. आय ॲम ह्युमिलिएटेड." बोलताना प्रतीपचे ओठ कापत होते.

अविनाशला अशा प्रतिक्रियेची अपेक्षा होतीच. काल रूपा म्हणाली होती ते त्याच्या लक्षात होतं. त्याच्या मनात खोलवर अजूनही प्रतीपला समजावता येईल, असा विचार होता.

प्रतीपची प्रतिक्रिया त्याला अनपेक्षित नव्हती, तरी पण प्रतीप म्हणाला ते शेवटचं वाक्य— "तुम्ही माझ्या घरात माझ्या फ्रेण्डला बाहेर जा म्हणून सांगितलंत."

त्या वाक्यानं ध्यानीमनी नसताना, कोपराच्या हाडाला लागलं, म्हणजे जशी कळ डोक्यापर्यंत जाते, तसं त्याला वाटलं. हे घर प्रतीपचं होतं, अखेर हे सगळंच प्रतीपचंच होतं, जसं अविनाशचं होतं, व्रजमोहनदासाचं होतं, हो. वीणाचंही होतं, तसंच.

आणि तरीही प्रतीप जे म्हणत होता, ते अविनाशला अगदी अनोळखी वाटलं.

"ट्राय टु अंडरस्टँड, प्रतीप! मोन्टूच्या बोलण्यात सारासार विचार नव्हता."

"तो ढोंगी नाही, हिपोक्रॅट नाही, हाच त्याचा गुन्हा! ही वॉज फ्रॅन्क इनफ टु डिस्कस द रेप थिअरी. तुम्ही त्याच्या प्रामाणिक मोकळेपणाचा स्वीकार का करत नाही?"

"अविचार म्हणजे मोकळेपणा नाही आणि सारासार विचार करणं म्हणजे ढोंगीपणा नाही बेटा!"

कोण जाणे कसं काय! पण अविनाशच्या ओठांवर एक सुवाक्य येऊन गेलं. त्याला स्वत:लाच नवल वाटलं.

व्रजमोहनदासांनी अशी कितीतरी सुवाक्यं त्याला कित्तीदा सांगितली होती. अचानक तोंडातनं गेलेलं हे वाक्यही केव्हातरी व्रजमोहनदासांनी म्हटलेलं असेल, त्याच्या सुप्त अंतर्मनात ते साठवलेलं असेल; असं वाटलं त्याला. पण ते एकदम कसं आठवलं?

"दे आर ऑल यूसलेस कॉपी बुक प्रिन्सिपल्स पप्पा!" प्रतीप तिरस्कारानं म्हणाला, "ते सगळं परीक्षेत पास होण्यासाठी आहे. लाइफसाठी फक्त यशस्वी होणंच उपयोगी आहे. मोन्टू यशस्वी झाला आहे. मला यशस्वी व्हायचं आहे." प्रतीप निर्णयात्मक आवाजात म्हणाला. "म्हणजे? यशस्वी होण्यासाठी दुसरे मार्ग नाहीत काय?"

"आहेत! पण माझा मार्ग मला शोधायचा आहे."

"पण ज्या मार्गानं जायचा तुझा विचार आहे, तो मार्ग आपल्या समाजात सन्माननीय समजला जात नाही. त्याला फारशी सामाजिक प्रतिष्ठा नाही."

"प्रतिष्ठा तर पैशांमध्ये आहे पप्पा," प्रतीप आवेशानं ओठ चावत म्हणाला. "धंदा प्रतिष्ठित किंवा अप्रतिष्ठित नसतो. मला एक वेळ सफल होऊ दे पप्पा! प्रतिष्ठा तर वेश्या असते... जो यशस्वी होतो, त्याच्या मागे ती जाते."

अविनाशनं प्रतीपकडून अशा सगळ्या बचावाच्या समर्थनाची मुळीच अपेक्षा केली नव्हती. आजपर्यंत मुलाच्या ह्या अशा बोलण्या-वागण्याची त्यानं कधी कल्पनाही केली नव्हती.

प्रतीप असला आणि इतका विचार करू शकतो आणि बोलूही शकतो, हे बघून तो जरा शरमला.

दुसऱ्याच क्षणी त्यानं मन भक्कम केलं. जो मुलगा आत्तापासनं अशा तऱ्हेनं विचार करतो, तो मुलगा मोन्टूच्या मार्गानं जात राहिला, तर काय होईल, ह्या कल्पनेनंच त्याचा थरकाप झाला. त्याला वाटलं— त्यानं प्रतीपला थांबवलंच पाहिजे!

आत्तापर्यंत रूपाने सांगितलं होतं ते मनात ठेवून तो स्वत:चं समाधान करून घेत होता. आता त्याला वाटलं... नाही! असं होऊ देताच कामा नये!

प्रतीप ज्या तऱ्हेनं विचार करायला लागला होता, ते बघता आता तर प्रश्न पाच लाख रुपयांचा राहिला नव्हता. प्रतीपला ह्या मार्गावरून मागे वळवण्याचा प्रश्न जास्त महत्त्वाचा होता.

''तुला मोन्टूनं नसत्या जंजाळात अडकवलंय प्रतीप! तू मनात जी स्वप्नं बघतोयंस, ते मायाजाळ आहे. तुझ्याजवळ तयार धंदा आहे, आयती गादी आहे, ती सांभाळ बेटा!'' तो म्हणाला.

''ह्या धंदा आणि गादीवर जर माझा अधिकार असता, तर काल तुम्ही माझ्या मित्राला गेट–आउट म्हणालाच नसतात, पप्पा! हा भ्रम आहे. माझी फसवणूक आहे. आय विल एस्टॅब्लिश मायसेल्फ.''

''ही गोष्ट इतकी सोपी नाही बेटा! पाच लाख रुपये मिळवणं इतकं सोपं नसतं.''

''हे बघा पप्पा, मला पाच लाख रुपये हवे आहेत आणि हवेच आहेत. तुम्ही जर ते राजीखुशीनं देणार नसलात तर....'' प्रतीपनं आवंढा गिळला.

''तर काय प्रतीप? तुला काय म्हणायचंय काय? तू धमकी देतोयंस मला?'' अविनाशचा आवाज चढला.

''मी धमकी देत नाहीये पप्पा! रिॲलिटीकडे तुमचं लक्ष वेधतो आहे.''

''रिॲलिटी? कोणती रिॲलिटी?''

''हीच की, मेसर्स ए. व्रजमोहनदास ॲण्ड कंपनीचा मीही एक भागीदार आहे. ही भागीदारी कंपनी दादा व्रजमोहनदासांची प्रॉपर्टी आहे. ह्या प्रॉपर्टीमधून बाहेर पडण्याचा मला कायदेशीर अधिकार आहे. तुम्ही मला माझा भाग देऊन मोकळा करा. नाऊ द चॉइस इज युअर्स!'' प्रतीप उठून उभा राहिला.

''प्रतीप...!'' अविनाश जवळजवळ किंचाळलाच.

''येस पप्पा! आय ॲम सॉरी, पण मी निर्णय घेतला आहे. माझं लाइफ माझ्या पसंतीनं जगण्याचा मला अधिकार आहे. त्यात उगीच भावनांचा घोळ घालणार नाही. दॅट्स ऑल!''

अविनाशच्या डोळ्यांपुढे अंधेरीच आली.

■

२०

"पप्पा!"

जरा वेळानं अविनाशला हाक ऐकू आली.

प्रतीप नरम आवाजात बोलत होता, "डोण्ट टेक इट सो सीरियसली! यू आर माय फादर ॲण्ड आय ॲम युअर सन! ह्या आपल्या नात्यात असं कधीच नसतं की, मी माझं स्वत:चं वेगळं करिअर करू शकत नाही."

"तू तुझं वेगळं चांगलं करिअर बनवू शकलास तर मला आनंद होईल बेटा!" अविनाश मृदु आवाजात म्हणाला, "पण ते करिअर घडवण्यासाठी पहिल्यांदा आधी तुला आपल्या स्वत:च्या पायावर उभं राहायला शिकलं पाहिजे."

"मला आशीर्वाद द्या पप्पा! धंद्यातनं बाहेर पडलो की, मी माझ्या पायांवरच उभा असेन."

"कुठल्या धंद्यातनं तू बाहेर पडायचं म्हणतोयंस प्रतीप?" अविनाशच्या आवाजाला धार आली.

"ज्या धंद्यात तू कधी काम केलंच नाहीस, त्या धंद्यातनं तू बाहेर कसा पडणार? तू मोकळाच आहेस."

"पप्पा!" प्रतीप कडवट आवाजात म्हणाला, "ज्या तऱ्हेनं दादांनी सुरू केलेल्या धंद्यात तुम्ही आलात, त्याच तऱ्हेनं ह्या धंद्यात मी आलो. सो फार ॲज

बिझनेस इज कन्सर्ड, तुम्ही आणि मी, आपण दोघंही दादांचेच पार्टनर्स आहोत. आणि ह्या पार्टनरशिप डीडमध्ये तुम्ही वाचलं असेलच की, पार्टनरशिप इज ऑलवेज ॲट विल....''

बेकाबू होणारा संताप अविनाशनं कसाबसा आवरून धरला, त्याचे ओठ थरथरू लागले.

''पप्पा! तुम्ही आत्ता खूप अस्वस्थ दिसताय. तुम्ही शांतपणे विचार करा. मी जे सांगतो आहे, त्यात तुम्हाला दु:खी करण्याचा काहीही इरादा नाही. असं असलं, तरी जी रिॲलिटी आहे, ती समजून घेतलीच पाहिजे. धंद्यामधनं आपण पार्टनर म्हणून वेगळे झालो, तरी त्याचा फादर ॲण्ड सन संबंधावर काही परिणाम होत नाही. आय रिपीट... यू आर माय फादर ॲण्ड आय ॲम युअर सन! प्लीज पप्पा! तुम्ही त्या दृष्टीनं विचार करून मला सांगा.'' एवढं बोलून प्रतीपनं पाठ फिरवली.

आता अविनाशनं बोलण्यासारखं काही राहिलं नव्हतं. तो बघत राहिला... प्रतीप बाहेर निघून गेला होता.

ती सबंध रात्र अविनाशला झोप लागली नाही. त्याच्या चेहऱ्यावरची अस्वस्थता लक्षात येऊन रूपानं विचारलंही, ''आज प्रतीपही जेवला नाही. तुम्हीही भराभरा दोन घास खाऊन उठलात. काय झालंय ते तर सांगा....''

प्रतीप जेवला नाही ही गोष्ट खरी होती, पण असाधारण नव्हती. पुष्कळदा तो मित्रांबरोबर बाहेरच जेवून यायचा. प्रतीप जेवला नाही, ह्या गोष्टीकडे रूपानं फारसं लक्ष दिलं नव्हतं. पण जेव्हा अविनाशच्या चेहऱ्यावरही तिनं अस्वस्थता बघितली आणि ह्या अस्वस्थतेचा परिणाम भरल्या ताटावर झालेला दिसला, तेव्हा तिच्या मनाला ह्या गोष्टींचे दुवे जुळत असल्याचं जाणवलं. तिनं मग पतीला विचारलंच.

त्या दिवशी जे काही घडलं होतं, ते सगळंच अविनाशनं पत्नीला सांगितलं.

रूपानं ऐकून घेतलं आणि मग हळुवारपणे म्हणाली, ''हे बघा! मी तुम्हाला सांगितलंच होतं... प्रतीप इतक्या हद्दीला जाऊन त्याची मर्यादा ओलांडून बोलेल, ही आपल्या कल्पनेबाहेरची गोष्ट आहे हे खरंय. पण आता त्याला शक्तीनं नाही, युक्तीनं मागे वळवला पाहिजे. काही लाख रुपये ही आता आपल्यासाठी मोठी रक्कम नाही.''

अविनाश काही बोलला नाही. त्याला वरचेवर वाटत होतं, प्रश्न आता काही लाख रुपयांचा राहिलेला नाही. काही लाख रुपयांचा प्रश्न तर तेव्हा होता, जेव्हा त्यानं पेडर रोडवर हा नवा फ्लॅट व्रजमोहनदासांची नाराजी ओढवून घेतला होता. आता जेव्हा त्याचा मुलगा त्याच्याकडे काही लाख रुपये मागत होता, तेव्हा प्रश्न पार बदलला होता. खुद्द प्रतीप म्हणाला होता....

काय म्हणाला होता प्रतीप?

अविनाशनं कुशीला वळून डोळे मिटून घेतले. मग रूपानंही जास्त चौकशा केल्या नाहीत. पण अविनाशला झोप येत नव्हती. कितीतरी वेळ त्यानं तसेच डोळे मिटून ठेवले, पण झोप लागलीच नाही. त्यानं डोळे उघडले.

बरीच रात्र उलटली होती. त्याला कूस बदलावीशी वाटली, पण त्यानं बदलली नाही. त्याला मनातनं एक भीती वाटली. कदाचित पाठीशी झोपलेली रूपाही जागीच असली आणि त्याचे उघडे डोळे तिच्या उघड्या डोळ्यांशी भिडले... तर?

रूपाला कदाचित वाटत असेल की, त्याला झोप लागली आहे... त्यानंही का नाही समजून चालावं की, रूपालाही झोप लागली असेल? कुशीला वळलं तर हा भ्रम राहणार नाही!

त्याला वाटलं, भ्रमनिरास होण्यापेक्षा भ्रमातच राहणं जास्त चांगलं!,

एकाएकी त्याची नजर बेडरुममध्ये समोरच्या भिंतीशी चिकटून ठेवलेल्या ड्रेसिंग टेबलावर स्थिरावली. ड्रेसिंग टेबलच्या पूर्ण उंचीच्या मोठ्या आरशात त्याला हा कोणाचा चेहरा दिसत होता?

मध्यरात्रीच्या सामसूम शांततेत डिमलाइटच्या मंद प्रकाशात ज्या चेहऱ्याचं प्रतिबिंब आरशात दिसत होतं, तो चेहरा तर...

अविनाशचा थरकाप झाला. तो चेहरा त्याचा स्वत:चाच होता, ह्याची त्याला खात्री होती आणि तरी त्या चेहऱ्यावर कितीतरी वर्षांपूर्वी व्रजमोहनदासांच्या चेहऱ्यावर एकाएकी दिसायला लागलेल्या रेषा त्याला का दिसल्या?

व्रजमोहनदासांच्या चेहऱ्यावर तर नंतर आजपर्यंत त्या रेषा तशाच्या तशाच राहिल्या होत्या... कोणामुळे आल्या होत्या त्या रेषा? चंपागल्लीतल्या कबुतरवाल्या चाळीतले ते दिवस अविनाशला अजूनही आठवत होते. तेव्हा अशा कोणत्याही रेषा व्रजमोहनदासांच्या चेहऱ्यावर नव्हत्या.

नाझ कम्पाउण्डमध्ये मेसर्स अविनाश डिस्ट्रिब्यूटर्सचं ऑफिस मोठ्या समारंभानं चालू केलं, तेव्हा तर अविनाश चांगला मोठा झाला होता आणि तो कांदिवलीच्या बंगल्यात राहत होता, तेव्हाही अशा काही रेषा व्रजमोहनदासांच्या चेहऱ्यावर उमटल्या नव्हत्या. 'त्या रेषा तर... त्या रेषा तर....'

अविनाश दचकून उभा राहिला.

"काय झालं? काय झालं?" रूपाही घाबरीघुबरी होऊन उभी राहिली.

"काही नाही... विशेष काही नाही... बाहेर रस्त्यावर कोणीतरी किती कर्कश हॉर्न वाजवला. मी जागा झालो... झोप तू... काही नाही झालं...." अविनाश आवंढे गिळत बोलत होता. रूपा बघत राहिली, काही म्हणाली नाही, मग कुशीला वळून झोपून गेली, अविनाशही झोपला.

रात्र सरली.

दुसऱ्या दिवशी ऑफिसमध्ये जाण्यासाठी अविनाश गाडीत बसला आणि ड्रायव्हरनं रोजच्यासारखी मुकाट्यानं गाडी चौपाटीच्या रस्त्यावर वळवली, तेव्हा लगेच तो म्हणाला, "बाबू, गाडी कांदिवलीकडे घे. आज ऑफिसला नाही जायचं."

ड्रायव्हरलासुद्धा त्याचं हे सांगणं अनपेक्षित होतं. अविनाश सकाळी तर न चुकता ऑफिसमध्येच जायचा. अर्धा-एक तास सगळं बघून, तपासून, जरूर त्या सूचना देऊन मगच तो कधीकधी बाहेर जायचा.

आज ऑफिसला जायचं सोडून सरळ कांदिवली... त्यानं गिअर बदलून स्टिअरिंग फिरवलं खरं, पण मग रिअर-व्ह्यू-मिररमध्ये बघत त्यानं विचारलं, "बापूजींची तब्येत तर ठीक आहे ना शेठ?"

कारण तर काही नव्हतं विचारायचं! अगदी सहज विचारलेला होता प्रश्न, तरीही अविनाशला मनातनं गलबलून आलं. तशी तर व्रजमोहनदासांची तब्येत चांगलीच होती म्हणायची. आता वय झालं होतं हे खरं, पण नाहीतर तब्येत चांगली होतीच म्हणायची. हे म्हातारपण जरा दूर ढकलता आलं असतं तर....

"नाही, नाही. विशेष काही नाही. बा, बापूजी दोघांची तब्येत चांगली आहे. तू कांदिवलीला घे गाडी."

अविनाशला वाटलं, 'तो अगदी खरंच तर बोलत होता आणि तरी आपण खोटं बोलतोय, असं त्याला का वाटत होतं?'

कांदिवलीच्या बंगल्याच्या बंद गेटशी येऊन ड्रायव्हरनं जेव्हा हॉर्न वाजवला, तेव्हा अविनाश दचकून जागा झाला.

ओळखीच्या हॉर्नचा आवाज ऐकून लगेच वृद्ध व्रजमोहनदासांनी चष्मा घातलेल्या डोळ्यांवर हात आडवा धरून बाहेर बघितलं.

अविनाशला गाडीतून उतरताना बघून त्यांचे डोळे चमकले.

"वीणाच्या बा!" व्रजमोहनदासांनी मोठ्यानं हाक मारली. तोच आवाज— जो अविनाश कित्येक वर्षं ऐकत आला होता.

तो कम्पाउण्डमध्ये आला. अंगण स्वच्छ होतं आणि बागेकडेही नीट लक्ष दिलं जातंय, असं दिसत होतं.

आणि तरीही त्याला वाटलं... हे सगळं उजाड का होतं आहे?

तो पायऱ्यांपाशी आला, तेव्हा ओटीवर व्रजमोहनदासांखेरीज जयाबा आणि वीणा दोघीही येऊन पोहचल्या होत्या.

"अरे! भईला! तू एकाएकी कसा आलास? खूप छान झालं. कितीतरी दिवसांनी आज आपण सगळे बरोबर जेवू या. कबुतरवाल्या चाळीत जेवत होतो तसेच...." वीणा उत्साहानं म्हणाली.

"वीणा! तू केव्हा आलीस?" अविनाशनं विचारलं.

“मी दोन दिवसांपासनं इथंच आहे भईला! अशीच आपली भेटायला आले होते, पण मग बापूजी म्हणाले की ‘मला खूप एकटं–एकटं वाटतं, तू राहा!’ म्हणून राहिले दोन दिवस. आज तूही आलास तेव्हा आता बापूजींना एकटं नाही वाटणार. घर कसं भरलं–भरलं वाटतंय.”

सगळी जणं प्रसन्न मनानं बसली. अविनाशला वाटलं, ‘बापूजींना सांगावं, की, ‘बापूजी! तुम्हाला इथं एकटं–एकटं वाटत असलं, तर तुम्ही पेडर रोडवर या ना राहायला!’ पण तो जाणून होता, की असं म्हणण्याला काही अर्थ नव्हता. जेव्हा काही अर्थ होता, तेव्हाही व्रजमोहनदासांनी ज्या गोष्टीला नकार दिला होता; त्या गोष्टीला आता जेव्हा काही अर्थ राहिला नाही, तेव्हा होकार देतीलच कसा?’

आणि एक विचित्र विचारही आला....

तो असं का म्हणू शकत नव्हता, की बापूजी, तुम्हाला एकटं–एकटं वाटत असलं तर मीच इथं राहायला येतो! त्यानं ओठ घट्ट मिटून घेतले.

“आज असा एकाएकी आणि तेही सकाळी–सकाळी तू कसा येऊ शकलास बेटा?” जयाबांनी विचारलं, “आज ऑफिस बंद आहे?”

“नाही, नाही, ऑफिस तर चालूच आहे. वाटलं— खूप दिवसांपासनं यायला झालं नाही, म्हणून....”

“फार छान केलं भाई! ऑफिसची कामं तर आता प्रतीपही थोडी थोडी सांभाळत असेल, तेव्हा त्याच्यावर सोपवून घटकाभर जरा मोकळं व्हावं.” व्रजमोहनदास म्हणाले.

अगदी सहजसाधं बोलले होते ते, पण तरी अविनाशचा थरकाप झाला.

खरं काय आहे ते व्रजमोहनदासांना समजलं तर....

“भईला! तू किती बदललायंस!” वीणा एकदम म्हणाली, “तुझा चेहरा किती हुबेहूब बापूजींसारखाच होत चाललाय.”

“असं?” अविनाश म्लानसं हसला. “आणि तू तरी कुठे कमी बदलली आहेस?”

“काळाला काळाचं काम करू द्यावं भाई!” व्रजमोहनदास गूढ भाषेत बोलावं तसं बोलले, “काळापेक्षा मोठा शिक्षक दुसरा एकही नाही.”

अविनाशला वाटलं, ‘बापूजी हे शेवटचं वाक्य असंच अगदी सहज बोलले होते, का मग त्यातनं ते अविनाशला काही इशारा देऊ बघत होते?’

त्याच्या मनातली चलबिचल व्रजमोहनदासांना कळली असेल की काय?

■

२१

जरा वेळानं जेवतानाही व्रजमोहनदासांचं बोलणंच पुढे चालू करावं, तशी वीणा म्हणाली, ''तू तर नशीबवान आहेस भईला, की तुझ्या धंद्याच्या कामात प्रतीपही आला आहे. हळूहळू त्याला सगळं काम व्यवस्थित यायला लागलं, की मोकळा होऊ शकशील. जसे बापूजी मोकळे होऊ शकले, तसा तूही होऊ शकशील.''

पुन्हा एकदा अविनाश दचकला. त्याच्या हातातला घास तोंडात जाता-जाता जरा थांबला. 'वीणा हे जे म्हणत होती, ते सहज बोलणं होतं, का त्यात काही संकेत होता?'

कशाची तरी आठवण येऊन ती अविनाशला टोमणा तर मारत नव्हती ना? अविनाशनं वीणाच्या चेहऱ्याकडे बघितलं. वीणा तर मन लावून जेवत होती.

''वीणा म्हणतेय ते खरं आहे बेटा!'' जयाबा म्हणाल्या.

साधारणपणे अशा तऱ्हेच्या बोलण्यात फार कमी भाग घेणाऱ्या जयाबांना दुजोरा देताना ऐकून अविनाश पुन्हा जेवता-जेवता थांबला.

''वीणाच्या नवऱ्यानं बिचाऱ्यानं किती कठीण दिवसांत अत्यंत कष्टानं धंदा उभा केलाय, हे काय तुला माहीत नाही थोडंच? आता तो धंदा....''

''काय झालं त्या धंद्याचं?'' अविनाश पुन्हा दचकला. वीणाच्या नवऱ्याला धंदा सुरू करण्यासाठी बऱ्याच वर्षांपूर्वी व्रजमोहनदास यांनी केलेली आर्थिक मदत आणि

त्या वेळी पिता-पुत्रांमध्ये झालेले मतभेद त्याला एकाएकी आठवले.

जयाबा त्या मतभेदांची आठवण करून द्यायला तर हे वाक्य बोलल्या नसतील? वीणाला दुसरंच काही म्हणायचं असेल!

"बिचाऱ्याला आता तो धंदा आवरता घ्यावा लागतोय!" जयाबांनी वाक्य पुरं केलं. "आधी धंद्याचा पसारा वाढवायला मेहनत केली आणि आता ह्या वयात धंदा आवरता घ्यायचे कष्ट करताहेत. दुसरं करणार तरी काय?"

"नाहीतर दोन तरुण मुलगे धंदा सांभाळत असते आणि तुझे मेव्हणे बापूजींसारखे आरामात बसले असते." वीणा म्हणाली.

अविनाशला वाटलं, 'वीणा पुन:पुन्हा बापूजींचंच का बोलतेय?'

अविनाशला ठाऊक होतं... वीणाच्या दोन्ही मुलांना त्यांच्या वडिलांच्या धंद्यात काम करण्यात रुची नव्हती. थोरला एम.बी.बी.एस. होऊन डॉक्टर म्हणून प्रॅक्टिस करू लागला होता आणि धाकटा इंजिनिअर होऊन एका खूप मोठ्या परदेशी कंपनीत उच्च हुद्द्यांवर चांगला पगार मिळवत होता.

दोघांपैकी एकालाही धंद्याची आवड नव्हती. ह्या सगळ्या गोष्टी आता जुन्या झाल्या होत्या. तिथं बसलेल्या सगळ्यांना हे सगळं ठाऊक होतं. आता ह्या सगळ्याची आठवण का काढत होते?

"जग रोजच्या रोज बदलतच असतं. आमचे दिवस वेगळे होते. अविनाशचे दिवस वेगळे होते आणि आता जे दिवस येत आहेत, ते आणखीच फार वेगळे आहेत." व्रजमोहनदास म्हणाले.

"प्रत्येकाला आपल्या–आपल्या पद्धतीनं सुखी व्हायचंय. अखेर हा सुखाचाच तर शोध आहे. आता नव्या पिढीच्या मुलांना नवी वाट योग्य वाटत असेल, तर त्यांना आनंदानं जाऊ द्यावं. त्यांना जबरदस्तीनं आपल्या इच्छेप्रमाणे घडवायचा हक्क आता कोणाला राहिलेला नाही आणि इतकी वर्षं जग बघितल्यावर मला असं वाटतं, की असा हक्क कोणी गाजवलाही नाही पाहिजे. प्रत्यक्ष आईबापांनीही नाही."

"अगदी खरंय बापूजी!" वीणा म्हणाली, "माझे दोन्ही मुलगे त्यांच्या आवडीच्या आयुष्यात मनापासनं काम करतायंत आणि प्रगतीही करतायत. धंदा आवरत आणताना ह्यांना एक–दोन वर्षं वाईट वाटलं, पण आता त्यांनाही हलकं वाटायला लागलंय. सगळं काही व्यवस्थित होईल."

अविनाशला वाटलं, तो का ह्या साध्या गप्पांमध्ये साधा शिष्टाचार म्हणूनही भाग घेऊ शकत नव्हता?

वीणाच्या दोन्ही मुलांनी वडिलांच्या धंद्यात पडायचं नाकारून आपापल्या वेगळ्या वाटा निवडल्या आणि तरी वीणा सुखी आहे! वीणाचा नवराही सुखी आहे! उलट जास्त सुखी आहे! प्रतीपही जर अविनाशच्या आग्रहापायी त्याच्याबरोबर त्याच्याच

व्यवसायात काम करू लागला, तर अविनाश जास्त सुखी होईल? तो स्वत: जेव्हा वडिलांबरोबर काम करू लागला, तेव्हा तर दुसऱ्या कुठल्या पर्यायांचा विचारसुद्धा केला नव्हता. तो तर एक अगदी साहजिक गोष्ट अशा तऱ्हेनंच ए. व्रजमोहनदास ॲण्ड कंपनीत काम करायला लागला होता. त्याच्या तसं करण्यानं ए. व्रजमोहनदास ॲण्ड कंपनीचा विस्तार नक्कीच मोठा झाला होता, पण विस्तार मोठा होण्याबरोबर त्याचे वडीलही जास्त सुखी झाले होते, असं म्हणता येईल?

अविनाशच्या मनात विचारांचा गोंधळ झाला. ''तू का काही बोलत नाहीयेस भईला?''

वीणानं जणू त्याच्या मनातला गोंधळ नेमका पकडला.

''छे गं! असंच. तू जे म्हणतेयस त्याचा विचार करत होतो. तुझं म्हणणं खरं आहे....''

असं काहीतरी अधांतरी बोलत अविनाश उठून हात धुवायला बेसिनपाशी गेला आणि मग डायनिंग टेबलवर चाललेलं बोलणं ऐकू येऊ नये, म्हणून जोरजोरात चुळा भरायला लागला.

अविनाशला राहून-राहून वाटत होतं की, प्रतीपच्या वागणुकीविषयी कदाचित कुठूनतरी वीणाला काहीतरी सुगावा लागला असणार, म्हणून की काय, ती अविनाशला असं सगळं ऐकवत होती. ती जशी काही अविनाशची चेष्टा करत होती.

दोन्ही मुलगे आपापल्या वेगळ्या धंद्यामध्ये शिरले असल्यानं स्वत:चा धंदा आवरता घेताना वीणाच्या नवऱ्याला जर वाईट वाटत नसेल... आणि शून्यातनं स्वत: उभा केलेला व्यवसाय, साप कात टाकतो तसा सोडून देऊन बाजूला होताना व्रजमोहनदासांचं हृदय जर पिळवटलं नसेल; तर आता अविनाशनं दु:खी का व्हावं? कदाचित आत्ता वीणा हेच तर सुचवू बघत नसेल ना, 'की घे! आता भोग तूही!'

अविनाशच्या स्वाभिमानाला धक्का पोचला.

त्यानं ठरवलं, तोही वीणाच्या ह्या एवढ्या मोठ्या टोमण्याचं उत्तर तसंच देईल! अर्थात प्रतीप ज्या धंद्यात जाऊ बघत होता, तो काही डॉक्टर किंवा इंजिनिअरसारखा सर्वमान्य व्यवसाय नव्हता हे कबूल, पण शेवटी यशस्वी होणं हेच महत्त्वाचं! प्रतीप यशस्वी झाला तर....

जेवणं झाल्यावर थोडा वेळ थांबून अविनाश मुंबईला परत आला. तो जेव्हा ऑफिसमध्ये पोचला, तेव्हा दुपार उलटून संध्याकाळ व्हायला आली होती. प्रतीप ऑफिसमध्ये आलेला होता, त्याला नवल वाटलं.

प्रतीपनं अविनाशला बघितलं. आज सबंध दिवस अविनाश ऑफिसात आलेला नव्हता, हे प्रतीपला ठाऊक होतं. तरी त्यानं वडिलांना त्याबद्दल काहीही विचारलं नाही, ह्याचं अविनाशला आश्चर्य तर वाटलंच, पण त्याचबरोबर मनातनं रागही

आला, 'किती बेदरकार आहे आपला मुलगा!'

पण आता मनात जे प्रश्न उभे राहिले होते, ते सोडवण्याच्या दिशेनंच विचार करायचा असं त्यानं ठरवलं होतं. उद्या उठून जर असं काही घडलं, की प्रतीप खरोखरीच धंद्यातनं बाहेर पडण्यासाठी भागीदारीच्या दस्तऐवजांच्या कायदेशीर अर्थाप्रमाणे वागला, तर...?

....तर वीणा आडून-आडून जे बोलत होती, तसंच होईल ना! की घे आता! भोग तूही!

आणि मग तर बऱ्याच वर्षांपूर्वी तो जे व्रजमोहनदासांना बोलला होता, जे वीणाला बोलला होता; ते सगळं उलटून त्याच्याच तोंडावर आपटल्याशिवाय राहणार नव्हतं. असं काही झालं, तर त्याचा अर्थ असाच होणार, की अविनाशचीच चूक होती. अविनाशनं जे केलं होतं, तो विनाकारण केलेला मूर्खपणा, बदमाषी होती.

नाही. अविनाशनं जे केलं होतं ते त्या वेळच्या परिस्थितीत जे सर्वांत उत्तम आणि योग्य होतं तेच केलं होतं. ही गोष्ट वेगळी, की आज त्याच योग्य ते करण्याच्या दुसऱ्या बाजूशी सामना करण्याची वेळ त्याच्यावर आली होती.

आता ही दुसरी बाजूही आपल्या बाजूला वळवून घेऊन त्यानं त्याचं स्वत:चं त्या वेळचं वागणंच उचलून धरलं पाहिजे, कारण तेच त्याच्या मते योग्य होतं.

त्यानं प्रतीपला जवळ बोलावलं.

आत येऊन प्रतीप त्याच्यासमोर बसला. क्षणभर पित्यानं पुत्राकडे टक लावून बघितलं. पुत्राच्या लक्षात हे टक लावून बघणं आलंच नसावं, तसा तो भिंतीवरच्या वॉलपीसकडे बघत होता.

प्रतीपचं हे बेपर्वाईनं वागणं अविनाशला बोचलं. काल प्रतीप जे बोलला होता, ते शब्द त्याला आठवले. तो जरा ताठर झाला.

"तुम्ही मला बोलावलंत पप्पा?" प्रतीपनं विचारलं.

"हो मी निर्णय घेतला आहे." अविनाश संथ आवाजात म्हणाला.

प्रतीपनं प्रथमच वर बघितलं. वडिलांच्या नजरेला नजर भिडवत तो म्हणाला, "तुमचा निर्णय आपल्या सगळ्यांच्या कल्याणासाठीच असेल, असं धरून चालतो."

"ज्यात तुला तुझं कल्याण वाटत असेल तेच शेवटी माझं आणि सगळ्या कुटुंबाचं कल्याण असणार आहे बेटा."

"पप्पा!"

"हो भाई! तुला पाच लाख रुपये देऊन तुझ्या इच्छेप्रमाणे तुझं करिअर करू देण्याचं मी ठरवलं आहे. आय विश यू ऑल द बेस्ट!"

"ओ! पप्पा! यू आर सो नाइस!" प्रतीप उडी मारून खुर्चीवरून उठून उभा राहिला. त्याच्या चेहऱ्यावरच नाही, सर्वांगात जणू अत्यानंदाचा संचार झाला. त्यानं

हात पुढे करून अविनाशचा हात पकडला. "आता तुम्ही बघाच पप्पा, मी काय करून दाखवतो ते! उद्या सकाळी सबंध मुंबई ह्या रॅप शोच्या तिकिटांसाठी रांगेत उभी असेल. परवाच्या दिवशी कलकत्ता, दिल्ली, बंगलोर आणि मद्रासमध्ये 'रॅप ऑन आइस'ची प्रोजेक्शन्स करू. सगळं पेपरवर्क तयारच आहे, शेरेन ट्रूप ॲण्ड आर्टिस्ट्स बरोबर...." प्रतीप उत्साहानं बोलतच राहिला.

"ओ. के... ओ. के...." अविनाशनं त्याला मधेच थांबवलं.

"तुम्ही आत्तापासून कामाला लागा. तुम्हाला जे करायचं असेल ते करा. पाच लाख रुपये मी तुम्हाला देतो आहे."

"थँक्यू! थँक्यू व्हेरी मच पप्पा!" प्रतीपनं दोन्ही हात उंच करत आनंद प्रकट केला.

अर्थात अविनाश त्या आनंदात सहभागी होऊ शकला नाही. अविनाशची ही अरुची किंवा तटस्थ भाव लक्षात येण्याइतकी मानसिक स्वस्थता आत्ता प्रतीपला नव्हतीच.

दुसऱ्याच आठवड्यात अविनाशनं मुंबईच्या बहुतेक सर्व दैनिकांमध्ये अर्ध किंवा सबंध पान भरून, डोळ्यांत भरतील अशा जाहिराती बघितल्या. 'रॅप ऑन आइस' तुमचं रक्त सळसळू लागेल असा... तुमच्या छातीचे ठोके दुप्पट वेगानं पडू लागतील असा... तुम्हाला वीस वर्षांनी तरुण वाटेल असा कार्यक्रम... मिस रूबी त्यांच्या रॅप साँग आणि रॅप डान्सनं वितळणाऱ्या बर्फात तुम्हाला गरमागरम करून सोडेल... मास्टर मोन्टू ॲण्ड पार्टी...

अविनाश पुढे वाचू शकला नाही. त्याला मनातनं कालवल्यासारखं होत होतं. वर्तमानपत्रात छापलेल्या चित्राकडे तो बघत राहिला.

स्त्रीच्या अंगावरच्या वस्त्रांखाली काय झाकलेलं असतं, त्याची कल्पना करण्याची जरूर पडणार नाही इतकं सारं स्पष्ट होतं. पुरुषाच्या कल्पनाशक्तीवरचा हा अविश्वास....

पण मोन्टू आणि प्रतीपचा ह्या अविश्वासावरच विश्वास होता आणि अविनाशनं बघितलं, की थोड्याच दिवसांमध्ये त्यांचा हा विश्वास सार्थ ठरत होता.

मोठमोठ्या बिझनेस पार्ट्या आणि फाइव्ह स्टार होटेल्समधल्या कॉन्फरन्सेसमध्ये हा रॅप शो चर्चेचा विषय झाला होता आणि प्रचंड महाग तिकिटं मिळवण्यासाठी सगळे जण धडपडत होते.

प्रतीपला आता श्वास घ्यायलाही फुरसत नव्हती.

■

२२

"काय वाटतं हो तुम्हाला?"

प्रतीपच्या रॅप-शोच्या आदल्या दिवशी रूपानं अविनाशला विचारलं.

प्रतीप तीन दिवसांपासनं मुळी घरी आलाच नव्हता. अविनाश बघत होता, मुंबईला जणू वेड लागलं होतं. रॅप-शोची तिकिटं तिप्पट–चौपट भावानं मिळवू शकणारे भाग्यवान समजले जात होते.

प्रतीप ह्या शोच्या प्रवर्तकांपैकी एक होता, हे अविनाशनं तर कोणालाही सांगितलं नव्हतं; तरीही ही माहिती ज्यांना कळली होती, ते सगळे फ्री पास तर ठीक, पण तिकिटं मिळवण्यासाठीही अविनाशशी असलेल्या संबंधाचा उपयोग करून घेत होते. कोण जाणे का, पण अविनाशला हे सगळं बघून थोडाही उत्साह वाटू शकला नव्हता.

पाच लाख रुपये त्यानं देऊन टाकले होते, पण त्यानंतर त्यानं त्यात मुळीच रुची दाखवली नव्हती. रूपाशीही नंतर ह्या विषयावर त्यानं काही चर्चा केली नव्हती.

रूपानं मधे एक-दोनदा ओझरतं बोलणं काढलं, तेव्हाही त्यानं जणू कुठल्या तिऱ्हाईत माणसाबद्दलच बोलणं होत असावं तसं अलिप्तपणे ऐकून घेतलं होतं, काहीही प्रतिक्रिया दाखवली नव्हती. आज रूपाचा प्रश्न ऐकल्यावर त्यानं वर बघितलं.

प्रश्नाचा संदर्भ त्याला ठाऊक नव्हता असं नव्हतं, तरीही त्यानं विचारलं, "कशाबद्दल विचारतेयंस रूपा?"

रूपाच्या ओठांवर स्मित झळकलं.

पतीकडे रोखून बघत ती म्हणाली, "तुम्हाला काय ठाऊक नाहीये होय? प्रतीपचा हा सगळा झमेला...."

अविनाशलाही हसू आलं. रूपा क्वचितच असे शब्द वापरायची. तो शब्द त्याला आवडला. त्या शब्दात जो नेमका अर्थ होता, तो कदाचित दुसऱ्या कुठल्याच शब्दानं व्यक्त झाला नसता.

"जो झमेलाच आहे, त्याच्याबद्दल वाटायचं ते काय?"

"पण ह्या साऱ्या गावाला वेड लागलंय...."

"गावाला वेडं करू शकणारा जर कोणी बुवाजी असला, तर गाव तर नेहमी वेडं व्हायची संधीच शोधत असतं." अविनाश म्हणाला.

"शो रात्री साडेअकराला सुरू होणार आहे. आपण जाऊ या?"

"तुला काय वाटतं?" अविनाशनं विचारलं.

"मी बघतेय, ह्या विषयाबद्दल तुम्ही अगदी विरक्त राहून काही बोलतच नाही."

"खरं आहे तू म्हणतेयंस ते." अविनाश म्हणाला.

"प्रतीपचं हे यश म्हणायचं असेल, तरी ह्या यशाचा मला काहीही आनंद होत नाही." त्यानं मनात होतं ते खरं खरं सांगितलं.

"ही गोष्ट प्रतीपला समजली तर...."

"तर कदाचित त्याला जास्त आनंद होईल." अविनाश म्लानसं हसला.

"असं काय बोलताय? साऱ्या गावाला वेड लावण्याचं हे सामर्थ्य...."

"वेड लावायसाठी सामर्थ्याची जरूर नसते. शहाणपणानं वागायला सामर्थ्याची जरूर असते." अविनाश एकदम म्हणाला, "काही समजत नाहीये रूपा! तुझी इच्छा असली तर तू आणि पूर्वी जा. मी नाही येणार." एवढं सांगून चर्चा बंद करत अविनाश उठून उभा राहिला.

रूपानं मग चर्चा जास्त लांबवली नाही. ती गप्प बसली. पतीचं म्हणणं तिला समजत होतंही आणि नव्हतंही. अचानक तिचं मन भूतकाळात गेलं. खूप वर्षांपूर्वी ते पेडर रोडवरच्या ह्या नव्या फ्लॅटमध्ये राहायला आले, तेव्हा व्रजमोहनदासही असंच काहीतरी म्हणाले होते.

तिचं मन खूप उदास झालं!

किती काळ लोटला होता त्या गोष्टीला! सगळ्याचा जणू विसर पडला होता. इतक्या वर्षांनंतरही व्रजमोहनदास कुठे ह्या फ्लॅटवर कधी आले होते? जशा जयाबा आणि वीणा दोघीच फक्त ह्या फ्लॅटच्या वास्तुपूजनाच्या वेळी आल्या होत्या, बरोबर तसंच प्रतीपच्या ह्या नव्या कामाच्या सुरुवातीला आशीर्वाद द्यायलाही ती पूर्वीला बरोबर घेऊनच

जाणार, ह्या घटनेचा ती विचार करत राहिली.

रात्री तिनं पूर्वीला सांगितलं, ''पूर्वी! उद्या प्रतीपचा शो बघायला आपण बरोबरच जाऊ या!''

''ओह! नो मम्मी!''

पूर्वी आश्चर्यानं जीभ दातांखाली दाबून जवळजवळ किंचाळलीच. ''कसं शक्य आहे हे? हाऊ स्ट्रेन्ज इट विल लुक?''

पूर्वीला काय म्हणायचं होतं, ते रूपाला समजलं नाही.

''का? त्यात 'स्ट्रेन्ज' काय आहे?''

''तू तर कमालच करतेयंस मम्मी!'' पूर्वी आता मोठ्यानं हसली. ''तुला माहीतच आहे हा शो कसा आहे. तू आणि पप्पा बरोबर जा! मी एका फ्रेण्डबरोबर जाणार आहे.''

''तुझे पप्पा नाही येऊ शकणार.'' रूपानं शब्द जुळवत एक वाक्य तयार केलं.

''बट व्हाय?'' पूर्वीनं पुन्हा तारस्वरात विचारलं.

''त्यांना काहीतरी काम आहे. मी जास्त विचारलं नाही त्यांना. आपण बरोबर जाऊ या.''

''तू म्हणतेयंस तरी काय मम्मी?''

पूर्वी जणू जगातलं आठवं आश्चर्य बघत असावं, तशी रूपाकडे बघत राहिली. ''मी काही आता कुकुलं बाळ नाही.''

''तुझं वय मला माहीत आहे बेटी!'' रूपा जरा रागानं म्हणाली.

''दॅट्स फाइन!'' पूर्वी म्हणाली, ''रॅप शोचा अर्थ न समजण्याइतकी जुनाट वळणाची तर तू नाहीसच.''

''पूर्वी!'' रूपाचा आवाज जरा कडक झाला. ''आपण फक्त अर्थच नाही, अनर्थही समजले पाहिजेत.''

पुन्हा एकदा पूर्वी मोठ्यानं हसली. रूपाला समजेना की पूर्वी इतकं हसतेय का? ''मम्मी! यू आर रिअली ग्रेट! कधीकधी इतकी छान सुभाषितं बोलतेस की, ती फ्रेम करून कार्पोरेट कंपन्यांनी त्यांच्या ऑफिसमध्ये लावली पाहिजेत.''

''हो ना मम्मी?'' पूर्वी लाडात येऊन म्हणाली.

दुसऱ्या एखाद्या वेळी रूपाला हे मुलीचं लाडेलाडे बोलणं आवडलं असतं, पण आज तिला ते आवडलं नाही.

''हे सुभाषित नाहीये. तुझ्या वयाच्या ज्या स्त्रीला ह्या वाक्याचा अर्थ समजत नाही, तिला नंतर पश्चात्ताप करायची वेळ येते.''

''स्त्री?'' पूर्वीला पुन्हा हसायला आलं. ''तुला आज झालंय तरी काय मम्मी? मी काही अजून स्त्री नाही झाले. आय ॲम जस्ट अ गर्ल! आय डोण्ट वॉन्ट टु बी

अ वूमन सो अर्ली. आय विल बी जस्ट अ गर्ल.'' दोन्ही पायांनी जमिनीवर ठेका देत पूर्वी म्हणाली.

रूपा बघत राहिली. ती मनातनं खूप रागावली. 'काय समजते काय ही मुलगी?' तिला वाटलं, 'ह्या मूर्ख मुलीच्या फाड फाड दोन तोंडात ठेवून देता आल्या असत्या, तर किती चांगलं!'

क्षणभर तर तिला वाटलं, 'मुलीला ह्या शोला जायचं नाही म्हणून सांगावं! नाही जायचं कोणा मित्राबरोबर!'

पण हा विचार किती निरर्थक होता, हे तिला समजत होतं.

फार फार तर ती स्वत: तो शो बघायला जायचं नाही, एवढं करू शकत होती; पण जर तिनं असं केलं, तर प्रतीपला कसं वाटेल?

अविनाशचा होकार मिळवणं आता अवघड होतं. पूर्वीला ती जबरदस्ती स्वत:बरोबर नेईल हेही शक्य नव्हतं.

''जास्त मला ठाऊक नाही.'' रूपा म्हणाली. ''जर तू माझ्याबरोबर नाही आलीस, तर मी हा कार्यक्रम बघायला येणारच नाही.''

''असं काय करतेस मम्मी? पप्पांची समजूत घालून तुझ्याबरोबर घेऊन जा ना. हाउ कॅन यू एन्जॉय धिस टाइप ऑफ शो विदाउट कंपनी?''

''बस! खूप झालं आता!'' रूपानं तोंड फिरवलं.

''पप्पांनी नाहीच ऐकलं तर तुझी एखादी मैत्रीण किंवा शेजारची एखादी आण्टी....''

''माझं मी बघून घेईन. तू काळजी करू नकोस.'' रूपा रुक्षपणानं म्हणाली.

सकाळी अविनाश ऑफिसात गेला. त्यानंतर रूपा दिवाणखान्यात बसून वर्तमानपत्रं चाळत होती, तेव्हा अर्धवट बंद असलेल्या दरवाजावर हळूच टकटक झालं.

पूर्वी तिच्या खोलीत तयार होत होती. रूपानं दरवाजा उघडला. काऊबॉय फॅशनची पॅन्ट आणि अगदीच ढगळ वाटणारा टी-शर्ट घातलेली कोवळ्या चेहऱ्याची एक व्यक्ती दारात उभी होती.

''हाय आण्टी! पूर्वी आहे घरी?''

तो आवाज किनरा होता का घोगरा हे रूपाला क्षणभर कळलं नाही. तिचा गोंधळ लक्षात घेऊन आलेल्यानं हसून म्हटलं, ''मे आय कम इन आण्टी?''

''बसा. आत्ता बोलावते पूर्वीला.''

''थँक्यू, सो मच!''

रूपा आत गेली. पूर्वी तिच्या खोलीतच होती.

''पूर्वी!'' ती म्हणाली, ''तुझी कोणी मैत्रीण आली आहे. बाहेर बसायला सांगितलय.''

"माझी मैत्रीण?" पूर्वीला आश्चर्य वाटलं. "आत्ता?"

"तू स्वतःच येऊन भेट." रूपा म्हणाली.

पूर्वी बाहेर गेली.

दुसऱ्याच क्षणी पोट पकडून मोठ्यानं खो खो हसत ती आतल्या खोलीत परत आली. रूपाला समजेचना, की पूर्वी एवढं हसत होती?

पूर्वीनं हसत–हसत मम्मीला मिठी मारली.

"अरे! अरे! हे काय करतेयस?" रूपा आश्चर्यानं म्हणाली, "बाहेर तुझी मैत्रीण तुझी वाट पाहतेय, आणि तू हे काय वेड्यासारखं चालवलंयस?"

"मैत्रीण? ओ ऽ मम्मी! तुला कसं समजत नाही? माझी मैत्रीण नाही... ही इज माय बॉयफ्रेण्ड! डॉ. अर्पित सेन!"

"बॉयफ्रेण्ड?"

आता हसायची पाळी रूपाची होती. पूर्वीचे कोणी कोणी पुरुष मित्र कधीकधी घरी यायचेही आणि रूपा त्यांना ओळखायचीही. पण आज ज्या बॉयफ्रेण्डबद्दल ती सांगत होती, असा कोणी तरुण तिनं कधी पाहिलाच नव्हता.

"हा - हा - तुझा मित्र - आय मीन - बॉयफ्रेण्ड आहे?" तिनं आश्चर्यानं विचारलं.

"तुला त्यात शंका आहे मम्मी?"

"पण, पण, त्याचे लांब केस, टोचलेल्या कानात घातलेल्या रिंग्ज आणि डॉक्टर असूनही ज्या तऱ्हेचे...."

रूपा गोंधळली. तिच्या नजरेसमोर तो सैल टी शर्ट तरळला.

"तो काही तुला वाटतोय तसा डॉक्टर नाहीये, तो तर ईव्हज् हेल्थ केअरचा डॉक्टर आहे. त्यानं पॅरिसला जाऊन सात वर्षांचा लेडीज फिजिकल फिटनेसचा कोर्स केला आहे. ही इज ॲन एक्सपर्ट इन फिजिकल फिटनेस फॉर लेडीज. मुंबईमध्ये गेल्या वर्षीच त्यानं हे हेल्थ केअर पार्लर सुरू केलं आहे. चांगल्या–चांगल्या घराण्यांमधल्या लेडीज त्याच्या हेल्थ केअर पार्लरमध्ये चेक-अप आणि ॲडव्हाइससाठी गर्दी करतात. ही इज माय बेस्ट फ्रेण्ड." पूर्वी उत्साहानं सांगत होती.

रूपाला तिचा हा उत्साह समजला नाही. जो पुरुष आहे का स्त्री हे नक्की समजायलाही अवघड जावं, असं हे पात्र पूर्वीच्या दृष्टीनं 'बेस्ट फ्रेण्ड' होतं हे समजणं तिला आनंद देणारं नव्हतं.

पण जास्त दुःख वाटेल अशी माहिती अजून रूपाला कळायची बाकी होती.

■

२३

जरा वेळानं पूर्वी तयार होऊन अर्पितबरोबर बाहेर पडली, तेव्हा तिनं रूपाला सांगितलं, ''मम्मी, मी अर्पितबरोबर तिकडूनच शो बघायला जाईन. रात्री कदाचित फार उशीर झाला तर चिंता करू नको. मी अर्पितच्या घरीच झोपेन.''

''काय? काय म्हणालीस? तू - तू रात्री अर्पितच्या घरी....'' ती बावरून गेली.

''ओहो मम्मी! तू घाबरतेयंस कशाला? अर्पितच्या घरी त्याची वाइफ आहे. दोन किड्स आहेत, एक नोकरबाई आहे. डोण्ट वरी! मला माझी जबाबदारी समजते.''

''अर्पितची वाइफ हा शो बघायला तुमच्या बरोबर जाणार नाही आहे?'' रूपानं विचारलं.

''ओह मम्मी! तू फार चौकशा करतेस. अर्पित आणि त्याची वाइफ ह्यांच्यामध्ये जे काय असेल ते पर्सनल म्हटलं पाहिजे, आपण विचारायची काय जरूर?''

''मी असं विचारतेय की, हा शो बघायला तुम्ही दोघंच जण जाताय, की तिसरं कोणी तुमच्या बरोबर आहे?'' रूपानं कडक आवाजात विचारलं.

''सबंध स्टेडियम जॅम पॅक्ड आहे मम्मी! तरी पण सांगून टाकते, की मी आणि अर्पित दोघंच जातोय. ओ. के?'' एवढं बोलून ती बाहेर निघून गेली.

रूपा स्तंभित झाली. क्षणभर तिला वाटलं— 'पूर्वीला आत ओढून कोंडून ठेवावी आणि अर्पितला धक्के मारून बाहेर हाकलावा. मोठ्यानं ओरडून, किंचाळून

दोघांना पिटून काढावं.' पण ह्यातलं काहीच ती करू शकली नाही.

पूर्वी तिच्या निर्णयावर भक्कम होती. तो शो बघण्यासाठी तिला अर्पितच्या बरोबरच जायचं होतं. रूपाची सोबत तिला नको होती.

अंगातलं बळ गेल्यासारखी ती सोफ्यावर बसून राहिली. मनात विषाद दाटून आला. आता तो शो बघायला जायचा प्रश्नच नव्हता. तिनं मनात आणलं असतं, तर शेजारणींपैकी एक-दोघींना घेऊन जाऊ शकली असती, पण एक तर तिला मनातनं असं काही बघायचा आणि त्यातही ह्या सगळ्याचं आयोजन प्रतीप करत असताना बघण्याचा एक तऱ्हेचा संकोचही वाटत होता.

अविनाश जर बरोबर आला असता, तर गोष्ट वेगळी होती. पोटच्या पोरानं आयोजन केलं होतं. मुलाचं पहिलंच व्यावसायिक साहस होतं आणि साऱ्या शहरभर खूप जाहिरात झाली होती. केवळ म्हणूनच प्रत्यक्ष डोळ्यांनी बघण्याची तिला इच्छा तर होतीच आणि म्हणूनच मुलीला बरोबर घेऊन जाण्याची तिची इच्छा होती, पण पूर्वीनं तिचं म्हणणं धुडकावून लावलं.

रूपाला खूप वाईट वाटलं होतं. ती हताश झाली, डोळे भरून आले. तो दिवस मावळला, तोपर्यंत विचारांच्या ओझ्याखाली ती दबलेलीच राहिली.

रात्री अविनाश घरी आला तेव्हा त्याला वाटलं होतं की, रूपा आणि पूर्वी तर कार्यक्रम बघायला गेल्याही असतील. त्याऐवजी त्यानं रूपाला हताश चेहऱ्यानं हातपाय गाळून बसून राहिलेली बघितलं. त्याला काळजी वाटली.

रूपा काही बोलली नाही. अविनाशनंच विचारलं, "पूर्वी प्रोग्रॅम बघायला गेलीय रूपा?"

रूपानं होकारार्थी मान हलवली.

"एकटीच गेलीय? तू बरोबर का नाही गेलीस?"

अविनाशला आश्चर्य वाटलं. रूपानं मान फिरवली. तिचा गळा दाटून आला. ती काही बोलली नाही.

अविनाशनं जवळ येऊन तिच्या चेहऱ्याकडे बघितलं.

"हे काय रूपा? तू रडते आहेस? आणि तू पूर्वीला एकटीला का जाऊ दिलीस? रात्री उशीर होईल तेव्हा ती एकटी कशी परत येईल? काही झालंय का?"

पत्नीच्या जवळ बसून त्यानं एकावर एक प्रश्न विचारले.

रूपाला राहवलं नाही. इतके तास भरून आलेले मेघ मग बरसलेच. पतीचा हात पकडून तिनं सोफ्याच्या पाठीवर डोकं टेकवलं. अविनाशनं जरा वेळ तिला रडू दिलं. तिच्या खांद्यावर थोपटत तो बसून राहिला. रडण्याचा आवेग जरा ओसरला, तेव्हा रूपाला जरा हलकं वाटलं.

हळूहळू मग पूर्वीबरोबर जे काही झालं होतं, ते सगळं तिनं अविनाशला सांगून

टाकलं. अविनाश ऐकत राहिला. त्यातही पूर्वी आज रात्री कदाचित अर्पितच्या घरीच झोपेल, हे त्यानं ऐकलं, तेव्हा तोही अस्वस्थ झाला. त्यालाही राग आला. दोघंजण कितीतरी वेळ बसून राहिले.

भिंतीवरच्या घड्याळाचा टकटक आवाज खोलीतल्या शांततेवर जणू घण मारल्यासारखा पडत होता. जरा वेळानं अकराचे ठोके टण टण वाजले. अविनाश आणि रूपा दोघंही दचकले.

वर्तमानपत्रांमधल्या जाहिरातींप्रमाणे रॅप शो सुरू व्हायची ही वेळ होती.

त्यानंतर तर बाराचे ठोकेही पडले आणि एक, दोन आणि तीनचे ठोकेही पडून गेले. अविनाश किंवा रूपा दोघांच्याही डोळ्यांवर झोप नव्हती.

पलंगावर ह्या कुशीवरून त्या कुशीवर होता–होता दोघंही कधी छताकडे बघत राहायचे, तर कधी एकमेकांकडे बघून मग नजर फिरवायचे. कॉलबेलचा आवाज आला नसला, तरी 'कॉलबेल वाजली की काय?' असा भास होऊन एकदम दचकायचे.

हा भास म्हणजे भ्रम होता, हे लक्षात येऊन पुन्हा कूस बदलायचे. प्रतीप तर आज रात्री त्या कलाकारांच्या टीमबरोबरच राहणार होता, पण पूर्वी अशी सबंध रात्र घराबाहेर राहिली होती, असा हा पहिलाच प्रसंग होता.

त्यातही पुन्हा असा रॅप-शो अर्पितसारख्या अनोळखी, विवाहित पुरुषाबरोबर बसून बघितल्यावर त्याच्या घरी रात्र घालवणं, ह्याचा अर्थ काय होतो, हे दोघांनाही समजत होतं. पण तरी त्याबद्दल उघड बोलायचं नसल्यासारखे ओठ घट्ट मिटून कसातरी वेळ काढत होते.

दुसऱ्या दिवशी सकाळी पूर्वी जेव्हा घरी परतली, तेव्हा ती रोजच्यासारखी मोकळी ढाकळी आणि प्रसन्न होती. सबंध रात्र जणू मधे गेलीच नव्हती.

"पप्पा, मम्मी! का तुम्ही आला नाहीत? शो वॉज फॅन्टास्टिक! सबंध स्टेडियम पॅक भरलेलं होतं. रूबी वॉज मार्व्हलस! आर्टिस्ट्सनी बर्फाच्या प्लॅटफॉर्मवर जो डान्स केला, ओह मम्मी! इट वॉज ॲन एक्स्पीरियन्स सुपर्ब."

पूर्वी जणू कुठल्या तिसऱ्याच दुनियेबद्दल बोलत असावी तशी त्यात पुन्हा हरवली.

अविनाश किंवा रूपा दोघांपैकी एकही तिच्या सांगण्यात रुची घेण्याच्या मानसिक स्थितीत नव्हते आणि त्यांची मानसिक स्थिती समजू शकेल, अशी पूर्वीची मानसिक अवस्था नव्हती.

पण पूर्वीचं म्हणणं खरं होतं. प्रतीपचा हा रॅप शो अपेक्षेपेक्षाही जास्त यशस्वी झाला होता. त्याची वर्तमानपत्रातली वर्णनं जास्तीत जास्त रोमांचक करण्यासाठी जणू वर्तमानपत्रांच्या प्रतिनिधींमध्येही स्पर्धा चालली होती.

अविनाश आणि रूपा हे सगळं तटस्थपणानं बघत होते. आनंद वाटण्यासारखी गोष्ट होती आणि तरीही ते आनंदित होऊ शकत नव्हते.

मुंबईमध्ये मिळालेल्या यशानंतर मास्टर मोन्टू ॲण्ड पार्टीचा हा रॅप शो सांसर्गिक जंतूसारखा दुसऱ्या शहरांमध्येही पसरला होता. मुंबईनंतर बंगलोर, दिल्ली आणि कलकत्त्यात ह्या शोनं धमाल उडवली होती.

प्रतीप आता ह्या ट्रूपचाच जणू एक भाग होऊन गेला होता. घरापेक्षा त्याचं राहणं आता जास्त काळ ह्या कलाकार आणि प्रायोजकांच्या बरोबरच होत होतं. मधूनमधून फोनवर तो त्याची खुशाली घरी कळवायचा, ही देवाची कृपा समजायची. बाकी एरवी आता तो ह्या कामातच बुडालेला असायचा.

किती किती दिवस आता तो बाहेरगावीच असायचा.

दिल्ली, बंगलोरसारख्या शहरांमध्येही मोठं यश मिळवून प्रतीप जेव्हा घरी परत आला, तेव्हा नंतरच्या अनेक योजना त्याच्या मनात घोळत होत्या.

आता मास्टर मोन्टू हे एक विशेष नाव झालं होतं आणि प्रतीप हा मास्टर मोन्टूचा उजवा हात होता.

"पप्पा!" त्यानं आल्या आल्या सांगितलं, "आमचं प्लॅनिंग अगदी शंभर टक्के यशस्वी झालं आहे. कितीतरी उद्योगपती आणि मोठमोठे राजकारणी- अहो, मिनिस्टर्ससुद्धा आमच्याबरोबर पार्टनरशिप करण्यासाठी निरोप पाठवतायंत."

"काय सांगतोयस काय?" अविनाशला आश्चर्य वाटलं.

"येस पप्पा! मोन्टूची फॉरेन कनेक्शन्सच अशी आहेत, की सरकारी साहेबांनाच काय, खुद्द मंत्र्यांनाही ती उपयोगी पडतील, आणि म्हणूनच...."

"काय म्हणूनच?"

"हे बघा पप्पा, टॉप सीक्रेट गोष्ट आहे. थोडक्यात तुम्हाला एवढं सांगतो, की..."

असं म्हणून तो उठला. त्याची सूटकेस जवळ ओढून त्यानं ती उघडली.

अविनाश डोळे फाडून बघत राहिला. सबंध सूटकेस चलनी नोटांनी ठासून भरली होती.

"तुम्ही मला पाच लाख रुपये दिले होते पप्पा," प्रतीप नि:संकोचपणे म्हणाला, "तुमचे ते पाच लाख रुपये तुम्हाला हव्या तेवढ्या व्याजासकट ह्यातनं काढून घ्या."

अविनाशला उमजून तो काही बोलण्यापूर्वीच त्यानं हसून विचारलं, "पप्पा! तुम्ही ए. व्रजमोहनदास ॲण्ड कंपनीत किती वर्षांचे असताना काम करायला लागला होतात?"

"त्याची काही अमुक तारीख अशी थोडीच लक्षात ठेवलीय बेटा?" अविनाश म्हणाला.

"मला समजायला लागलं, तेव्हापासनं तुझ्या दादांना त्यांच्या धंद्यात जी करता येईल ती मदत करायचे...."

"आणि तरी इतके पैसे कदाचित आयुष्यात बघू शकला नसाल. ही रक्कम आमच्या चार शोजच्या कमाईचा एक भाग आहे. आणखीही पैसे बाकी आहेत. नाऊ टेल मी, आता मी माझ्या पायांवर उभा आहे की नाही?"

ताठ मानेनं प्रतीपनं विचारलं. अविनाशला आठवलं, प्रतीपनं जेव्हा पाच लाख रुपये मागितले होते, तेव्हा अविनाश म्हणाला होता—'प्रथम आपल्या पायांवर उभं राहायला शिका बेटा!'

प्रतीप म्हणत होता ते खरंच होतं. आता तो स्वत:च्या पायांवरच उभा होता. अविनाशनं स्वत:च्या तीस वर्षांच्या व्यवसायात जेवढं मिळवलं नव्हतं, तेवढं कदाचित प्रतीपनं मिळवून दाखवलं होतं. फक्त पैसाच नाही, घरोघरी पोहचलेली प्रसिद्धीही!

अविनाशला वाटलं, त्याला आनंद व्हायला हवा. पण मग त्याला आनंद का होत नव्हता? त्याचं म्हणणं चूक होतं हे प्रतीपनं सिद्ध केलं होतं, हे त्याच्या मनात खुपत होतं का?

स्वत:च्या पायांवर उभं राहणं ह्याचा अर्थ पैसे मिळवणं असाच होत होता. तो अर्थ प्रतीपनं खरा करून दाखवला होता. तर मग अविनाशला असं का वाटत होतं की, कुठेतरी काहीतरी अयोग्य होत होतं? कुठेतरी काहीतरी मुळातच चुकलं होतं?

"आणि तुम्हाला एक खासगी गोष्ट सांगून टाकतो पप्पा...." प्रतीपनं अविनाशला त्याच्या विचारांच्या चक्रातनं हलवून जागं केलं.

"आता आम्ही सध्या तरी मुंबईतच तळ ठोकून राहणार आहोत. कारण... कारण...." आवाज हळू करत प्रतीप म्हणाला, "तीन महिन्यानंतर निवडणुका येतायत आणि मोन्टूला त्यांच्या पक्षाचा उमेदवार करून निवडून आणण्याची राजासाहेबांनी खात्री दिली आहे."

"राजासाहेब?"

"हळू बोला पप्पा! राजासाहेबांनीच आमच्या धंद्यात त्यांना पार्टनरशिप देण्याच्या बदल्यात आमच्या संस्थेला 'कलावृंद' हे नाव देऊन जमिनीचा प्लॉट मिळवून देण्याचं आणि मोन्टूला निवडणुकीत तिकीट मिळवून देण्याचं कबूल केलं आहे. सरकार राजासाहेबांच्या म्हणण्याचा अनादर करू शकणार नाही. मोन्टूच्या फॉरेन कनेक्शन्सचा राजासाहेबांना उपयोग करून घ्यायचा आहे."

अविनाशला वाटू लागलं की, तो कुठल्यातरी अनोळखी प्रदेशात अनोळखी व्यक्तींमध्ये फरपटत चालला होता.

■

२४

दहा वर्षांपूर्वी राजासाहेब हे एक नाव होतं... फार फार तर कुटुंबासाठी, शेजाऱ्यांसाठी, व्यवसायातल्या मित्रांसाठी. थोडे ओळखीचे लोक आणि स्नेही ह्यांच्यासाठी!पण दहा वर्षांनंतर हे नाव एखाद्या दंतकथेतल्या पात्रासारखं झालं होतं.

अविनाशला हे ठाऊक होतं. राजासाहेब आता 'बिग शॉट' होते. त्यांचा व्यवसाय काय होता, हे कोणालाच माहीत नव्हतं. शहरातला एकही उद्योग असा नव्हता, ज्याला राजासाहेब आशीर्वाद देत नसतील.

निवडणुकीच्या प्रचंड मोठ्या धंद्याचे राजासाहेब अनभिषिक्त सम्राट समजले जायचे. राजासाहेबांकडे स्वत:ची काहीही मिळकत नव्हती आणि तरीही ऐषआरामाची एकही वस्तू अशी नव्हती, की ज्याचा उपभोग राजासाहेब किंवा त्यांचा परिवार घेत नव्हता!

राजासाहेब स्वत: कधी निवडणूक लढवायचे नाहीत; परंतु त्यांनी ज्यांना ज्यांना आशीर्वाद दिले ते सगळे म्युनिसिपालिटीचे सभासद होण्यापासनं ते संसद सभासद, मंत्रीही झाले होते.

अविनाशसाठी हे राजासाहेब कोणी महत्त्वाची व्यक्ती नव्हते. कारण तो हे जाणून होता, की मुंबईला दर दशकात नवे नवे राजासाहेब नवनव्या रूपात मिळतच असतात, त्यांची नावं जरी वेगवेगळी असली, तरी त्यांचं काम जवळजवळ

एकसारखंच असतं. ह्या नावाशी सन्मान नाही, पण भीती जोडलेली असते आणि ह्या भीतीतनं मुक्ती मिळवून जे निर्भय होऊ शकायचे, त्यांच्यासाठी ते नाव हिमालयाइतकं किंवा गंगेइतकंच पतितपावन होतं. निर्भय होण्यासाठीची अट मात्र खूपच अवघड होती आणि ह्या अटीविषयी कोणी काही बोलायचं नाही.

प्रतीपच्या तोंडून राजासाहेबांशी संपर्क असल्याचं ऐकून अविनाश दचकला. काळजी आणि भीती दोन्ही त्याच्या मनात धास्ती उभी करून गेल्या.

"तू - तू - राजासाहेबांना ओळखतोस?" त्यानं चिंतायुक्त आवाजात विचारलं.

"मी तर राजासाहेबांना खूप दिवसांपासनं ओळखतो, पण आत्तापर्यंत ही ओळख एकतर्फी होती. आता खुद्द राजासाहेबांनी आम्हाला भेटून ही ओळख दुतर्फी केली आहे." प्रतीपने रहस्य उलगडून सांगावं, तसं सांगितलं.

"म्हणजे? मला समजलं नाही...." अविनाश म्हणाला.

"पप्पा! आता इथून पुढचे दिवस हिशोबाच्या वह्या लिहून धंदा करायचे राहिले नाहीत. तसा धंदा करून तुम्ही फार फार तर कांदिवलीपासनं पेडर रोडपर्यंत पोचू शकाल."

"पण पेडर रोडमध्ये असं काय नाही, की...."

"तसं तर जेव्हा तुम्ही पेडर रोडवर आलात, तेव्हा दादांनीही विचारलं असेल, की कांदिवलीत काय नाही?" प्रतीप हसून म्हणाला, "पप्पा, दि वर्ल्ड इज नाऊ फॅन्टॅस्टिकली चेन्ज्ड! दादांनी कदाचित लखपती व्हायचं स्वप्न बघितलं असेल, तुम्ही त्यांच्याहून मोठे लक्षाधीश किंवा फार फार तर करोडपती व्हायचं... इथून पुढे हा आकडा अब्जही छोटे वाटतील, इतक्या शून्यांनी भरून काढणारांसाठीच हे जग जगण्यासारखं आहे."

अविनाश स्तंभित होऊन ऐकत राहिला.

प्रतीप थोड्या काळात खूप शिकला होता, खूप विचार करू शकत होता, बऱ्याच योजना आखत होता. पण त्याच्या योजनांमध्ये पैसे आणि फक्त पैसेच का होते? आकड्यांच्या ह्या सृष्टीत तो किती शून्यं लिहीत सुटला होता! त्याचं म्हणणं खरं होतं.

व्रजमोहनदास एकाच्या पुढे थोडी शून्यं चढवूनच संतुष्ट झाले होते. त्यानं स्वत: त्या थोड्या शून्यांवर आणखी थोडी शून्यं चढवली होती. पण प्रतीप ज्या वेगानं त्या शून्यांवर हरणाच्या वेगानं शून्यं चढवत चालला होता....

"ॲण्ड लिसन पप्पा! राजासाहेबांना एक विश्वासू फॉरेन कनेक्शन हवंय. मोन्टू त्यांच्या कामाचा माणूस आहे. राजासाहेबांजवळ करोडो रुपये आहेत. हे पैसे तसं पाहिलं तर इलेक्शन फंडचे आहेत आणि तो फंड राजासाहेबांनी येनकेन प्रकारेण साठवून ठेवला आहे. त्यांना ते पैसे परदेशात जमा करायचे आहेत. मोन्टूला हे काम

जमेल असं आहे. त्याच्या बदल्यात आमच्या संस्थेला 'कलावृंद' हे नाव देऊन राजासाहेब सरकारकडनं एक खूप मोठा प्लॉट मिळवून देतील आणि मोन्टूला मिनिस्टर बनवतील.'' प्रतीपनं संपूर्ण योजना सांगितली.

''मोन्टू... मोन्टू मिनिस्टर होईल?''

छातीचा एखादा ठोका चुकल्यासारखं अविनाशला वाटलं. पहिल्याच भेटीतलं मोन्टूचं आचरटासारखं वागणं अविनाशला आठवलं. विनाकारणच सारखे अंगविक्षेपाचे चाळे करत बसणारा, एखाद्या टोळासारखा दिसणारा हा तरुण - मिनिस्टर कसा होऊ शकेल? मोन्टूला मंत्री म्हणून बघण्याची कल्पना करतानाही अविनाशच्या अंगावर काटा आला.

''येस पप्पा! ही विल बी अवर मिनिस्टर! मिनिस्टर होण्यासाठी लागणारे सर्व गुण त्याच्याकडे आहेतच.'' प्रतीप अतिशय खात्रीनं म्हणाला.

''आम्ही 'कलावृंद' चा ट्रस्ट बनवलाय आणि आपल्या संस्कृतीच्या रक्षणासाठी, आपल्या अस्मितेला टिकवून धरण्यासाठी उभ्या केलेल्या ह्या कलावृंदचा मी मॅनेजिंग ट्रस्टी आहे. सरकार ट्रस्टला मोठा प्लॉट देईल. ह्या प्लॉटवर कलावृंदचं काम होईल आणि मॅनेजिंग ट्रस्टीसाठी बंगला बांधण्यात येईल. यू अन्डरस्टॅन्ड पप्पा? आता पेडर रोड लहान पडेल.'' असं म्हणून प्रतीप मोठ्यानं हसला. पण अविनाश हसू शकला नाही. सर्व काही फार वेगानं होत होतं.

थोड्याच दिवसांनंतर बाजारभावाप्रमाणे ज्याची किंमत कोट्यवधी रुपये झाली असती, असा एक विशाल भूभाग सरकारनं कलावृंदला भेट दिला. ह्याची सरकारी जाहिरात कला आणि संस्कृतीच्या नावानं दिली होती. राज्याच्या प्रजेची अस्मिता आणि देशाची संस्कृती ह्यांचं संरक्षण वगैरेसाठी सरकारनं कलावृंदला त्यांच्या कामासाठी प्रोत्साहन दिलं होतं.

रॅप-शोमधनं प्रचंड प्रसिद्धी आणि अफाट पैसे मिळवणाऱ्या ह्या कलावृंदचा आता सरकारनं संस्कृती आणि अस्मितामध्ये समावेश केला होता. त्यांचे सांस्कृतिक उद्देश पूर्ण व्हावेत, म्हणून सरकार त्यांना मदत करत होतं आणि अशा तऱ्हेनं देशाच्या भावी पिढ्यांवर एक प्रकारे फार मोठे उपकार करत होतं.

खुद्द मुख्यमंत्र्यांनी तो प्लॉट एका खास समारंभाचं आयोजन करून कलावृंदचे मॅनेजिंग ट्रस्टी प्रतीप ह्यांच्याकडे सोपवला होता. दुसऱ्या दिवशी वर्तमानपत्रांमध्ये ह्या समारंभाची डोळ्यात भरतील अशी छायाचित्रंही छापली गेली होती. कलावृंदच्या नव्यानं रचल्या गेलेल्या ट्रस्टमध्ये आता राजासाहेबांची सूनही एक सक्रिय ट्रस्टी म्हणून ह्या सांस्कृतिक यज्ञामध्ये सामील झाली होती. ही बातमी वर्तमानपत्रांमध्ये मात्र कुठेही जाहीर झाली नव्हती हे खरं, पण अविनाशला हे माहीत होतं; कारण खुद्द प्रतीपनंच ह्या नव्यानं रचलेल्या ट्रस्टचं डीड त्याला वाचायला दिलं होतं.

ट्रस्ट डीड स्पष्ट होतं— प्रतीप सांगत होता, तसं सर्व आयोजन अगदी भक्कम होतं! अविनाश प्रसन्न तर होऊ शकत नव्हता, पण एका दृष्टीनं एक अनाकलनीय भीती त्याच्या मनात व्यापून राहिली होती.

प्रतीपचा हा वेग त्याला अस्वस्थ करत होता. प्रतीप ज्यांच्याबरोबर काम करून हे यश मिळवत होता, त्यांच्याविषयी अविनाश साशंक होता. कोण जाणे का, ह्या सिद्धीला तो यश म्हणून स्वीकारू शकत नव्हता. असं असलं तरी त्याच्या मनाची ही चलबिचल आता तो दाखवत नव्हता. त्याला ठाऊक होतं आणि त्याला प्रत्यक्ष अनुभवही आला होता की, प्रतीपकडे त्याच्या कुठल्याही हरकतीचं तर्कशुद्ध उत्तर तयारच होतं.

मनावरचा हा बोजा तो बोलून दाखवू शकत नव्हता, पण कायम एक ओझं डोक्यावर घेऊन जगत असल्याच्या भावनेनं त्याला घेरलं होतं. त्यानंतर प्रतीप म्हणत होता तसंच झालं.

सांस्कृतिक आदान-प्रदानाच्या कुठल्यातरी परदेशी संस्थेच्या कार्यक्रमासाठी भारतीय संस्कृती आणि कलेचा प्रतिनिधी म्हणून कलावृंद संस्थेतर्फे मोन्टू आता परदेशवारीला निघाला होता. त्याच्या ह्या विदेशगमनाच्या बातमीलाही वृत्तपत्रांमधनं चांगली प्रसिद्धी मिळाली.

त्याच्या परदेशयात्रेला सदिच्छा देण्यासाठी ज्या समारंभाचं आयोजन झालं, त्यात खुद्द राजासाहेबांनी उपस्थित राहून आशीर्वाद दिले. ते आशीर्वाद मिळाल्यानं तो किती धन्य झाला, हे दाखवण्यासाठी मोन्टूनं स्टेजवरच राजासाहेबांना दंडवत घातला आणि तो घालताना विशिष्ट तऱ्हेने अंगविक्षेप तर केलेच, पण हर्ष व्यक्त करण्यासाठी मोठ्यानं एक कर्कश शिट्टी वाजवल्यासारखा आवाज केला; ज्यामुळे समारंभाला उपस्थित असलेल्या सर्व कलाप्रेमींवर खूप परिणाम झाला.

ह्या कार्यक्रमाला अविनाश आणि रूपाही हजर होते. अशीच किरट्या आवाजातली शिट्टी अविनाशनं त्याच्या ऑफिसमध्ये मोन्टूशी प्रथम भेट झाली, तेव्हा मधूनमधून त्याच्या गळ्यातनं आपोआपच निघताना ऐकली होती.

हा तोच मोन्टू होता ज्याला अविनाशनं संतापानं ओरडून सांगितलं होतं, 'गेट–आऊट!'

अविनाशला वाटलं, त्या दिवशी तो जे म्हणाला होता तेच आत्ता तो म्हणू शकला तर?

पण समारंभ संपला होता आणि आता अविनाशचीच 'गेट–आऊट' ची वेळ आली होती.

अविनाश आणि रूपा बाहेर आले.

"हाय अंकल!" स्टेजवरून खाली उतरलेल्या मोन्टूनं अविनाशकडे बघून हात

उंच केला, ''हाउ आर यू आन्टी?''

मोन्टूच्या गळ्यात फुलांचे कितीतरी हार होते.

टेबलावरचा एक पुष्पगुच्छ उचलून त्यानं तो पूर्वीच्या दिशेनं पुढे केला, ''हाय पूर्वी! हॅव धिस....''

पूर्वीनं हसून मोन्टूच्या हाताततनं फुलं घेतली आणि त्यानं पुढे केलेल्या हातात आपला हात ठेवून खूप मनापासनं हस्तांदोलन केलं.

मोन्टूनं हसत–हसतच पूर्वीच्या पाठीवर हात ठेवून तिला जवळ ओढून म्हटलं, ''नेक्स्ट टाइम इट इज युअर टर्न पूर्वी! तू आणि अर्पितही कलावृंदचे सभासदच आहात....''

''थँक्यू!'' पूर्वी हसून म्हणाली ''व्हेरी नाइस ऑफ यू मोन्टू!''

रूपानं नजर फिरवली. अविनाश डोळे फाडून बघत राहिला. घरी परत जाताना पूर्वी त्यांच्याबरोबरच होती. खूप खुशीत होती ती.

''पप्पा! बघितलंत ना तुम्ही? प्रतीप इज रिअली ग्रेट! किती ग्रॅन्ड सक्सेस....''

''हो बेटा!'' अविनाशच्या ऐवजी रूपानं उत्तर दिलं.

''पण मोन्टू तर मार्व्हलस आहे. मोन्टुचं टेक्निक वण्डरफुल आहे, त्याचा ह्यानंतरचा प्रोजेक्ट सुपर्ब असेल....'' पूर्वी उत्साहानं बोलत होती. कितीतरी वेळ ती काय काय सांगत राहिली. मधूनमधून रूपा हुं, हुं म्हणत राहिली. अविनाश खिडकीच्या बाहेर बघत होता.

''तुम्ही का काही बोलत नाही?'' रूपानं एकदम अविनाशचं लक्ष वेधायला विचारलं.

''हा... हा बाबू आज गाडी फार फास्ट चालवतोय.'' किंचाळत असावं तशा आवाजात अविनाश म्हणाला, ''दिसत नाहीये ही ट्रॅफिक? रस्तेसुद्धा किती वाईट आहेत! बाबू! गाडी हळू चालव.... मला... मला....''

''काय होतंय तुम्हाला?''

रूपा घाबरली. बाबू तर कितीतरी वर्षांचा जुना अनुभवी ड्रायव्हर होता. अविनाश हे काय म्हणत होता हे तिला समजेना.

''मला ह्या वेगाची भीती वाटते....'' कपाळावरचा घाम पुसत अविनाश म्हणाला.

■

२५

कलावृंदला सरकारनं दान दिलेल्या विशाल भूभागावर थोड्या दिवसांनंतर भव्य कलाकेंद्राचं बांधकामही सुरू झालं. त्या वेळी ठेवलेल्या भूमिपूजन समारंभात उपस्थित राहून खुद्द राजासाहेबांनीच भूमिपूजन केलं. त्यासाठी फक्त मुंबईतल्याच नाही, तर गुजरात आणि महाराष्ट्रात सर्वत्र साहित्यात आणि कलाक्षेत्रात विशेष योगदान केलेल्या कितीतरी प्रसिद्ध व्यक्तीही विशेष निमंत्रणावरून उपस्थित होत्या. त्यांमध्ये नृत्य, संगीत, चित्रकला, शिल्पकला, साहित्य, नाटक, चित्रपट अशा पारंपरिक कलाक्षेत्रातल्या विशेष व्यक्ती तर होत्याच. पण केशरचना, मेंदी, नखं रंगवणारे, स्तनांना किंवा नितंबांना प्रमाणबद्ध आकार देण्यात निष्णात असलेले, बॉडी फिटनेस क्षेत्रातले प्रमुख, असे अनेक तऱ्हेतऱ्हेच्या नव्या कलाक्षेत्रातले अग्रणी तिथं आले होते.

चौसष्ट कलांची नावं जुनी झाली होती आणि कितीतरी तशाच नव्यानव्या कला आल्या होत्या. राजासाहेबांनी त्या सर्वांना त्यांची कला ही ईश्वरी देणगी कशी आहे, ते समजावून ह्या ईश्वरी देणगीचा उपयोग प्रजेच्या कल्याणासाठी, राष्ट्राच्या संस्कृतीच्या संवर्धनासाठी, भावी पिढ्यांच्या समृद्ध वारशासाठी कशा तऱ्हेनं केला पाहिजे ह्याबद्दल उपदेश केला.

उपस्थित सर्व संस्कृति–संवर्धकांनी टाळ्यांचा कडकडाट करून ह्या उपदेशाचा

स्वीकार केला. राजासाहेबांच्या ह्या स्वप्नाला साकार करण्यासाठी कलावृंदच्या मॅनेजिंग ट्रस्टी प्रतीपनं एक कलाविषयक नियतकालिक सुरू करणार असल्याचं जाहीर केलं आणि त्याच्या संपादक म्हणून कलावृंदच्या एक ट्रस्टी आणि राजासाहेबांच्या स्नुषा रसिका ह्यांच्या नावाचीही घोषणा केली. रसिकाला महायज्ञासारख्या तिच्या ह्या कामात मदत करण्यासाठी उपस्थित निमंत्रितांपैकी काहींची नावं सहायक मंडळ सभासद म्हणून लवकरच जाहीर केली जातील, असे प्रतीपने सांगितल्यावर उपस्थित सर्व संस्कृतिरक्षक एकमेकांकडे टक लावून बघू लागले होते.

समारंभ संपल्यानंतर ह्या सर्व संस्कृतिरक्षकांनी प्रतीप आणि रसिकाच्या भोवताली कोंडाळं केलं होतं. समारंभानंतर भोजनसमारंभही होता, ह्याचाही घटकाभर सर्वांना विसर पडला होता.

दुसऱ्या दिवशी वृत्तपत्रांनी प्रतीप आणि रसिकाची छायाचित्रं प्रसिद्ध करण्याची जणू चढाओढ लावली होती. काही काही वृत्तपत्रांनी तर कलावृंदच्या विशेष पुरवण्याही काढल्या.

कलावृंद संस्थेच्या इमारतीचं बांधकाम खूपच झपाट्यानं चालू होतं. पुढील निवडणुका येण्यापूर्वीच हे सर्व पूर्ण व्हावं, ह्यासाठी प्रतीप रात्रंदिवस झटत होता. निवडणुका जाहीर झाल्या, की मोन्टूला निवडून आणायचं आणि मग मंत्रिमंडळात त्याचा समावेश करवून घ्यायचा, असं राजसाहेबांचं वचन होतं. पण प्रतीप तर आता त्याहूनही दूरचा विचार करत होता— देव न करो, पण राजासाहेबांचा होरा चुकला आणि निवडणुका म्हणजे शहाळ्यासारख्या पाणीवालं निघायच्या ऐवजी कोरडंच निघालं, आणि सत्तेवर दुसऱ्याच पक्षाचं सरकार आलं, तर आज जो कलावृंदचा लाडू हातात आहे तोही धोक्यात येईल.

असा धोका पत्करण्यापेक्षा तो लाडू निवडणुकांपूर्वीच खाऊन टाकण्यात शहाणपणा होता. कलावृंद बळकवायला टपून बसलेल्यांची संख्याही काही कमी नव्हती.

कलावृंदच्या आवारात मॅनेजिंग ट्रस्टीच्या बंगल्याखेरीज कला नियतकालिकाचं कार्यालय, संपादकांसाठी निवासस्थान, तसंच पूर्वीच्या आग्रहावरून अर्पितसाठी 'हेल्थ केअर'लाही कलावृंदच्या कामांमध्ये समाविष्ट करून घेण्यात आलं होतं.

कुठल्याही सांस्कृतिक चैतन्य उभं करण्याच्या कामात 'हेल्थ' शिवाय चालेलच कसं? ह्या 'हेल्थ केअर'मध्ये अर्पितचं होतं तितकं सखोल ज्ञान कोणाचंच नव्हतं. हेल्थ केअर सेन्टरजवळच अर्पितची राहण्याची व्यवस्थाही करण्यात आली होती.

पूर्वीनंच आग्रह धरून ही व्यवस्था करवून घेतली होती. अर्पितचं असं ठाम मत होतं, की देशाचं सांस्कृतिक पुनरुत्थान करायचं असेल, तर ते देशातल्या महिला आणि त्यातही विशेषतः तरुण स्त्रियांच्या स्वास्थ्याकडे विशेष लक्ष दिल्याशिवाय शक्य नव्हतं. ह्या स्वास्थ्यरक्षणासाठीचं काम पूर्वी त्याच्याबरोबर करायला लागल्यापासनं

खूपच उच्च दर्जाचं आणि विस्तृत झालं होतं. त्यासाठी त्यानं स्वत:च्या काही उपाय पद्धतीही शोधून काढल्या होत्या आणि त्या खूपच यशस्वी झाल्या होत्या. कारण अर्पितला भेटून ह्या नव्या उपायांचे लाभ मिळवण्यासाठी समाजातल्या उच्च वर्गातल्या कुटुंबातल्या तरुण स्त्रियांची स्पर्धा चालायची. ज्या तरुण नव्हत्या, त्या आपण अजून तरुणच आहोत असं सिद्ध करण्यासाठीही हेल्थ केअर सेंटरमध्ये आपली नावं नोंदवायच्या!

भविष्यकाळात तरुणांसाठीही असंच काम सुरू करण्याचा पूर्वीचा बेत होता आणि त्यासाठीही तो काहीतरी करेल, अशी अर्पितनं खात्री दिली होती.

रूपाला जेव्हा समजलं की, अर्पितही प्रतीपच्या ह्या कलावृंदमध्ये त्याचं हेल्थ केअर सेंटर हलवणार होता; तेव्हा तिला नवल वाटलं. कला शब्दाचा जो काही थोडा अर्थ रूपाला समजत होता, त्यात अर्पितचं हे काम कुठेही बसत नव्हतं. त्यातही शिवाय ज्या तऱ्हेनं अर्पित स्त्रियांसाठी हे काम करत होता, त्यामुळे तर रूपाला एक तऱ्हेची शिसारीच बसली होती. शिवाय असाही अर्पित तिला डोळ्यांसमोरही नकोसा वाटायचा, आणि पूर्वीवर त्यानं जी मोहिनी टाकली होती, त्यामुळेही रूपाला मनातनं काळजी वाटत असायची. आता हा अर्पित कलावृंदमध्येच कायम राहणार होता, हे समजल्यावर स्वत:ची नापसंती व्यक्त केल्यावाचनं तिला राहवलं नाही.

"पूर्वी!" तिनं एक दिवस विचारलं, "हा अर्पितसुद्धा कलावृंदमध्ये कायमचं ठाण मांडून बसणार आहे, ही गोष्ट खरी आहे?"

"ओह मम्मी!" पूर्वीला हसू आलं.

"त्याला ठाण मांडणं नाही म्हणता येणार. ही इज एक्स्पान्डिन्ग हिज ॲक्टिव्हिटीज फॉर द बेटरमेन्ट ऑफ द सोसायटी. समाजाच्या हितासाठी तो त्याच्या स्वत:च्या कुटुंबाचं बलिदान देऊन...."

"कुटुंबाचं बलिदान? मला समजलं नाही!" रूपानं विचारलं.

"बरं झालं मम्मी, तूच विचारलंस. मी सांगणारच होते तुला." पूर्वी म्हणाली, "त्याचं असं आहे मम्मी, अर्पित तर इंटरनॅशनल फिगर आहे. त्याची वाइफ इज नॉट अ मॅच फॉर हिम!"

"म्हणजे?"

"अर्पितची वाइफ त्याला को-ऑपरेट करू शकत नाही. दोघंही दु:खी आहेत... मुलांचाही प्रॉब्लेम."

"काही कळेल असं सांगशील? अर्पित आणि त्याच्या वाइफची चिंता करायची तुला काय जरूर आहे?"

"आहे मम्मी, आहे. म्हणून तर सांगतेय. अर्पित आता त्याच्या बायकोबरोबर राहू इच्छित नाही."

“मग जाऊ दे खड्ड्यात! आपल्याला काय त्याचं?”

“डोण्ट गेट एक्साइटेड मम्मी!” पूर्वी लाडात येत म्हणाली, “मी काय सांगतेय ते लक्ष देऊन ऐक... प्लीज मम्मी. अर्पित इज अ मॅच फॉर मी.”

“काय? काय म्हणालीस?” रूपा दिङ्मूढ झाली.

“येस मम्मी! वुइ हॅव डिसायडेड टु बी वन....”

पूर्वीनं खुलासा केला. “मूर्ख मुलगी!” रूपा किंचाळली, “तू काय बोलतेयस ह्याचं काही भान आहे तुला? दोन मुलांचा बाप आणि तुझ्या दुप्पट वयाचा. बायल्या दिसणारा तो नालायक....”

“नो मम्मी!” पूर्वी एकदम म्हणाली, “वाटेल तसं बोलू नको. अर्पितचा डायव्होर्स झाला म्हणजे मगच....”

“मगच काय?”

“मगच आम्ही लग्न करू. तोपर्यंत चांगले मित्र म्हणूनच बरोबर राहायचं ठरवलंय आम्ही.”

“पूर्वी....” रूपा थरथर कापू लागली. एका झटक्यात ती पूर्वीच्या अंगावर धावून गेली. पूर्वीला काही समजायच्या आतच तिनं पूर्वीच्या एक थोबाडीत मारली. हे पूर्वीला अगदीच अनपेक्षित होतं.

“बेवकूफ! तू... तू... त्या बायल्याबरोबर त्याची मित्र म्हणून राहणार आहेस? काही समजतंय का तुला? दादा-दादींना जेव्हा ही गोष्ट समजेल, तेव्हा दोघांचेही जीव जातील एकाच वेळी, हे समजतंय तुला?”

पूर्वी उसळली. रूपाचा हात पकडून हळू पण भक्कम आवाजात ती म्हणाली, “डोण्ट फरगेट मम्मी! दादा-दादींना आता काही फ्यूचर नाही. माझं फ्यूचर व्हास्ट आहे. मला तुमच्या त्या पास्टची काळजी करण्याची जरूर नाही. मला माझ्या फ्यूचरचा विचार करू दे.”

“हे कधीही होणार नाही!” रूपा ओरडली, “मी प्रतीपला सांगेन. कलावृंदमध्ये अशा नीच माणसाला मुळीच स्थान मिळालं नाही पाहिजे.”

“प्रतीपला काहीही सांगायची जरूर नाही मम्मी! भाईला सगळं माहीत आहे. रसिकाला कलावृंदच्या मॅगेझिनची संपादक बनवून राजासाहेबांच्या गुहेतनं काढून तिला स्वत:बरोबर ठेवण्याची व्यवस्था त्याने केली आहे, हे मला ठाऊक आहे. खुद्द राजासाहेबांनीच ह्या व्यवस्थेला आशीर्वाद दिला आहे. मग अर्पितबद्दल प्रतीपला काय हरकत असणार?” पूर्वीनं अनपेक्षित माहितीचा जणू डोंगर उभा केला.

रूपा ही माहिती सहन करू शकण्याच्या मन:स्थितीत राहिली नव्हती. ती स्तंभित झाली.

हे सगळं तिच्यासाठी अगदी अनपेक्षित होतं. पूर्वी सांगते आहे तसं प्रतीपही

असंच काहीतरी करत असेल... राजासाहेबांची सून रसिकाबरोबर हल्ली–हल्ली त्याची जवळीक वाढली होती, हे रूपाला आठवलं. पण रसिका तर विवाहिता होती. त्यातही राजासाहेबांसारख्या मोठ्या पुढाऱ्याची सून होती, प्रतीपपेक्षा वयानं ती खूप मोठी होती. अशा काही संबंधाकडे राजासाहेबही कानाडोळा करतील, ही गोष्ट....

''तुला माहीत नाही मम्मी!'' पूर्वी म्हणाली, ''राजासाहेबांना हे सगळं माहीत आहे. राजासाहेबांसाठी मोन्टू हा खूप उपयोगी माणूस आहे. मोन्टूसाठी प्रतीप तितकाच उपयोगी आहे. प्रतीपसाठी रसिका त्याहूनही जास्त उपयोगाची आहे आणि ह्या सगळ्यांसाठी अर्पितचं हेल्थ केअर सेन्टर जादूच्या कांडीसारखं आहे. आता ह्या जादूनगरीत मीही अर्पितबरोबर राहिले, तर त्या नगरीचं महत्त्व आणि मूल्य किती वाढेल हे तुला ठाऊक नाही...

''शट अप!'' रूपा रडू लागली. तिचे ओठ कापत होते. श्वास जोरात येत होता. ''कुठल्या मूल्यांबद्दल तू बोलतेयंस बेवकूफ? ज्याचा एक आकडाही तुला माहीत नाही, त्याच्या मूल्यांबद्दल बोलतेयंस?''

पूर्वीनं काही उलट वाद घातला नाही.

जमिनीवर जरा जोरानं पाय आपटत ती दुसऱ्या खोलीत निघून गेली. रूपा उशीत तोंड लपवून हुंदके देऊन–देऊन रडू लागली. कदाचित अविनाशला ह्यातलं काहीच माहीत नसेल.

अविनाशला हे सगळं सांगण्याची कठीण जबाबदारी रूपावर येऊन पडली होती. अविनाशला तर कसंतरी करून ती हे सगळं सांगू शकेल, पण कांदिवलीच्या त्या जुन्या आणि आता तर फारसा वापर नसणाऱ्या बंगल्यात अगदी गलितगात्र अवस्थेत, एकाकी आयुष्याचे शेवटचे दिवस काढत असलेले वृद्ध व्रजमोहनदास आणि जयाबा ह्यांना जेव्हा हे सगळं कळेल, तेव्हा....

तिचा थरकाप झाला. डोळे सताड उघडे ठेवून ती छताकडे बघत राहिली. सबंध खोली जणू असंख्य शून्यांनी भरून वाहत होती.

रूपाला वाटलं— ज्या दिवशी ह्या फ्लॅटच्या खरेदीचा आरंभ झाला, त्याच दिवशी कदाचित शून्यांच्या आधीचा एकाचा आकडा पुसला गेला होता!

■

२६

जवळजवळ नव्वदीला आलेल्या व्रजमोहनदासांचे डोळे आता कमी उपयोगी झाले होते हे खरं, पण कान शाबूत होते आणि कानांपेक्षाही मन अजून अगदी चांगलं स्वस्थ होतं.

कांदिवलीच्या त्यांच्या त्या जुन्या बंगल्याच्या उंच ओट्यासारख्या व्हरांड्यात बसून ते बाहेर रस्त्याकडे बघत होते. बंगल्याच्या बागेत आता आपले आपलेच तग धरून राहिलेले वृक्ष आणि वाटेल तशी उगवलेली थोडी झाडंझुडपं ह्यांची संयुक्त मालकी झाली होती. पाठीमागची नेहमी छान भरलेली वाटणारी मोकळी जागा आता वाटेल तशा उगवलेल्या गवतानं भरून गेली होती.

बंगल्याच्या भिंतीवरच्या प्लास्टरचे पोपडे कुठे कुठे निघाले होते आणि त्यांचा रंग फिक्का पडल्यानं ओशाळलेल्या माणसाच्या चेहऱ्यासारखा दिसत होता. व्रजमोहनदास आता हे सगळं नीटनेटकं ठेवण्याकडे लक्ष देऊ शकत नव्हते. आता ह्या सगळ्याकडे बघणंही त्यांनी सोडून दिलं होतं.

सुदैवानं विशेष दुखणं, आजार असं काही नव्हतं आणि जयाबाही रोजचं कामकाज अजून एखाद्या नोकराच्या मदतीनं आटपू शकत होत्या.

आसपासच्या बंगल्यांनी त्यांच्या मूळच्या भव्यतेला निरोप दिला होता आणि राजवाडी थाटाऐवजी फाइव स्टार कल्चरसारख्या 'ग्रॅनाइट किचन' आणि 'मार्बल

फ्लोअरिंगनी' नटलेली, फूटपट्टीच्या हिशोबात मोजता येतील अशी अपार्टमेंट्स झाली होती. ह्या फूटपट्ट्यांच्या मापाच्यामध्ये व्रजमोहनदासांचा बंगला आपलं 'अमाप' मोठेपण सांभाळत खंबीरपणे उभा होता.

व्रजमोहनदास डोळ्यांवर चष्मा चढवून कधी रस्त्यावरची रहदारी तर कधी आभाळातनं येणाऱ्या उन्हाकडे बघत बसले होते.

नव्वद वर्षांच्या भूतकाळाच्या सुरकुत्या त्यांच्या चेहऱ्यावर उमटल्या होत्या.

"केव्हापासनं काय बघताय ते?" बाजूच्या दरवाजातनं बाहेर येऊन जयाबांनी विचारलं. "कोणाची तरी वाट बघताय का?"

"आता वाट तर दुसऱ्या कोणाची बघायची असणार?" व्रजमोहनदास त्यांच्याकडे चेहरा न वळवताच म्हणाले, "त्या वर बसलेल्यानं त्याचं बोलावणं घेऊन येणाऱ्याला काहीतरी चुकीचा पत्ता दिलेला दिसतोय."

"काय म्हणालात?" जयाबांनी जवळ येऊन विचारलं.

"म्हणण्यासारखं आहे तेच म्हणालो वीणाच्या बा! श्रीनाथजीबाबाचा निरोप्या येताना कुठे दिसत नाहीये."

"असं काय बोलताय?" जयाबांच्या आवाजात दुखावल्याची भावना मिसळली होती.

व्रजमोहनदास गप्प झाले. जयाबा त्यांच्या अगदी समोर येऊन बसल्या. व्रजमोहनदासांनी चेहरा वळवून त्यांच्याकडे बघितलं.

"मला चांगलं कळतंय की, देवाघरच्या बोलावण्याची वाट बघणं हेही तसं पाहिलं तर देवाच्या कामात लुडबूड करण्यासारखं आहे, पण...." म्हणत व्रजमोहनदास थांबले.

"का थांबलात?" जयाबांनी हळूच विचारलं.

"हल्ली–हल्ली हा बंगला फार मोठा वाटायला लागलाय वीणाच्या बा! चंपागल्लीच्या त्या कबुतरवाल्या चाळीतल्या घरात जाऊन राहावंसं वाटतं हो."

"असं काय बोलताय?"

"खरंच सांगतोय. कबुतरवाल्या चाळीत कबुतरांनी तर घरटी केलीच होती, पण असं वाटतं, की त्या घरात मी जे घरटं केलं होतं, तसं घरटं तर नंतर कधी बांधलं गेलंच नाही." व्रजमोहनदासांनी जणू वर्षानुवर्षं मनात ठेवलेलं बोलून दाखवलं.

"आता जायची वेळ आल्यावर हा बंगला उजाड होत चाललेला बघतो, तेव्हा असं वाटतं, की आयुष्यात कुठेतरी काहीतरी फार मोठी चूक झालीय."

"जाऊ दे आता. सगळं देवावर सोडून द्या. तुम्ही सबंध आयुष्यात कोणावर अन्याय केला नाही."

"फक्त तुमच्यावर सोडून."

"असं का म्हणालात?" जयाबा सावरून बसत जरा जवळ सरकल्या, "तुम्ही

माझ्यावर तरी कधी अन्याय केलात?''

''तेच सांगतोय, आज मला सांगूनच टाकू दे वीणाच्या बा....''

व्रजमोहनदास सावरून जरा ताठ होऊन बसले. त्यांची नजर उंच आकाशाकडे लागली होती. ती खाली गेली.

''तुमचा मी गुन्हा केलाय आणि त्या गुन्ह्याची शिक्षा देण्यासाठीच हा एवढा मोठा अगदी ओस पडलेला बंगला श्रीनाथजीबाबानं मला दिलाय.''

''तुम्हाला आज झालंय काय?'' जयाबांच्या आवाजात आता काळजी होती.

''पूर्वजन्माच्या पुण्यानं मिळेल असा हा बंगला....''

''आणि तरी अगदी ओस पडलेला....''

''माया बंगल्याची नाही, माणसाची असते. तुम्ही ह्या घरी आलात त्या दिवसापासनं आजतागायत मला तुमच्या देवघरातल्या देवासारखी मूर्ती समजून सांभाळलं आहे, पण मी तुम्हाला तसं सांभाळू शकलो नाही. माझ्या ह्या एकाच पापाबद्दल....''

''म्हणजे? काय म्हणायचंय काय तुम्हाला?'' जयाबा चमकल्या.

''हेच, की मी जन्मभर तुम्हाला फसवलं आहे. तुमच्या दृष्टीआड मी एक असं आयुष्य जगलोय.''

''घ्या! बस! बस करा आता!'' जयाबा जणू थोडक्यात काय ते समजून गेल्या असाव्यात, अशा प्रकारे चेहऱ्यावरची चिंता झटकून टाकत म्हणाल्या, ''पाप ते केवढं आणि सांगताय कसं? तुमचं आणि माझं आयुष्य वेगवेगळं आहे, असं इतक्या वर्षांनंतर तुम्हाला कसं काय वाटलं?''

''खरंच सांगतोय वीणाच्या बा! आज मला सांगूनच टाकू दे, की तुमच्या भोळ्या स्वभावाचा मी गैरफायदा घेतला होता. तुम्हाला समजू न देता मी....'' व्रजमोहनदास पुन्हा अडखळले.

''इतक्या वर्षांनंतर आता तुम्हाला पुन्हा कंचनीबाई आठवली....'' जयाबा विवेकी शांत स्वरात म्हणाल्या.

व्रजमोहनदास दिङ्मूढ झाले. ज्या शब्दाचा उच्चार करायला त्यांना इतका वेळ लागला होता, तोच शब्द अगदी सहजपणानं जयाबांनी उच्चारला होता. त्यांना स्वत:ला तर हे नाव चांगलंच ठाऊक होतं, पण जयाबांच्या तोंडून हे नाव....!

''तुम्ही... तुम्ही हे काय म्हणताय? कंचनीबाईबद्दल....'' व्रजमोहनदासांचे नव्वद वर्षांचे वृद्ध ओठ थरथरले.

''मला ठाऊक नाही असं समजून तुम्ही आज मन हलकं करायला बघत असाल तर तुम्हाला सांगते; की जेव्हापासनं कंचनीबाई तुमच्या आयुष्यात आली, तेव्हापासनं तुमचं मन तर हलकं झालेलंच आहे. उगीच इतकी वर्षं मनावर हा बोजा ठेवून राहिलात तुम्ही!''

"म्हणजे तुम्हाला हे माहीत होतं आणि तरी...."

व्रजमोहनदास इतके तर कधीच गोंधळले नव्हते. जयाबाचं हे रूप त्यांना अगदीच नवं होतं.

"हो, मला ठाऊकच होतं...."

"पण तुम्हाला कसं समजलं?"

"ते समजण्यासाठी तुम्हाला स्त्रीचा जन्म घ्यावा लागेल वीणाचे बापू!" जयाबा जणू अगदी साधी गोष्ट असावी तशा मोकळ्या मनानं हसल्या. व्रजमोहनदास आणखीच गोंधळले. अशा अकल्पितपणे आलेल्या नाजूक क्षणीही जयाबा हसत होत्या.

"तुम्हाला ते कसं काय कळणार?" जयाबा मृदू आवाजात म्हणाल्या, "कंचनीबाई ज्या तऱ्हेनं तुमच्याकडे बघत असायची आणि मग तुम्ही ज्या तऱ्हेनं नजर फिरवायचात, ते ओळखण्यासाठी स्त्रीचं मन असावं लागतं वीणाचे बापू! देवानं मला ते दिलंय."

"आणि तरी तुम्ही एवढ्या मोठ्या गोष्टीचा मला सुगावाही लागू दिला नाही? मला अडवलंही नाही?"

"असं पहा," जयाबा म्हणाल्या, "कंचनीबाई तर बिचारी दुःखी बाई होती. तिला आयुष्यात कुठे काहीही सुख मिळालं होतं? अशा जन्मापासनं दुःखी असलेल्या बाईला तुम्ही काही दिवस शांती, तृप्ती दिलीत, हे तर पुण्याचं काम होतं वीणाचे बापू!"

"हे काय बोलताय तुम्ही?" जयाबांच्या स्वभावाचा हा पैलू तर व्रजमोहनदासांना स्तंभित करून टाकणारा होता!

"खरंच बोलतेय. मी तर माहेरीही सुखात वाढले आणि लग्न होऊन आले; तेव्हापासनं सासरीही नवरा, घर, मुलं, सगळं काही मिळालंय. तुम्ही कंचनीबाईला जे दिलंत, ते काही माझ्याकडून हिरावून घेऊन नव्हतं दिलं. त्याच्याबद्दल मी कशाला काळजी करू? माझ्यासाठी तर तुम्ही पूर्वी जसे होतात, तसेच होतात... जसे लग्न होऊन आले तेव्हा होतात, तसेच! तुम्ही कधीही माझं मन दुखावेल असं वागला नाहीत."

एखाद्या तिऱ्हाईत माणसाबद्दल बोलत असावं तशा तटस्थपणे जयाबा म्हणाल्या.

व्रजमोहनदासांच्या खाली वळवलेल्या आणि जरा खोल गेलेल्या डोळ्यांसमोर लग्न होऊन पहिल्या दिवशी जयाबांनी घरात पाऊल टाकलं होतं, तेव्हाचं त्यांचं रूप तरळलं.

जयाबा मगाशी म्हणाल्या होत्या, "तुम्ही तर अजून जसेच्या तसेच आहात!"

व्रजमोहनदासांना वाटलं, 'नाही, जयाबा आता जशाच्या तशा नव्हत्या! त्या तर जणूकाही खूप- खूपच सुंदर दिसत होत्या,' हे त्यांना इतक्या वर्षांनी आज प्रथमच लक्षात आलं!

"माझं आयुष्य तर नांगरलेल्या जमिनीसारखं होतं. प्रेमाचे दोन थेंब पडले तरी पेरलेलं बी उगवणार. पण कंचनीबाई तर वैराण वाळवंटासारखी होती. तिच्या आयुष्यात प्रेमाचं थोडं सिंचन करायला तुम्ही निमित्तमात्र झालात, त्याला पाप मानून दुःख करू नका. तुमच्या ह्या पुण्याच्या कमाईत तर माझाही वाटा असेल." जयाबा बोलत राहिल्या.

व्रजमोहनदासांजवळ जणू 'हुं' 'हुं' म्हणण्यासारखंही काही राहिलं नव्हतं. कितीतरी वेळ दोघंही न बोलता शांत बसून राहिली.

अंगणात वाटेल तशा वाढलेल्या वृक्षांच्या फांद्यांवर इकडून तिकडे उड्या मारणाऱ्या दोन-तीन खारी उंच उडी मारून आवाराच्या उंच भिंतीवरून पळत गेल्या.

"अविनाश जेव्हापासनं पेडर रोडवर राहायला गेला आहे, तेव्हापासनं ह्या बंगल्यात माझा मलाच मी परका वाटत होतो वीणाच्या बा!" व्रजमोहनदास शांतपणे म्हणाले, "आज पहिल्यांदाच वाटतंय की, ह्या ओसाड पडल्यासारख्या झालेल्या बंगल्यात अजूनही कुठेतरी तुळशीचं रोप टिकून राहिलंय. पण मला सांगा, असं काळीज कुठून आणलं तुम्ही?"

जयाबा असं हसल्या की, जणू काही घडलंच नसेल.

लहान मुलाची समजूत घालावी तशा आवाजात त्या म्हणाल्या.

"काळीज आणता येत नाही वीणाचे बापू! काळीज तर आतून उमलून फुलून येत असतं. ज्या स्त्रीचं काळीज स्वतःच्या घराच्या उंबऱ्यावर उभं असताना उमलून येत नाही, ते घर उजाड होतं. ह्या बंगल्याला उजाड म्हणून कधीही जीभ विटाळू नका. स्त्री तर उंबऱ्यावरच्या एकाच्या आकड्यासारखी असते. शून्यं तर लिहिली जातात अन् पुसली जातात. त्यांची फार काळजी करायची नाही. जोपर्यंत एकाचा आकडा शाबूत आहे, तोपर्यंत उंबरा उजाड होणार नाही, ह्याची तुमच्या मनात तुम्ही पक्की गाठ बांधून ठेवा वीणाचे बापू!"

आणि एवढं बोलून जयाबा उठून उभ्या राहिल्या.

"चला, खूप झालं, उठा आता! अजून तर पूजाअर्चा न्याहारी आणि स्वयंपाकाची तयारीही करायची आहे. फार विचार करायचं बंद करा आणि अंगणातनं चार फुलं तोडून आणा."

व्रजमोहनदासांच्या एकही दात नसलेल्या तोंडात जणू नवी बत्तिशी उगवली असावी, तसे त्यांचे ओठ हसत राहिले.

■

Contact : © 020-24476924 / 24460313
Website : www.mehtapublishinghouse.com
info@mehtapublishinghouse.com
production@mehtapublishinghouse.com
sales@mehtapublishinghouse.com